டாக்டர் அம்பேத்கரும் இந்திய அரசியல் சட்ட வரலாறும்

மு. நீலகண்டன்

நியூ செஞ்சுரி புக் ஹவுஸ் (பி) லிட்.,
41-பி, சிட்கோ இண்டஸ்டிரியல் எஸ்டேட்,
அம்பத்தூர், சென்னை- 600 050.
☎: 044 - 26251968, 26258410, 48601884

Language : Tamil
Doctor Ambedkarum
Indhiya Arasiyal Satta Varalaarum
Author: **M. Neelakandan**
First Edition: April, 2009
Fifth Edition : December, 2022
Sixth Edition : September, 2023
Copyright: Publisher
No. of pages: x + 194 = 204
Publisher:
New Century Book House Pvt. Ltd.,
41-B, SIDCO Industrial Estate,
Ambattur, Chennai - 600 050.
Tamilnadu State, India.
email: info@ncbh.in
Online: www.ncbhpublisher.in

ISBN: 978 - 81 - 2341 - 546 - 8
Code No. A 1943
₹ 260/-

Branches
Ambattur (H.O.) 044 - 26359906 **Spenzer Plaza (Chennai)** 044-28490027 **Trichy** 0431-2700885 **Pudukkottai** 04322- 227773 **Thanjavur** 04362-231371 **Tirunelveli** 0462-4210990, 2323990 **Madurai** 0452 2344106, 4374106 **Dindigul** 0451-2432172 **Coimbatore** 0422-2380554 **Erode** 0424-2256667 **Salem** 0427-2450817 **Hosur** 04344-245726 **Krishnagiri** 04343-234387 **Ooty** 0423 2441743 **Vellore** 0416-2234495 **Villupuram** 04146-227800 **Pondicherry** 0413-2280101 **Nagercoil** 04652-234990

டாக்டர் அம்பேத்கரும்
இந்திய அரசியல் சட்ட வரலாறும்
ஆசிரியர்: மு. நீலகண்டன்
முதல் பதிப்பு: ஏப்ரல், 2009
ஐந்தாம் பதிப்பு: டிசம்பர், 2022
ஆறாம் பதிப்பு: செப்டம்பர், 2023

அச்சிட்டோர்: **பாவை பிரிண்டர்ஸ் (பி) லிட்.,**
16 (142), ஜானி ஜான் கான் சாலை, இராயப்பேட்டை, சென்னை - 14
☎: 044-28482441

All rights reserved. No part of this book may be reprinted or reproduced or utilised in any form or by any electronic, mechanical, or other means, now known or hereafter invented, including photocopying and recording, or in any information storage or retrieval system, without permission in writing from the publishers.

என்னுரை

"அரசியல் அமைப்பு" என்ற சொற்றொடர் "தோற்று வித்தல்" என்று பொருள்படும். லத்தீன் சொல்லான கான்ஸ்டிடியூர் (Constituere) என்பதிலிருந்து தோன்றியதாகும். ஒரு நாட்டின் அமைப்பை நிர்ணயிக்கும் சட்ட திட்டங்களைத் தொகுத்து வழங்குவதுதான் "அரசியல் அமைப்பு" ஆகும். இது ஒரு அரசின் பல்வேறு அங்கங்களின் அதிகார வரம்பை வரையறுக்கும். மக்கள் ஒரு புறமும், நாடு அதன் அங்கங்கள் மறுபுறமும் இருக்க, இவற்றிற்கிடையே உள்ள தொடர்பினை நிர்ணயிப்பது அரசியல் அமைப்பாகும்.

பிரைஸ் (Bryce) என்பவர் "ஒரு நாட்டின் அரசியல் வாழ்க்கையை நிர்ணயிக்கும் சட்டங்கள் வழக்காறுகள் இவற்றின் தொகுதியே அரசியலமைப்பாகும்" என்று கூறுகிறார். டாக்டர் வீர் (Wheare) என்பவர், "அரசு இயந்திரங்களின் பணிகள் எந்த நோக்கத்திற்காகச் செயல் படுகின்றனவோ அந்த நோக்கங்களை ஒழுங்கு படுத்தும் சட்டத் தொகுப்பே அரசியல் அமைப்பு", ஆகும் என்று கூறியுள்ளார்.

உலகில் உள்ள அனைத்து நாடுகளும் அரசியல் அமைப்புச்சட்டத்தைக் கொண்டுள்ளன. அது எழுதப் பட்டதாகவோ, அல்லது எழுதப்படாததாகவோ இருக்கக் கூடும். அரசு அமைப்பு, நடைமுறை, பணிகள், அதிகாரங்கள், குடிமக்களின் உரிமைகள், கடமைகள், நாட்டின் இயல்பு, ஆகியவற்றைப் புரிந்து கொள்ள அரசியல் சட்டப் படிப்பு உதவுகிறது. ஒரு நாட்டின் அரசியல் வரலாற்றினை அதன் அரசியல் சட்ட வரலாற்றின் வாயிலாக அறிந்து கொள்ள முடிகிறது. அரசியல் எண்ணங்கள், அரசியல் நிறுவனங்கள், அரசியல் சட்ட வரலாற்றில் முன்னிறுத்தப்படுகின்றன.

வரலாற்று அடிப்படையில் பார்க்கும் போது, அரசிய லமைப்புகள், அளிக்கப்படுதல், ஆராய்ந்து உருவாக்குதல், காலப் போக்கில் ஏற்படும் வளர்ச்சி, புரட்சியின் மூலம் என நான்கு முறைகளில் உருவாகின்றன.

1950-ஆம் ஆண்டு ஜனவரி 26-ஆம் நாள் முதல் விரும்பி ஏற்கப்பட்ட இந்திய அரசியலமைப்பு, தேர்ந் தெடுக்கப்பட்ட உறுப்பினர்களைக் கொண்ட அரசியல் நிர்ணய சபையின் மூலம் ஆராய்ந்து உருவாக்கியதாகும். இந்திய அரசியல் சட்ட வரலாறு 1773-ஆம் ஆண்டு ஒழுங்குமுறைச் சட்டத்தில் தொடங்கி, இந்திய அரசிய லமைப்புச் சட்டம் 1950 ஜனவரி 26-ல் முடிவடைகிறது. இந்தியாவில் சட்டவியல் வளர்ச்சிக்கு டாக்டர் அம்பேத்கரின் கடின உழைப்பும், சேவையும், வரலாற்றில் இடம் பெற வேண்டியவையாகும். 1933 முதல் 1938 வரை டாக்டர் அம்பேத்கர் பம்பாய் சட்டக் கல்லூரியில் பேராசிரியராகவும், கல்லூரி முதல்வராகவும் இருந்தார். சட்டக் கல்வியின் அவசியம், நீதிபரிபாலனம், அதிகாரப் பங்கீடு, கூட்டாட்சி, ஒற்றையாட்சி, ஜனநாயகம், பாராளுமன்ற ஜனநாயகம் ஆகியவற்றைப் பற்றிப் பல கட்டுரைகளை எழுதினார். பம்பாய் சட்டமன்ற அமைப்புப் பற்றிய டாக்டர் அம்பேத்கரின் கருத்துரைகள் அரசியலமைப்புச் சட்ட அறிவு நுட்பத்தை வெளிப்படுத்தக் கூடியவை. இந்தக் கருத்துரைகள் இந்திய அரசியலமைப்புச் சட்ட வளர்ச்சி வரலாற்றை அறிய ஆர்வமுள்ளவர்களுக்கு இந்திய நாட்டில் வளர்ந்து வந்த அரசியல், சமூகவியல், பொருளியல் சிந்தனைகளை அறிவதற்குப் பயன்படக் கூடியவையாகும். இந்திய அரசியலமைப்புச் சட்டம், டாக்டர் அம்பேத்கரின் கடின உழைப்பாலும், சட்டவியல் சிந்தனையாலும் உருவானது ஆகும். எனவே, இந்தியாவின் அரசியல் சட்டவரலாற்றில் டாக்டர் அம்பேத்கரின் பதிவுகள் பற்றி எடுத்துக் கூறுதலே இந்நூலின் முக்கிய நோக்கமாகும்.

கற்பனை, இலக்கிய நயம் ஆகியவைகளுக்காக இந்நூல் எழுதப்படவில்லை. இந்திய அரசியல் சட்ட வரலாற்றில் டாக்டர் அம்பேத்கரின் பதிவுகள் வெளி வராமல் பல வரலாற்று ஆசிரியர்களால் மறைக்கப்

பட்டுள்ளன, அது வரலாற்றின் பலவீனமாகும். டாக்டர் அம்பேத்கர், ஒரு தாழ்த்தப்பட்ட மக்களின் தலைவர் மட்டும்தான் என்று கூறுபவர்கள், இந்தப் புத்தகத்தைப் படித்த பிறகாவது, சட்ட ரீதியாகப் புதுமை இந்தியாவை உருவாக்க அவர் எவ்வாறெல்லாம் செயல்பட்டுள்ளார் என்பது புரியும். டாக்டர் அம்பேத்கரின் நூற்றாண்டுக்குப் பிறகுதான், டாக்டர் அம்பேத்கரின் அறிவார்ந்த படைப்புகள் வெளிவரத் தொடங்கின. ஆனால், தமிழ் மொழியில் முறையாகவும், சரியாகவும், முழுமையாகவும் டாக்டர் அம்பேத்கரின் செயல்பாடுகள் வெளிவரவில்லை. இது ஒரு கசப்பான மதிப்பீடாகும்.

ஆதாரங்களையும், ஆவணங்களையும் அலட்சியம் செய்யாமல், விவரங்களை மதிக்க வேண்டியது ஒரு வரலாற்று ஆசிரியரின் கடமையாகும். அதன் அடிப் படையில் மிகவும் நுட்பமாக ஆழ்ந்து சிந்தித்து, வரிசை யறிந்து விவரங்களையும், ஆதாரங்களையும் தொகுத்துக் கருத்தில் கொள்ளத்தக்க வகையில் இந்திய அரசியல் சட்ட வரலாற்றில் டாக்டர் அம்பேத்கரின் பதிவுகளைச் சுருக்கமாக இந்நூலில் அளித்துள்ளேன்.

மேலும், தமிழகப் பல்கலைக் கழகங்களில் வரலாற்றுப் பாடத்தில் "டாக்டர் அம்பேத்கரின் செயல்பாடுகள், அவர் இந்த நாட்டிற்கு ஆற்றிய பணிகள் முழுமையாகவும், சரியாகவும் பதிவு செய்யப்படவில்லை என்பது வருத்தத்திற் குரியது." **"வரலாறு இன்றி ஒரு சமுதாயம் வாழ இயலாது, அதனை வாசல்வழியாக விரட்டினாலும், புழக்கடை வழியாக உள்ளே புகுந்துவிடும்."** எனவே, இந்திய அரசியல் சட்ட வரலாற்றின் எச்சரிக்கையாக இந்நூல் இருக்குமானால் அதுவே என் முயற்சிக்குக் கிடைத்த சிறந்த மதிப்பீடாகும் என கருதுகிறேன்.

இந்நூலை வெளியிடுவதற்கு ஊக்கம் அளித்த திரு. விக்டரி மோகன், மேலாண்மை இயக்குநர் ஸ்ரீ வெங்கடேஸ்வரா மெட்ரிக் மேல் நிலைப் பள்ளி, மங்களம்

ஆசிரியர் பயிற்சி நிறுவனம், திருமுல்லைவாயல், திருவள்ளூவர் மாவட்டம் அவர்களுக்கு என் நெஞ்சார்ந்த நன்றி.

தோழர் ஆர். பார்த்தசாரதி அவர்கள் எல்லா வகையிலும் நிறைவு செய்து இந்நூலின் கைப்பிரதியைப் படித்துச் செப்பம் செய்து வழங்கியமைக்கு எனது அன்பு கலந்த நன்றியைத் தெரிவித்துக்கொள்கிறேன். இந்நூல் வெளிவர உறுதுணை புரிந்த தோழர்கள் சென்னை, நந்தனம் கல்லூரிப் பேராசிரியர் முனைவர் க. ஜெயபாலன் எம்.ஏ., பி.எச்டி., ஆர். ரவி, எம்.ஏ., (வரலாறு) எம்.ஏ., (தமிழ்) பி.எட்., எம்ஃபில், எம்.சி.ஜே. ஆகியோர்களுக்கும் என் நன்றி.

இந்நூலை விரும்பி ஏற்று வெளியிட முன் வந்து குறுகிய காலத்தில் மிகச் சிறப்பான முறையில் அச்சிட்டு வெளியிட்ட **“நியூ செஞ்சுரி புக் ஹவுஸ் (பி) லிட்”** நிறுவனத்திற்கு என் மனம் திறந்த நன்றியைத் தெரிவித்துக் கொள்கிறேன்.

தோழமையுடன்

மு.நீலகண்டன்

சென்னை

01-09-2008

பொருளடக்கம்

தொடக்கம்	....	viii-ix
1. சைமன் குழுவின் அறிக்கை	....	1 – 9
2. வட்ட மேசை மாநாடுகள்	....	10 – 41
3. பூனா ஒப்பந்தம்	....	42 – 75
4. பம்பாய் மாநிலச் சட்டக்கல்விச் சீர்திருத்தம்	....	76 – 85
5. பம்பாய் மாநிலச் சட்டமன்ற அமைப்பு	....	86 – 88
6. கிரிப்ஸ் தூதுக்குழுத் திட்டம்	....	89 – 92
7. இந்திய அரசாங்கம் (ஆரம்ப ஷரத்துக்கள்) சட்டம்	....	93 – 129
8. மொழிவழி மாநிலச் சீரமைப்புச் சட்டம்	....	130 – 142
9. சுதேச அரசுகள் இணைப்பு	....	143 – 147
10. அமைச்சரவைக் குழுத் திட்டம்	....	148 – 156
11. இந்திய அரசியலமைப்புச் சட்டம் – 1950	....	157 – 194

தொடக்கம்

வரலாறு பல பாடங்களைக் கற்பிக்கிறது. இப்பாடங்கள் அரசியல் வாதிகளுக்கு மிகுந்த பயனளிப்பவை. மனிதர்கள் தங்களது எண்ணங்களைக் காலத்திற்கேற்ப மாற்றிக் கொள்கின்றனர். எண்ணங்களில் ஏற்படும் மாற்றம் நிறுவனங்களையும் மாற்றுகிறது. அதனால் அரசாங்க மாற்றமோ அல்லது அரசியல் முறையமைப்பின் மாற்றமோ நிகழலாம். இவற்றை எல்லாம் புரிந்து கொள்ள ஒரு அரசியல் தலைவர் அல்லது ஆட்சியாளர் வரலாற்றைப் பயின்றாக வேண்டும்.

சட்டங்களைப் பற்றிய படிப்பு சட்ட இயல் (Jurisprudence) ஆகும். அது சட்டங்களின் மூலங்களைப் பற்றிக் கூறுகிறது. இன்றைய அரசாங்கம் சட்டங்களின் வாயிலாகவே செயலாற்றுகிறது. அது சட்டங்களை இயற்றி நடைமுறைப்படுத்துகிறது. தேசிய சட்டத்தின் ஓர் உட்பிரிவே அரசியலமைப்புச் சட்டமாகும். இச்சட்டம் அரசின் அதிகாரத்தை அளவிட்டுக் காட்டுகிறது. அரசியல் அமைப்புச் சட்டம் எழுதப்பட்டதாகவும், எழுதப்படாததாகவும் அமைந்திருக்கும். இங்கிலாந்து அரசியலமைப்புச் சட்டம் எழுதப்படாதது என்பதைக் குறிப்பிட வேண்டும். இந்திய அரசியலமைப்புச் சட்டம் எழுதப்பட்டதாகும். அரசியலமைப்புச் சட்டம் நிலையாக மாற்றப்படாமல் இருக்க வேண்டும் என்பது அவசியமில்லை. நாட்டின் தேவைக்கேற்பவும், அவசியத்திற்கேற்பவும் திருத்தப்படலாம். திருத்தி அமைக்கும் முறையினால் பல மாற்றங்கள் கொண்டு வருவதுடன், மக்களின் சுதந்திரத்திற்கு மேலும் சலுகைகள், பாதுகாப்புகள், உரிமைகள் கொடுக்க வாய்ப்புண்டு.

இந்திய அரசியலமைப்பு வரலாறு 1773-ஆம் ஆண்டு ஒழுங்குமுறைச் சட்டத்தில் (1773 Regulating Act) ஆரம்பித்து 1950 இந்திய அரசியலமைப்பு சட்டம் 1950-ல் முடிகிறது. ஆனால், இந்திய அரசியல் அமைப்பின் வரலாற்றை 1600-ல் ஆங்கிலப் பேரரசிரியர் முதலாம் எலிசபெத் முதன்முதலாக ஆங்கில வணிகர் குழு ஒன்றுக்குச் சில வணிக உரிமைகளை வழங்கியதிலிருந்து படித்தால் தான், முழுமையான வரலாற்றினை அறிந்துக் கொள்ள முடியும்.

1773 - ஒழுங்குமுறைச்சட்டம், 1784 - பிட் இந்தியச் சட்டம், 1793 - பட்டயச் சட்டம், 1813- பட்டயச் சட்டம், 1833 - பட்டயச் சட்டம், 1858 பேரரசியாரின் அறிக்கையும், இந்தியச் சட்டமும், 1861 - இந்தியக் கவுன்சில் சட்டம், 1892 - இந்தியக் கவுன்சில் சட்டம், 1909 - மிண்டோ மார்லி சீர்திருத்தச் சட்டம், 1919 - மாண்டேகு செம்ஸ் போர்டு சட்டம், 1928-29 - சைமன்குழுவின் அறிக்கை. 1930, 1931, 1932 மூன்று வட்ட மேசை மாநாடுகள் - பூனா ஒப்பந்தம், 1935 - இந்திய அரசியல் அமைப்புச் சட்டம், 1942 - கிரிப்ஸ் திட்டம். 1946 - அமைச்சரவைத் தூதுக்குழுத் திட்டம் - பாகிஸ்தான் பிரிவினை, 1947 - மௌண்ட் பேட்டன் திட்டம், இந்தியச் சுதந்திரச் சட்டம், மொழிவழி மாநிலச் சீரமைப்புச் சட்டம், சுதேச அரசுகள் இணைப்பு, 1950 - இந்திய அரசியல் அமைப்புச் சட்டம், இவ்வாறு பல்வேறு சட்டங்கள் உள்ளடக்கியது தான் "இந்திய அரசியல் சட்ட வரலாறு" ஆகும்.

இந்திய அரசியல் சட்ட வரலாற்றில் இந்திய விடுதலைக்கு முன்பும், பின்பும் டாக்டர் அம்பேத்கரின் சேவை, உழைப்பு, அவரின் நுட்பமான சட்டஇயல் இங்குப் பொதுவாக விளக்கப்பட்டுள்ளது. டாக்டர் அம்பேத்கர் பொது வாழ்வில் சிந்தனையிலும், படைப்பிலும், நடைமுறையிலும், அரசியல் மற்றும் சட்டக் கொள்கைகளில் எவ்வாறு செயல்பட்டார் என்பதை அறிமுக முறையில் 11 அத்தியாயங்களில் கோடிட்டுக் காட்டப்பட்டுள்ளது.

1. சைமன் குழு அறிக்கை

1919-ஆம் ஆண்டு மாண்டேகு - செம்சுபோர்டு சட்டம் நிறைவேற்றப்பட்ட, பத்து ஆண்டுகள் கழித்து, ஓர் ஆய்வுக்குழு நிறுவப்படவேண்டும் என்றும் அக்குழு இச்சட்டம் எவ்வாறு செயல்பட்டது, பொறுப்பாட்சியை எவ்வகையில் விரிவுபடுத்துவது என்பனபற்றி ஆலோசனை செய்யவேண்டும் என்று பரிந்துரை செய்யப்பட்டுள்ளது.[1] அதன்படி 1927ஆம் ஆண்டு அதாவது இரண்டு ஆண்டுகளுக்கு முன்னதாகவே சர்ஜான் சைமன் தலைமையில் 7 பேர் கொண்ட குழு ஆங்கில அரசால் அமைக்கப்பட்டது. ஆனால் அந்த 7 பேர்களில் ஒருவரும் இந்தியர்களல்லர். அனைவரும் இங்கிலாந்து நாட்டைச் சார்ந்தவர்கள். இக்குழு நியமனத்தை இந்தியத் தலைவர்கள் கண்டனம் செய்தார்கள். காங்கிரஸ், இந்து மகா சபா, முஸ்லீம் லீக், லிபரல் பெடரேசன் ஆகிய கட்சிகள் சைமன் குழுவின் வருகையை எதிர்த்தன. ஆனால், தமிழ்நாட்டில் நீதிக்கட்சி (Justice party) சைமன் குழுவை வரவேற்றது.[2] 1928-29-ஆம் ஆண்டுகளில் சைமன் குழு இருமுறை இந்தியாவிற்கு வருகை தந்தது. பல்வேறு எதிர்ப்புகளுக்கிடையே சைமன்குழு தன் அறிக்கையை 1930- மே மாதம் வெளியிட்டது.

சைமன் குழுவுடன் ஒத்துழைப்பதற்காகப் பிரிட்டிஷ் இந்தியா முழுமைக்கும் ஒரு குழுவை மத்திய அரசு அமைத்தது. ஒவ்வொரு மாநில சட்டசபையும் சைமன் குழுவுடன் ஒத்துழைப்பதற்காக ஒரு மாநிலக் குழுவைத் தேர்ந்தெடுக்குமாறு கேட்டுக் கொள்ளப்பட்டது. இதன்படி பம்பாய் சட்டசபை, மாநிலக் குழுவிற்கு டாக்டர் அம்பேத்கரையும், மற்ற உறுப்பினர்களையும் 1928 ஆகஸ்டு 3-ஆம் நாள் தேர்ந்தெடுத்தது.[3]

இந்தியச் சட்டப்படி அமைந்த சைமன் கமிஷனுக்கு "பகிஷ் கிரிதா ஹிதகாரணி சபா" (பம்பாயின் தாழ்த்தப் பட்ட வகுப்பினர் நிறுவனம்) சார்பில் டாக்டர் அம்பேத்கர் 29-05-1928-ல் அளித்த கோரிக்கையின் சுருக்கம்:

(i) தீண்டப்படாத வகுப்பு மக்களுக்கெனத் தனியான இடஒதுக்கீட்டுடன் கூடிய "கூட்டு வாக்காளர் தொகுதி" (Joint Electorate) ஏற்படுத்த வேண்டும்.

(ii) தீண்டப்படாத வகுப்பு மக்கள் தேர்தல் மூலம் உறுப்பினர்களாக ஆவதற்கு வழிவகை செய்ய வேண்டும். உறுப்பினர்களை நியமனம் முறையில் தேர்ந்தெடுக்கக் கூடாது.

(iii) வயது வந்தோர் அனைவருக்கும் வாக்குரிமை வழங்கப்பட வேண்டும்.

(iv) அமைச்சரவையில் தாழ்த்தப்பட்ட வகுப்பினர்களுக்கு போதிய இடம் அளிக்க வேண்டும்.

(v) தாழ்த்தப்பட்ட வகுப்புகளிலிருந்து போட்டியிடுபவர்கள் சம்பந்தப்பட்டவரை, அந்தப் பகுதியில் வசிக்க வேண்டும் என்ற அடிப்படைத் தகுதியை முற்றிலும் கைவிட வேண்டும். டெபாசிட் விஷயத்தில் கொஞ்சம் தொகை தளர்த்தப்பட வேண்டும்.

(vi) மாநில வருமானத்தில் தாழ்த்தப்பட்ட வகுப்பினரின் கல்விக்கு முன்னுரிமை அளிக்கப்படவேண்டும். கல்விக்காக ஒதுக்கப்படும் நிதியில் தாழ்த்தப் பட்டோருக்கு நன்மை பயக்கும் விதத்தில் நேர்மையான முறையில் செலவிடப்படவேண்டும்.

(vii) இராணுவம், கடற்படை, போலீஸ் ஆகிய துறைகளுக்குத் தகுதியின் அடிப்படையில் தாழ்த்தப்பட்டோருக்கு இடம் அளிக்க வேண்டும்.

(viii) உள்ளாட்சி நிறுவனங்களில் தாழ்த்தப்பட்டோருக்குப் போதிய பிரதிநிதித்துவம் வழங்க

மாநில அரசுகளுக்கு அதிகாரம் வழங்க வேண்டும்.

(ix) அரசுப் பணியில் கெசெட் பதிவான இடங்களுக்கும், கெசெட் பதவில்லாத இடங்களுக்கும், ஒரு 30 ஆண்டு காலத்திற்குத் தாழ்த்தப்பட்ட வகுப்பினருக்கு முன்னுரிமை அளிக்க வேண்டும். ஒவ்வொரு மாவட்டத்திற்கும் தாழ்த்தப்பட்ட வகுப்பினரிலிருந்து ஒரு சிறப்புப் போலீஸ் இன்ஸ்பெக்டர் நியமிக்கப் படவேண்டும்.

(x) மேற்கண்ட உரிமைகள் மாநில அரசாங்கம் தாழ்த்தப்பட்டோருக்கு வழங்காத பட்சத்தில், இந்திய அரசுக்கு மேல் முறையீடு செய்ய சட்டத்தில் வழி வகுக்கவேண்டும்.

சைமன் குழு முன் டாக்டர் அம்பேத்கர் சாட்சியம் அளிக்க 23 – 10 – 1928-ல் அழைக்கப்பட்டார்.[5] சைமன் குழுவின் முன் சாட்சியம் அளித்ததன் மூலம் டாக்டர் அம்பேத்கரின் ஆற்றலும், அறிவுத்திறனும் முதன்மையும் வெளிப்பட்டன.

மேல்சாதி இந்துக்களின் அடக்குமுறை காரணமாகத் தீண்டப்படாத வகுப்பு மக்களின் உள்ளங்களில் அச்சம் மிக ஆழமாகப் பதிந்து போயிருக்கிறது. இந்துச் சமூக சீர்திருத்த வாதிகள் தீண்டாமை ஒழிப்பிற்கு மேற்கொள்ளும் முயற்சிகள் பற்றிக் குறிப்பிடும் போது அவை வெறும் மேடைப் பேச்சுகளாகவே நின்றுவிட்டன என அம்பேத்கர் குறிப்பிட்டார். சாதிஇந்துக்களால், தீண்டப்படாத வகுப்பினர் மீது திணிக்கப்படுகின்ற கொடுமைகளிலிருந்து விலக மேற்கண்ட உரிமைகளையும், சிறப்புச் சலுகைகளையும் எங்களுக்கு இந்திய அரசு வழங்க வேண்டும் என்று வற்புறுத்திய போதிலும், இவை அத்தனையும் தற்காலிகத் தன்மைக் கொண்டவை என்பதை டாக்டர் அம்பேத்கர் சைமன் குழுவிடம் தெரிவித்து, **"இந்தியா ஒன்றாக ஐக்கியப்பட்டிருக்கும் காலத்தை நான் எதிர்பார்க்கிறேன், அதையே நான் விரும்புகிறேன்"** என்றார்.

இந்தியச் சட்டப்படி அமைந்த கமிஷனிடம் 23–10–1928–ல் டாக்டர் அம்பேத்கர் அளித்த சாட்சியம் – சுருக்கம்[6]

தாழ்த்தப்பட்ட மக்கள் சிறுபான்மையினர்:

இந்துச் சமுதாயத்திலிருந்து வேறுபட்டிருக்கும் ஒரு தனித்தன்மை கொண்ட சிறுபான்மையினராகத் தாழ்த்தப் பட்ட மக்கள் நடத்தப்படவேண்டும்.

தாழ்த்தப்பட்ட மக்களுக்கு அரசியல் பாதுகாப்பு:

பிரிட்டிஷ் இந்தியாவில் வேறு எந்தச் சிறுபான்மை வகுப்பினரைக் காட்டிலும், தாழ்த்தப்பட்ட மக்களுக்கு மிக அதிகமான அரசியல் பாதுகாப்பு அளிக்கப்படவேண்டும். தாழ்த்தப்பட்ட மக்கள் கல்வியில் மிகவும் பின் தங்கிய வர்கள்; பொருளாதாரத்தில் மிகவும் ஏழைகள்; சமூக அளவில் அடிமைப்பட்டவர்கள்; வேறு எந்த இனத்தவரைக் காட்டிலும், மிக மோசமான அரசியல் இயலாமைக்கு ஆட்பட்டுக் கிடப்பவர்கள். எனவே, தாழ்த்தப்பட்ட சிறு பான்மையினர் மிக அதிக அளவில் அரசியல் பாதுகாப்பு அளிக்கப்படவேண்டும்.

முஸ்லிம் சிறுபான்மையினர்க்குத் தரப்பட்டுள்ள அதே அடிப்படையில் அவர்களுக்குப் பிரதிநிதித்துவம் வழங்கப்பட வேண்டும்.

வயது வந்தோர்க்கு வாக்குரிமை

வயது வந்தோர்க்கு வாக்குரிமை என்பதுடன் கூடிய இடஒதுக்கீடு தாழ்த்தப்பட்ட சிறுபான்மையினருக்கு கொடுக்கப்படவேண்டும். வாக்களிக்கும் உரிமையைக் குறைப்பது நல்லது என்ற கோட்பாட்டின் அடிப்படையில், எந்த விதமான குறைப்பு செய்தாலும் அதை ஏற்கலாம். மேலும் வயது வந்த ஆண், பெண் இருபாலருக்கும் வாக்குரிமை அளிக்கவேண்டும். வயது வந்தோர் அனைவருக்கும் வாக்குரிமை என்ற முறைதான் வாக்குரிமை என்ற சொல்லின் உண்மையான பொருளுக்கு ஏற்றதாக இருக்கும்.

மாநில சுயாட்சி

அரசியல் சாசன சீர்திருத்தத்தின் பொதுவான திட்டம் பற்றி டாக்டர் அம்பேத்கர் கருத்துத் தெரிவிக்கையில், மாநில

நிர்வாகத்தைப் பொறுத்த மட்டில், 'மாநில சுயாட்சி' அவசியம் என்றும், மத்தியில் 'கூட்டாட்சி' அவசியம் என்றார்.

உள்ளாட்சி மன்றம்

ஒவ்வோர் உள்ளாட்சி மன்றத்திலும் தாழ்த்தப்பட்ட வகுப்பைச் சேர்ந்த மக்களுக்குப் போதிய பிரதிநிதித்துவம் அளிக்கப்பட வேண்டும்.

நீதிபதிகள் நியமனம்

மாநிலத்தில் கௌரவ நீதிபதிகள் உள்ளனர். தாழ்த்தப் பட்ட வகுப்பினர் எவரும் கௌரவ நீதிபதிகளாகத் தற்போது இல்லை. எனவே, தாழ்த்தப்பட்ட வகுப்பினருக்குக் கௌரவ நீதிபதி பதவிகள் வழங்கப் படவேண்டும்.

சட்டமன்றங்களில் பிரதிநிதித்துவம்

சட்ட மன்றங்களில் தாழ்த்தப்பட்ட வகுப்பினர்க்குப் போதுமான பிரதிநிதித்துவம் கொடுக்கப்படவேண்டும். தாழ்த்தப்பட்ட வகுப்பினர் தங்கள் பிரதிநிதிகளைத் தேர்ந் தெடுக்கவேண்டும். பிரதிநிதிகளை நியமனம் செய்யக் கூடாது.

உத்தரவாதங்கள் மூலம் பாதுகாப்பு

மாநில வருமானத்தில் தாழ்த்தப்பட்ட வகுப்பினரின் கல்விக்கு முன்னுரிமை அளித்து, அதற்காகத் தனியாக நிதி ஒதுக்கவேண்டும். இராணுவம், கடற்படை, போலீஸ் ஆகியவற்றில் கட்டுப்பாடு எதுமில்லாமல் சாதி என்ற முறையில் குறிப்பிட்ட அளவோடு நிற்காமல் தாழ்த்தப்பட்ட வகுப்பினரைச் சேர்த்துக் கொள்ளவேண்டும்.

அரசுப் பணிகளுக்கு தாழ்த்தப்பட்டோரை நியமிப்பதில் ஒரு 30 ஆண்டுகாலத்திற்கு முன்னுரிமை அளிக்கவேண்டும்.

ஒவ்வொரு மாவட்டதிலும் தாழ்த்தப்பட்ட வகுப்பின ரிடமிருந்து ஒரு சிறப்புப் போலிஸ் இன்ஸ்பெக்டரை நியமிக்கவேண்டும்.

மத அடிப்படையிலான பிரதிநிதித்துவம் அடிப்படை யிலேயே மிகவும் தவறானதாகும். அதை நடைமுறையில் அனுமதிப்பது என்பது பெரும் தீமையை நிலைநாட்டி, நீடிக்கச் செய்யும்.[7]

மாநிலப் பிரிவினை பற்றி டாக்டர் அம்பேத்கர் கருத்து தெரிவித்தப் போது, **"பொது தேசிய உணர்ச்சியை நாட்டு மக்களிடையே உருவாக்க வேண்டும். இனம், மொழி உணர்வை வளர்க்கக் கூடாது. முதலிலும் இந்தியர்கள், முடிவிலும் இந்தியர்கள் என்ற கொள்கையை ஏற்க வேண்டும்". [8]**

சைமன் குழுவின் அறிக்கையும், டாக்டர் அம்பேத்கரின் கூஞரையும்:[9]

1930 - மே மாதம் சைமன் குழுவின் அறிக்கை வெளியாயிற்று. இந்தியத் தேசியம் அதன் பின்னணிகள் பற்றியக் கருத்தையும் நோக்கத்தையும் அந்த அறிக்கை கணக்கில் எடுத்துக் கொள்ளவில்லை. காங்கிரஸ் தயாரித்த நேரு அறிக்கையை உதறித் தள்ளியது. இரட்டை ஆட்சி ஒழிக்கப்பட வேண்டும். முஸ்லிம் சீக்கியர் போன்றோருக்குத் தனித் தொகுதிகள் வழங்குவதும் தொடரவேண்டும். இந்தியக் கவுன்சில் தொடர்ந்து இங்கிலாந்தில் நீடிக்கவேண்டும். அரசிய லமைப்பு நெகிழும் தன்மை உடையதாக இருக்க வழி செய்யலாம். மாகாண ஆளுநரிடம் தகுதிச் சான்றிதழ் பெற்ற பிறகுதான் தீண்டப்படாத வகுப்பினர் தேர்தலில் நிற்க முடியும். தீண்டப்படாத வகுப்பு மக்களின் பிரதிநிதியாகத் தீண்டப்படாதவர் அல்லாத வேறு ஒருவரைக் கூட ஆளுநர் தேர்வு செய்யலாம் என்று அந்த அறிக்கையில் காணப் பட்டது. "இது நியமனம் செய்வதற்கான முயற்சியே தவிர வேறொன்றுமில்லை" என்றுக் கூறி டாக்டர் அம்பேத்கர் சைமன் குழுவின் அறிக்கைக்குக் கண்டனம் தெரிவித்தார்.

இச்சூழ்நிலையில், டாக்டர் அம்பேத்கர் ஆகஸ்ட் 18, 1930-ல் நாகபுரியில் தீண்டப்படாத வகுப்பினர் மாநாட்டில் தலைமை உரையாற்றினார்.

"ஒன்றுபட்டுச் சுயமாக ஆட்சி செய்து கொள்ளும் இனமாக இந்திய மக்கள் உருவாவதற்கான வாய்ப்பு உள்ளது

என்றும், பல்வேறு இனம், மொழி, மதம், கலாசாரம் ஆகிய வற்றைக் கொண்டிருக்கும் யூகோஸ்லேவியா, எஸ்தோனியா, செக்கோஸ்லோவாகியா, அங்கேரி, லாத்வியா, லித்துவேனியா, ருஷ்யா முதலிய நாடுகளின் மக்கள் ஒன்றுபட்டுச் சுயாட்சி செய்து கொள்ளும் வகுப்புகளாக விளங்கும் போது, இந்தியாவிலும் அதுபோல ஏன் ஏற்படக் கூடாது என்று வினா எழுப்பினார்." இந்தியாவில் சுயாட்சி செய்து கொள்ளுவதற்கான அரசியல் சட்டத்தை உருவாக்க வேண்டும் என்றார். எவ்வளவு நல்லதொரு நாடாக இருந்தாலும் அது மற்றொரு நாட்டை ஆளுவதற்குத் தகுதி இல்லை. அதே போன்று எவ்வளவு நல்லதன்மையான வகுப்பாக இருந்தாலும் அது இன்னொரு வகுப்பின் மீது ஆதிக்கம் செய்யத் தகுதியில்லை என்றார் டாக்டர் அம்பேத்கர். இன்றைய குடியரசு அமைப்பின் அடிப்படைக் கொள்கை யானது ஒவ்வொரு தனிமனிதனின் இருப்பையும், மதிப்பையும் அங்கீகரிப்பதாகும். ஒரு தனி மனிதனுக்கு ஓர் உயிர்தான் இருக்கிறது என்ற அடித்தளத்தின் மீது குடியரசு தத்துவம் இயங்குகிறது. மேலும், "டொமினியன்" அந்தஸ்து கோட்பாடு எனக்கு மேலானதாகத் தோன்றுகிறது, அதில் சுதந்திரத்தின் 'சாராம்சம்' இருக்கிறது என்றார் டாக்டர் அம்பேத்கர்.

இந்தியாவில் இருக்கின்ற பிரிட்டிஷ் அரசுதான் உலகிலேயே செலவு மிகுந்த வெள்ளை யானை அரசாக உள்ளது என்றும், பிரிட்டிஷ் ஆட்சியில் இந்தியாவில் ஐந்து பஞ்சங்கள் ஏற்பட்டன 10 லட்சம் பேர் பட்டினியால் வாடினார்கள் என்றும் புள்ளி விவரங்களுடன் கூறி பிரிட்டிஷ் அரசைச் சாடினார். வறுமை தொடர்ந்து ஏற்படுவதற்குக் காரணம் பிரிட்டிஷ் அரசின் மக்கள் விரோதக் கொள்கைகள் தான் என்றார் டாக்டர் அம்பேத்கர்.

இந்த இயக்கம்தான் நமது மக்களின் உயர்வுக்கும், விடுதலைக்கும் உத்திரவாத மளிக்கும். இதுதான் புதிய சமுதாயத்தை ஏற்படுத்தும். நம் நாட்டில் எல்லோருக்கும் ஒரே நியதி, ஒரே பொருளாதார சமூக அரசியல் அமைப்பு என்பது ஏற்படவேண்டும், என்று தன் பேச்சின் இறுதியில் டாக்டர் அம்பேத்கர் குறிப்பிட்டார்.

பிரிட்டிஷ் அரசுக்கு எதிராக டாக்டர் அம்பேத்கர் திரும்பியிருப்பதை கண்டு பத்திரிகைகள் பாராட்டி எழுதின. பிரிட்டிஷ் ஏகாதிபத்தியத்தைப் பற்றியோ, உலகச் செய்திகளைப் பற்றியோ டாக்டர் அம்பேத்கர் பேசும் போது, அவரது உள்ளத்தின் கசப்புணர்வுகள் அவருடைய சிந்தனைத் தெளிவை மூடிமறைப்பதில்லை. அரசியல், சமூகப் பிரச்சினைகளை ஆய்வு செய்யும்போது டாக்டர் அம்பேத்கரின் நாட்டுப் பற்று மிக்க நெஞ்சம் தேசப்பற்று என்கிற நாடித்துடிப்பை இழந்ததே இல்லை.

சைமன் குழு – மதிப்பீடு

சைமன் குழு வருகையின் போது நிலவிய கொள்கைகள், தேற்றல்கள், வாழ்ந்த தலைவர்கள் ஆகியவற்றை முன்னிலைப் படுத்திப் பார்க்கும்போது, டாக்டர் அம்பேத்கர் சைமன் குழுவிற்கு அளித்த அறிக்கை அறிவார்ந்ததாகவும், நாட்டுப் பற்றை உணர்த்துவதாகவும் இருந்தது. உறுதியான அடித் தளத்தின்மீது நடுநிலையுடன் எழுதப்பட்டிருந்ததாகக் கொள்ளப்பட்டது. டாக்டர் அம்பேத்கர் சைமன் குழுவிற்கு அளித்த அறிக்கையை அடுத்து, இந்தியாவில் நடைபெற்ற அரசியல் தொடர்பான நிகழ்வுகளில் டாக்டர் அம்பேத்கர் இணைத்துக் கொள்ளப்பட்டார். அவர் காலத்து வாழ்ந்த அரசியல் தலைவர்களுள் ஒருவராக டாக்டர் அம்பேத்கர் உருவானார். இந்திய அரசியல் வரலாற்றில் தவிர்க்க முடியாதவராகவும், தகுதி உடையவராகவும் திகழ்ந்தார். அவருடைய அறிக்கையும், பேட்டியும், வரலாற்றாளர்களுக்குத் தெளிவான வழி காட்டியாக விளங்கின. சைமன் குழுவின் உறுப்பினர் அனைவரும் ஆங்கிலேயர்களாக இருப்பதை இந்திய தேசிய வாதிகள் எதிர்த்தது அர்த்தமற்றது என்று கீத் என்பவர் கூறுகிறார். ஆனால், வெளி நாட்டவர்களுக்கே இந்தியரின் நிலை தெளிவாகத் தெரியும். சைமன் குழுவின் வரவால் எதிர்க்கட்சிகளுக்கிடையே ஒற்றுமையும், மக்களிடையே புதிய தேசிய எழுச்சியும் ஏற்பட்டன. 1935-ஆம் ஆண்டு சட்டத்திற்கு இது வித்தாக இருந்தது.[11]

சைமன் குழுவின் அறிக்கை

அடிக்குறிப்புகள்

1. R.C. Rai - Constitutional History of India and National Movement - Lucknow - 7. Page 163.
2. டாக்டர் ஏ. சுவாமிநாதன், இந்திய அரசியல் அமைப்பு வரலாறு, பக்கங்கள் 56–57, சென்னை – 96.
3. Dhananjay Keer, Dr. Ambedkar Life and Mission, Dec 1962, Page 114.
4. அம்பேத்கர் பேச்சும் – எழுத்தும், தொகுதி – 4, பக்கங்கள் – 176 – 201.
5. மேலது, பக்கம் – 253.
6. மேலது, பக்கங்கள் – 228–266.
7. அம்பேத்கர் வாழ்க்கை வரலாறு, தமிழில் க. முகிலன், பக்கம் – 174.
8. மேலது, பக்கம் – 172.
9. அம்பேத்கர் வாழ்க்கை வரலாறு, தமிழில் க. முகிலன், பக்கங்கள் – 202–207.
10. டாக்டர் சுவாமிநாதன், இந்திய அரசியல் அமைப்பு வரலாறு, பக்கம் – 59, சென்னை – 96.

2. வட்ட மேசை மாநாடுகள்

சைமன் குழுவின் வருகையால் மத்திய அரசு ஆட்சியின் போக்கில் எவ்வித மாற்றமும் ஏற்படவில்லை. 1930 மே திங்களில் வெளியிடப்பட்ட சைமன் குழுவின் அறிக்கை இந்தியர்களுக்கு ஏமாற்றம் தந்தது. இச்சூழ்நிலையில் 1929-ல் இங்கிலாந்து தேர்தலில் தொழிற்கட்சி வெற்றி பெற்று ஆட்சியைக் கைப்பற்றியது. முன்னரே அறிவித்திருந்தவாறு பிரிட்டிஷ் அரசு லண்டனில் வட்டமேசை மாநாட்டைக் கூட்டியது. இதில் இந்திய மக்களின் பிரதிநிதிகள், பிரிட்டிஷ் அரசின் பிரதிநிதிகள், பிரிட்டிஷ் அரசியல் கட்சிகளின் பிரதிநிதிகள் அழைக்கப்பட்டனர். வட்ட மேசை மாநாடு 89 உறுப்பினர்களை கொண்டிருந்தது.[1] 19 பேர் பிரிட்டிஷ் அரசியல் கட்சிகளின் பிரதிநிதிகள், 53 பேர் இந்திய பிரதிநிதிகள், 20 பேர் இந்தியச் சமஸ்தான பிரதிநிதிகள், முற்போக்குச் சிந்தனை கொண்ட 13 இந்துத் தலைவர்கள் ஆகியோர் வட்டமேசை மாநாட்டிற்குச் சென்றனர். தலித் மக்களின் பிரதிநிதிகளாக டாக்டர் அம்பேத்கரும், ராவ்பகதூர் இரட்டை மலை சீனிவாசனும் சென்றனர். இந்திய மக்களின் கோரிக்கைகளை நிறைவுச் செய்வதும் இந்தியாவிற்கான அரசியல் அமைப்புச் சட்டத்தை உருவாக்குவதுதான் இம்மாநாட்டின் நோக்கமாகும். வட்டமேசை மாநாட்டிற்கு வந்திருந்தவர்களுள் புலவர்களும், இலக்கியவாதிகளும் இருந்தனர். ஆனால், பல்கலைக் கழகத்தில் முறையாகப் பயின்று அறிவியலில் டாக்டர் பட்டம் பெற்ற ஒரே தலைவர் டாக்டர் அம்பேத்கர் தான்.[2] (He was the only leader who had attained the highest degree in the academic world, the Doctorate in Science) அவர் தான் இந்தியாவின் நசுக்கப்பட்ட மக்களின் தலைவர் ஆவார். 1930 - செப்டம்பர் 6-ஆம் நாள், வட்டமேசை மாநாட்டில் கலந்துக் கொள்வதற்

கான அழைப்பை டாக்டர் அம்பேத்கர் இந்திய வைஸ்ராய் வழியாக பெற்றார். அதுவரை தாழ்த்தப்பட்ட சமுதாயத்திற்கு, இந்திய எதிர்கால வரலாற்றை, அதிகார பூர்வமாக நிர்ணயிக்கும் உரிமையை யாருமே வழங்கியதில்லை. பல்லாண்டுகளாக ஒதுக்கப்பட்ட, சுரண்டப்பட்ட, தாழ்த்தப்பட்ட மக்களுக்கு அரசியல் உரிமை உண்டு என்ற நிலை அன்றுதான் ஏற்பட்டது. இந்திய அரசியல் வரலாற்றில் 1930 செப்டம்பர் 6-ஆம் நாள் "ஒரு நன்னாளாக" அமைந்தது எனலாம். 1930 - அக்டோபர் 4-ஆம் நாள் எஸ். எஸ். இந்திய வைஸ்ராய் கப்பலில், லண்டனுக்கு டாக்டர் அம்பேத்கர் புறப்பட்டார். தலித் மக்கள் அவரை அன்புடன் வழி அனுப்பினர். 1930 நவம்பர் 12-ஆம் நாள் இங்கிலாந்தில் வட்டமேசை மாநாடு தொடங்கியது.

மேன்மைமிகு பிரிட்டிஷ் பேரரசர் வட்டமேசை மாநாட்டைத் தொடங்கி வைத்து உரையாற்றினார்.[3]

"இறையாண்மை மிக்க இந்த அரசு இந்திய மண்ணில் வரலாற்றுச் சிறப்பு மிக்க பல கூட்டங்களைக் கூட்டியுள்ளது. இப்போது, கூட்டியிருப்பது போன்று பிரிட்டிஷ், இந்திய அரசியல் வல்லுநர்களும், இந்தியச் சிற்றரசர்களும் இப்படி ஒரே இடத்தில் கூடிய நிகழ்ச்சி இதற்கு முன்னர் நடந்ததில்லை. இம்மாநாட்டின் நோக்கம் இந்தியாவின் எதிர்கால அரசியலமைப்பு முறையைப் பற்றி விவாதிக்கவும், இந்திய அரசியல் அமைப்புச் சட்டம் உருவாக்கப்படுவதற்கு அடித்தளமாகவும் அமைய வேண்டும் என்றும் இந்திய நாட்டிற்குத் தொண்டு செய்தவர்கள் என்றும் உங்களுடைய பெயர்கள் இடம்பெறும் என்று தான் நம்புவதாக பேரரசர் தன்னுடைய உரையின் இறுதியில் குறிப்பிட்டார். பேரரசர் அவையிருந்து சென்றபின், ராம்சே மாக்டொனால்டு வட்டமேசை மாநாட்டின் தலைவராக ஒருமனதாகத் தேர்ந்தெடுக்கப்பட்டார். 1930, 1931, 1932 ஆகிய ஆண்டுகளில் இங்கிலாந்தில் மூன்று வட்டமேசை மாநாடுகள் கூட்டப் பட்டன.

தாழ்த்தப்பட்ட வகுப்பாருக்கு அரசியல் உரிமை அளிக்க வேண்டிய அவசியம்:[4]

1930- நவம்பர் 20-ஆம் நாள், முதல் வட்டமேசை மாநாட்டின் முதன்மைக் கூட்டத்தின் ஐந்தாம் அமர்வில் டாக்டர் அம்பேத்கர் கலந்துகொண்டு, அரசியல் அமைப்பின் சீர்திருத்தம் பற்றித் தலித் மக்களின் கருத்துகளைத் தெரிவிக்கும் முக்கிய நோக்கத்தினை மாநாட்டில் விளக்கினார்.

பிரிட்டிஷ் இந்தியாவின் மொத்த மக்கள் தொகையில் ஐந்தில் ஒரு பகுதியினராக இருப்பவர்களின் கருத்தைத்தான் நான் தங்கள் முன்வைக்கிறேன் என்று தம் பேச்சை ஆரம்பித்தார் டாக்டர் அம்பேத்கர். இந்தியாவில் தாழ்த்தப் பட்டோர் எனப்படுவோர் தனித்ததொரு வகுப்பினர் ஆவர். முஸ்லிம் மக்களோடு சேர்த்து எண்ணப்படுபவர்கள் அல்லர். அவர்கள் இந்துக்கள் என இணைத்துப் பேசப்பட்டாலும், எந்த வகையிலும் இந்துச் சமுதாயக் கட்டுக்கோப்பிற்குள் இடம் பெற்றவர்கள் அல்லர். தனித்ததொரு வாழ்க்கை முறையைக் கொண்டிருப்பதோடு, இந்தியாவிலுள்ள இதர சமூக மக்கள் பெற்றுள்ள வாழ்க்கை நிலையிலிருந்து பெரிதும் வேறு பட்டவர்கள். அடிமைக்கும், கொத்தடிமைக்கும் இடைப் பட்ட நிலைதான் தாழ்த்தப்பட்டவர்களின் நிலை. தீண்டா மையின் காரணமாக இவர்கள் பிற சமூக மக்களோடு கலந்துறவாட முடியாத படி விதிக்கப்பட்ட தடையும்; திணிக்கப் பட்ட அடிமை நிலையும், பொது வாழ்வில் வாய்ப்பு வசதிகளைப் பிறரைப் போலச் சமமாக அனுபவிக்க இயலாமல் செய்திருக்கின்றன. நடைமுறையில் அனைத்துச் சமவாய்ப்புகளும் மறுக்கப்பட்டு, அடிப்படைக் குடியுரிமைகூட கிடைக்கப்பெறாமல் படுமோசமான நிலையில் இந்தியாவில் வாழ்ந்து கொண்டுயிருப்பவர்கள் தான் தாழ்த்தப்பட்ட மக்கள். இந்தியாவில் உள்ள தீண்டப்படாத வகுப்பு மக்கள் இப்போது இருக்கின்ற அரசை மாற்றிட விரும்புகின்றனர். அதற்குப் பதிலாக மக்களால் தேர்ந்தெடுக்கப்பட்ட, மக்களுக்காக நடந்தப்படுகின்ற மக்களால் ஆளப்படுகின்ற ஓர் அரசு அமைய வேண்டும் என்று விரும்புகின்றனர் என டாக்டர் அம்பேத்கர் அறிவித்தார். பிரிட்டிஷாரின்

வருகைக்கு முற்பட்ட இந்தியச் சமுதாயத்தில் நாங்கள் அனுபவித்ததைத் தற்போதைய நிலைமைகளோடு ஒப்பிட்டுப் பார்க்கும் போது, நாங்கள் முன்னேறி இருக்கின்றோம் என்று சொல்வதைவிட முன்னேறியதாகக் கருதிக் காலம் கடத்திக் கொண்டிருக்கிறோம் என்பதை மட்டுமே காணமுடிகிறது. ஆங்கிலேயர் வருவதற்கு முன் தீண்டாமை காரணமாக நாங்கள் வெறுத்தொதுக்கத்தக்க நிலையில் வைக்கப் பட்டிருந்தோம். இந்த நிலையை அகற்றிட ஆங்கிலேயர் ஆட்சி ஏதேனும் செய்ததா? ஆங்கிலேயரின் வருகைக்கு முன் கிராமங்களின் கிணறுகளில் நாங்கள் தண்ணீர் எடுக்கக் கூடாது, கிணற்றில் நீர் எடுக்கும் உரிமையை ஆங்கில அரசு எமக்கு பெற்றுத் தந்ததா? ஆங்கிலேயர் ஆட்சிக்கு முன் நாங்கள் கோயிலுக்குள் நுழைய முடியாது! இப்போது நாங்கள் கோயிலுக்குள் நுழையும் நிலை வந்து விட்டதா? ஆங்கிலேயர் வருகைக்கு முன்பு நாங்கள் காவல்துறையில் சேர்ந்து பணியாற்றிடத் தடை இருந்தது. இப்போது பிரிட்டிஷ் அரசு எங்களைக் காவல் துறையில் சேர்த்துக் கொள்கிறதா? பிரிட்டிஷ் ஆட்சிக்கு முன்பு இராணுவத்தில் ப்ணிபுரிய நாங்கள் அனுமதிக்கப் படவில்லை இப்போது இராணுவப் பணி எமக்குத் திறந்துவிடப்பட்டுள்ளதா? இவற்றில் எந்தவொரு கேள்விக்கும் இந்த அவையினர் ஆம் என்று பதில் சொல்லமுடியாத நிலை தானே உள்ளது. ஆறாத புண்ணாகவே இன்றும் எங்கள் இன்னல்கள் நீடிக்கின்றன. ஆனால், 150 ஆண்டுக்கால ஆங்கிலேயர் ஆட்சி உருண்டோடிவிட்டது என்று டாக்டர் அம்பேத்கர் தாழ்த்தப்பட்ட மக்களின் இன்னல்களை உணர்வு மேலிடப் பேசினார்.

டாக்டர் அம்பேத்கர் தொடர்ந்து பேசினார். நிலவுடைமையாளர்கள் மக்களைக் கசக்கி பிழிகிறார்கள் என்பதும், பணக்கார முதலாளிகள் நியாயமான கூலியையும் உரிய வேலைவாய்ப்பினையும், தொழிலாளர்களுக்குத் தருவ தில்லை என்பதும் அரசுக்குத் தெரியும், ஆயினும் பல ஆண்டுகளாக நசுக்கப்பட்ட மக்களின் வாழ்க்கையை நலிவடையச் செய்துவரும் இந்தச் சமூகத் தீமைகளை அரசு

களையவில்லை. இந்தக் கொடுமைகளை நீக்க சட்டபூர்வமான அதிகாரம் அரசிடம் இருந்தபோதிலும், அதனைச் செய்யாததற்குக் காரணம், இந்தியச் சமூக, பொருளாதார வாழ்க்கை முறையை வகுத்துக் கட்டிக் காத்து வரும் விதிமுறைகளில் தலையிட்டுத் திருத்தத் தொடங்கினால், பெருபான்மை மக்களிடமிருந்து எதிர்ப்பு உருவாகிவிடுமே என்ற பயம் தான் ஆங்கில அரசுக்கு இருந்து வருகிறது. இப்படிச் செயலற்றுக் கிடக்கும் ஓர் அரசு மக்களுக்கு நல்வாழ்வை எப்படிக் கொடுக்க முடியும் என டாக்டர் அம்பேத்கர் வினா எழுப்பினார். எனவே, நாட்டின் சீரிய நலனுக்கே முதலிடம் அளித்துச் செயல்படுவோர் அதிகாரப் பொறுப்பில் இருக்கும் அரசாங்கமே வேண்டும். பணிவு என்பது எங்கு முடிந்து, எதிர்ப்பு என்பது எங்கு தொடங்கும் என்பதை அறிந்ததும், சமூக நீதியும், சூழ் திறமும் உடனடியாகத் தேவை என்பதை உணர்ந்து நாட்டின் சமூக பொருளாதார வாழ்க்கைக் கோட்பாடுகளை மாற்றி யமைப்பதற்குரிய ஆற்றலுடைய ஓர் அரசு வேண்டும். இத்தகையதோர் அரும் பணியைப் பிரிட்டிஷ் அரசால் என்றைக்கும் செய்ய இயலாது. எனவே, மக்களின் மக்களுக் காக, மக்களால் நடத்தப்படும் ஓர் ஆட்சியினால் மட்டுமே இதை நிறைவேற்றிக் காட்டமுடியும் என்று டாக்டர் அம்பேத்கர் கூறினார். அரசியல் அதிகாரம் எங்கள் கைகளுக்கு வந்தால் தவிர பிரிட்டிஷரால் மட்டும்மல்ல, பிறர் எவராலும் கூட எங்கள் குறைகளைத் தீர்க்க முடியாது. பிரிட்டிஷ் அரசு இன்றிருக்கும் நிலையிலேயே தொடர்ந்து இருக்குமானால் இத்தகைய அரசியல் அதிகாரத்தில் எங்களுக்குரிய பங்கு கிடைக்கும் என்று எதிர்பார்க்க முடியாது. ஒரு சுதந்திர அரசியலமைப்பில் தான் அரசியல் அதிகாரம் எங்களுக்குக் கிடைக்கக்கூடிய வாய்ப்பு உள்ளது. அரசியல் அதிகாரம் இல்லாமல் எங்கள் மக்களுக்கு ஒரு விடிவுகாலத்தை நாங்கள் உண்டாக்க முடியாது என்று டாக்டர் அம்பேத்கர் ஆங்கில அரசுக்கு எடுத்துக் கூறினார்.

புதிய அரசியல் சட்டத்தில் அரசியல் அதிகாரம் தனித் தன்மையான வகையில் உருவாக்கப் பட்டாலன்றித் தீண்டப்

படாத வகுப்பு மக்களுக்கு எந்த அரசியல் சட்டத்தில் உரிமை கிடைக்காது என்று தான் அய்யுறுவதாக டாக்டர் அம்பேத்கர் கூறினார். அரசியல் சட்டத்தை உருவாக்கும் போது ஒரு செய்தியைக் கவனத்தில் கொள்ளவேண்டும். அதாவது சாதிப்படிக்கட்டு மேலே செல்லச் செல்ல மதிப்பு உயர்கிறது, கீழே போகப்போகத் அதன் மதிப்பு தாழ்ந்துக் கொண்டே செல்கிறது. இந்தியாவில் சாதி முறைப்படி நிலை இவ்வாறு மதிப்பீடு செய்யப்பட்டுள்ளது. இதனால் சமத்துவ உணர்ச்சியும், சகோதரத்துவ எண்ணமும் இதில் வளருவருவதற்கே வாய்ப்பில்லை. உயர் சாதியிலிருந்து தோன்றிய அறிவாளிக் கூட்டம்தான் இந்தியாவில் அரசியல் இயக்கத்தை நடத்திக் கொண்டிருக்கிறது. இவர்கள் தங்கள் குறுகிய சாதிக் கண்ணோட்டத்தைக் கைவிடவே இல்லை. ஆகவே, "எங்களுடைய துன்பங்களை எங்களைப் போன்று செம்மையாக எவராலும் துடைக்க முடியாது. அரசியல் அதிகாரம் எங்கள் கைக்கு வராதவரையில் எங்கள் துயரங்களை அகற்றிட முடியாது. தீண்டப்படாத வகுப்பு மக்கள் தங்களுடைய துயரங்களை நீக்குகின்ற காலம் எப்போது வரும் என நீண்ட நெடுங்காலமாகக் காத்துக் கிடந்து விட்டார்கள்" என்று டாக்டர் அம்பேத்கர் பேசினார்.

டாக்டர் அம்பேத்கர் தன்னுடைய பேச்சை முடிக்கும் முன்பு, ஒரு செய்தியை வலியுறுத்தி கூறினார். தலித் மக்களின் சிக்கல் 'ஒரு சமூகச் சிக்கல்' அதற்குரிய தீர்வு அரசியலில் இல்லை; வேறு இடத்தில் உள்ளது என்று அடிக்கடி கூறப்படுகிறது. இந்தக் கருத்தை வன்மையாக மறுக்கின்றோம். அரசியல் ஆதிக்க உரிமை கிடைத்தாலன்றித் தாழ்த்தப்பட்ட வகுப்பாரின் சிக்கல் தீராது. தாழ்த்தப்பட்ட வகுப்பாரின் சிக்கல் ஓர் அரசியல் சிக்கலே அன்றிச் சமூகச் சிக்கல் அன்று என்று டாக்டர் அம்பேத்கர் பேசினார்.

அரசியல் அதிகாரம் பிரிட்டிஷாரிடமிருந்து, பொருளா தாரம், சமூகம், சமயம் ஆகியவற்றால் எங்களை அடக்கி ஆதிக்கம் செலுத்துவோரின் கைகளுக்கு "சுயராஜ்யம்" என்று பெயரில் மாறிச் செல்கிறது என்பதை நாங்கள்

கேட்கும் போதெல்லாம் எங்களுக்கு இழைக்கப்பட்டு வந்துள்ள கொடுமைகள், அடக்கு முறைகள், அநீதிகள் ஆகியவைகள் "சுயராஜ்ய" ஆட்சியில் மீண்டும் தலை தூக்கும் என்ற பயம் ஏற்படுகிறது. இருந்த போதிலும் அந்த "சுயராஜ்யம்' கிடைப்பதற்கு நாங்கள் தடையாக இருக்க விரும்பவில்லை. ஆனால், அரசியல் நிர்வாகப் பதவிகளில் எங்கள் நாட்டு மக்களோடு, நாங்களும் எங்கள் சமுதாய மக்களின் விகிதத்திற்குத் தக்கவாறு அமர்த்தப்படுவோம் என்ற ஒரு நிபந்தனையுடன் "சுயராஜ்யம்" அளிப்பதற்கு தவிர்க்க முடியாத இடர்ப்பாடுகளுக்கிடையே உடன்படு கிறோம்.

தாழ்த்தப்பட்ட வகுப்பினர்க்கு அரசியல் அதிகார உரிமை அளிப்பது பற்றி எவரும் சற்றேனும் சிந்திக்கவில்லை. இந்த நிலையை இனிமேலும் நாங்கள் பொறுத்துக் கொண்டிருக்க முடியாது. எங்கள் பிரச்சினையை பொது அரசியல் பிரச்சினையாகக் கருதி தீர்க்கப்படவேண்டும் என்று டாக்டர் அம்பேத்கர் அழுத்தம் திருத்தமாகக் கூறினார். ஆட்சியினரால் புறக்கணிக்கப்பட்டு, இந்துக்களால் ஒடுக்கப்பட்டு, முஸ்லிம்களால் அலட்சியப் படுத்தப்பட்டுச் சொல்லொணாத் துயரத்தில் ஆதரவற்றவர்களாக உழலும் தாழ்த்தப்பட்ட வகுப்பினருக்கு இணையாக வேறு எவரும் இல்லை. எனவே, அவர்களின் நிலையை எடுத்துரைக்க வேண்டிய கட்டாயம் எனக்கு ஏற்பட்டுள்ளது என்று டாக்டர் அம்பேத்கர் பேசினார்.

மேலும், இந்தியத் தேசிய வளர்ச்சியில் அக்கறைக் கொண்ட ஓர் இந்தியன் என்ற வகையில் இந்தியாவுக்கு ஒருமைப்பாட்டு வடிவிலான அரசு தேவை எனவும், கூட்டாட்சி வடிவ அரசமைப்பில் உள்ளூர்த் தன்னாட்சியும் ஒருமைப்பாட்டிற்கு முரண்படாமல் ஒருங்கிணைந்து செல்வதற்கு வகை ஏற்பட்டால் மத்தியக் கூட்டாட்சி அரசமைப்பு முறையை ஏற்கத் தயங்க மாட்டேன் என்று டாக்டர் அம்பேத்கர் மாநாட்டின் முதன்மைக் கூட்டத்தில் முழங்கினார்.

முதன்மைக் கூட்டத்தொடரின் எட்டாம் அமர்வில் 1931 - ஜனவரி 19-ல் வருங்கால இந்திய அரசியலமைப்புச் சட்டத்தில் ஒடுக்கப்பட்ட மக்களின் பாதுகாப்புகளுக்காக

வரையறுத்த, உறுதியான சட்டப் பாதுக்காப்பு வாசகங்கள் இடம் பெற வேண்டியதின் அவசியத்தை டாக்டர் அம்பேத்கர் வலியுறுத்தினார்.[5]

இந்தியாவின் எதிர்கால அரசியலமைப்பில் தாழ்த்தப் பட்ட வகுப்பினரின் உரிமைகள் இன்னவை என்று வகுக்கப் படாததால், மாட்சிமை தாங்கிய மன்னர் அரசு, இந்திய அரசுக்குத் தன்னாட்சிப் பொறுப்பை ஒப்படைக்குமுன் இந்தியச் சமுகங்கள் யாவும் தாழ்த்தப்பட்ட வகுப்பினரின் உரிமைகளுக்கும், நலன்களுக்குமான தக்க பாதுகாப்புக்கு இணங்க வேண்டும் என்று வற்புறுத்த வேண்டியது மிகவும் அவசியமாகும். எங்கள் நிலைமை நன்கு தெளிவாக்கப் பட்டாலொழிய, பிரிட்டிஷ் அரசு வெளியிட இருக்கும் எந்த அறிவிப்பும் எங்களுக்கு உடன்பாடாக முடியாது. அது மட்டுமல்லாது இந்த மாநாட்டில் மேற்கொண்டு எதிலும் நாங்கள் ஈடுபடுவதும் கடினமாகிவிடும். இதிலிருந்து அடியோடு விலகிக் கொள்வோம்.

எங்களுடைய நலனில் ஒரு சிறிதும் அக்கறை இல்லாத வர்களிடத்திலும், எங்களுடைய நலிவிலும், அழிவிலும், தங்கள் செழுமையும், பெருமையும் அடங்கியிருக்கின்றன என்று கருதுபவர்களிடத்தில் எங்கள் எதிர்காலத்தை ஒப்படைத்து விடுவீர்களாயின் அதுவே மன்னரின் அரசு எங்களுக்கு இழைத்த மாபெரும் நம்பிக்கைத் துரோகமாகி விடும் என்று டாக்டர் அம்பேத்கர் இங்கிலாந்து பிரதம மந்திரியிடம் வலியுறுத்தினார்.

மேலும் டாக்டர் அம்பேத்கர் பேசினார். இந்திய தேசம் ஒரு விசித்திரமான தேசம். அத்தேசத்தின் பக்தர்களும் ஒரு விசித்திரமான மக்களே யாவர். இந்தியாவில் உள்ள தேசியவாதியும், தேசபக்தனும் தங்கள் சொந்த சகோதர மக்கள் சாதாரண மனிதர்களைவிடக் கீழாக நடத்தப் படுவதைக் கண்கூடாக பார்த்துக் கொண்டிருக்கின்றனர். அவர்களுடைய மனிதத் தன்மை இக்கொடுமைக்கு எதிராகக் கொதித்தெழவில்லை. ஆணும், பெண்ணும் யாவராயிருப்பினும் அவர்களுக்கு மனித உரிமைகளை மறுக்க முடியாது என்பதை அவர்கள் அறிந்துள்ள போதிலும், செயல் முறையில்

அதனை உணர்ந்து நடக்க வேண்டும் என்கிற குடியுரிமை யுணர்வு அவர்களிடம் இல்லை. தாழ்த்தப்பட்ட வகுப்பினர் அனைவரும் பொதுத் துறையிலிருந்து விலக்கப்படுவதை அவர்கள் பார்த்துக் கொண்டு இருக்கிறார்கள். ஆனால், அது அவர்களுடைய நீதியுணர்வையும், நேர்மையுணர்வையும் தூண்டாமலிருப்பதுதான் வியப்புக்குரியது. மனிதனையும், சமூகத்தையும் பிடித்துள்ள நூற்றுக்கணக்கான கொடுமைகள் அவர்களுக்கு நன்கு தெரிந்தனவே. ஆனால், அவை எதுவும் அவர்களுக்கு அருவெறுப்பைத் தருவதாக இல்லை. தேச பக்தர்களுடைய ஒரே கூச்சல் அவர்களுக்கும் அவருடைய வகுப்பினர்க்கும் மேலும், மேலும் அதிகாரம் கிடைக்க வேண்டும் என்பதே. அத்தகைய ஒரு தேச பக்தக் கூட்டத்தை நான் சார்ந்தில்லாமலிருப்பது எனக்கு மகிழ்ச்சியே தருகிறது. நான் ஜன நாயகத்தைப் பின்பற்றுபவன். தனிநாயகம் எந்த உருவில் வந்தாலும் அதை அழித்தொழிக்க வேண்டும் என்ற கூட்டத்தைச் சேர்ந்தவன். நம்முடைய நோக்கம், அரசியல், பொருளாதாரச் சமுதாயம் என்னும் வாழ்க்கையின் எல்லாத் துறைகளிலும் நடைமுறையில் மனிதன் ஒருவனே, அவனுக்குரிய மதிப்பும் ஒரே மாதிரியானதே என்பதாகும். பிரதிநிதித்துவ அரசு இந்நோக்கத்தை நிறைவேற்றுவதற்கு ஒரு கருவியாக இருப்பதாலேயே ஒடுக்கப்பட்ட மக்கள் அதற்கு இவ்வளவு சிறப்புத் தருகிறார்கள். அந்தச் சிறப்புக் காரணமாகவே உங்கள் அறிவிப்பும் அந்நோக்கத்தை நடைமுறைப்படுத்துவதாக இருக்க வேண்டும் என்று டாக்டர் அம்பேத்கர் பிரிட்டிஷ் பிரதமரிடம் வலியுறுத்தினார்.

மாநில அரசமைப்பு:[6]

டிசம்பர் 1930-ல் துணைக்குழுவில் மாநில அரசமைப்பு பற்றிய கூட்டத்தில் டாக்டர் அம்பேத்கர் தன்னுடைய கருத்துகளை தெரிவித்தார்.

மாநிலங்களின் தன்னாட்சி (Autonomy) மாநிலங்களின் பொறுப்புகள், மாகாண அரசு பணிகள் ஆகியவற்றைப் பற்றி தெள்ளத்தெளிவாக தன்னுடைய கருத்துகளை மாநாட்டில் பதிவு செய்தார்.

மாநிலங்களைத் தன்னாட்சித் தன்மையுள்ளவையாக அமைக்கும் போது, அவைகள் அகில இந்தியத் தன்மையுள்ளதாக தேசிய ஒருமைப்பாட்டிற்கு முரண்படாததாக இருக்க வேண்டும் என்றும் மாநிலங்களுக்குத் தன்னாட்சி அதிகாரங்கள் அளிக்கப்பட்ட போதிலும், அந்த அதிகாரங் களைச் செயல்படுத்தும் ஆட்சிப் பொறுப்பில் மத்திய அரசுக்கும் பங்கிருக்க வேண்டும். மாநில, மத்திய அரசுகளுக் கிடையே அதிகாரங்களை ஒதுக்கீடு செய்யும்போது, வரையறை செய்யப்படாமல் விடப்படும் அதிகாரங்கள் மத்திய அரசின் பொறுப்பில் விடப்பட வேண்டும்.

தேசிய உணர்வைவிட, மாநில, உள்ளூர் பற்றிய குறுகிய பற்று ஓங்கியிருப்பதோடு, பிரிவினை போக்கும் வளர்ந்து வரும் இந்திய நாட்டின் தற்போதைய சூழ்நிலையில், மாநிலங்களுக்குத் தன்னாட்சி அளித்து, மத்தியில் கூட்டாட்சியை அமைக்க வேண்டும்.

மாநிலங்களுக்குத் தன்னாட்சி வழங்குவது பற்றி யோசிக்கும் போது, சிறுபான்மை வகுப்பினர், தாழ்த்தப்பட்ட வகுப்பினர் ஆகியோர் நலன்களுக்குப் பாதுகாப்பு அளிக்கத் தக்க வகையில் மாநிலங்களில் தன்னாட்சி அமையுமாறு பார்த்துக் கொள்ளவேண்டும். மாநில ஆட்சிப் பொறுப்பு கூட்டுத் தன்மையாக இருக்கவேண்டும். அமைச்சரவையில் வகுப்புவாரியான பிரதிநிதித்துவம் இருக்கவேண்டும் என்று கூறப்படும் யோசனை தனக்கு ஏற்புடையது அல்ல என்றார் டாக்டர் அம்பேத்கர்.

அரசியலமைப்பு மூலமும், சட்டப்படியும், சிறுபான்மை யோருக்கு வேண்டிய பாதுகாப்புகள் அரசியலமைப்பு சட்டத்திலேயே இடம் பெறவேண்டும். அப்போது சிறுபான்மை யோர் நலன்கள் காப்பாற்றப்பட வழி ஏற்படுவதோடு, பெரும் பான்மை வகுப்பாரின் ஆதிக்கத்தில் உள்ள அமைச்சரவையால் ஆபத்து விளையும் என்று பயப்பட தேவையில்லை. அதன் பிறகு சாதி அடிப்படையில் அமைச்சரவையில் பிரதிநிதித்துவம் வேண்டும் என்று வலியுறுத்துவதற்கு இடமிருக்காது.

பெரும்பான்மை வகுப்பைச் சார்ந்த அமைச்சர்கள், சிறுபான்மை வகுப்பாரின் நலன்களைப் புறக்கணிக்காத

வாறும், பாதகமான செயலைச் செய்யமுடியாதவாறும் அரசியல் அமைப்பு சட்டத்தின் மூலம் தாழ்த்தப்பட்ட வகுப்பினர் மற்றும் பிற்பட்டோர் நலன்கள் பாதுகாக்கப்பட வேண்டும் என்று டாக்டர் அம்பேத்கர் வலியுறுத்தினார். மேலும், முழுப் பொறுப்பாட்சியையும், கூட்டுப் பொறுப்பையும் கொண்ட அரசின் அன்றாட நிர்வாகத்தில் தலையிடும் அதிகாரத்தை ஆளுநர்க்கு அளிக்க முடியாது. கூட்டுப் பொறுப்பு, பொறுப்பாட்சி அரசு முறைக்கு இது நேர் மாறானது. அமைச்சரவை அன்றாட நிர்வாகத்தை கூட்டுப் பொறுப்பு அடிப்படையில் நடத்தி செல்ல அனுமதிக்கப்பட வேண்டும் என்றார் டாக்டர் அம்பேத்கர். ஆட்சிப் பணிகள் (Services) பற்றிய தன்னுடைய கருத்தை டாக்டர் அம்பேத்கர் தெளிவாக்கினார். மாநில அளவில் ஆட்சிப் பணிகளை ஒழுங்குபடுத்தும் அதிகாரம் அந்தந்த மாநிலங்களைச் சார்ந்ததாகவே இருக்கவேண்டும். தாங்கள் விரும்பியவாறு ஆட்சிப் பணிகளை தம்தம் வருவாய்க்கும் சூழ்நிலைக்கும் ஏற்றவாறு இந்தியமயமாக்கும் முழு உரிமை மாநில தன்னாட்சிக்கு உரியது ஆகும் என்றார். ‘மேல் சபை’ அமைப்பது குறித்து, டாக்டர் அம்பேத்கர் விளக்கம் அளித்தார். மேல் சபை வேண்டுமென்று கோரி முதலில் மாநில சட்டமன்றம் தீர்மானம் நிறைவேற்றினால், அதன் பின்னர் மேல்சபை அமைக்கப்படவேண்டும் என்றும் மாநிலச் சட்டமன்றத்தின் மீது முதலில் இது திணிக்கப்படக் கூடாது என்றார் டாக்டர் அம்பேத்கர். மேலும், வருங்கால மாநிலச் சட்டமன்றங்களை அமைப்பதற்கான விதிமுறைகளில் நியமன உறுப்பினர்களே இருக்கவேண்டியதில்லை என்ற கருத்தை டாக்டர் அம்பேத்கர் வலியுறுத்தினார்.

சிறுபான்மையோர் குழு:[7]

டிசம்பர் - 1930-ல் சிறுபான்மையோர் குழுவில் டாக்டர் அம்பேத்கரிடம் தாழ்த்தப்பட்ட வகுப்பாரின் நிலையை எடுத்துரைக்கும் பெரியதொரு பொறுப்பு ஒப்படைக்கப்பட்டது. தனது ஆரம்பப் பேச்சில், டாக்டர் அம்பேத்கர் “தாழ்த்தப்பட்ட வகுப்பினர் நிலைப்பற்றி அரசியல் ரீதியாக ஆராயப்படுவது இதுதான் முதல்முறை என்று குறிப்பிட்டார்.

இந்தியாவில் தாழ்த்தப்பட்ட வகுப்பினர், முஸ்லீம் சமுதாயத்திற்கு அடுத்தபடியாக வரும் சமுதாயத்தினராவர். ஆனால் சராசரி மனிதனின் வாழ்க்கை நிலையை விட தாழ்த்தப்பட்ட வகுப்பினர் நிலை மிகவும் கீழ்த்தரமாக உள்ளது என்றும் சிறுபான்மை வகுப்பினரின் பட்டியல் ஒன்றைத் தயாரித்துச் சமுதாயத்தில் அவர்களுக்குள்ள உரிமைகளையும், அரசியலில் அவர்களுக்குள்ள உரிமை களையும் எடுத்துப் பார்த்தீர்களானால் சிறுபான்மை யோராக இருப்பதனாலேயே அவர்களின் உரிமைகள் எந்த விதத்திலும் பாதிக்கப்படவில்லை, மாறாக அவர்கள் சமுதாயத்திலும், அரசியலிலும் எல்லா உரிமைகளையும் அனுபவித்து வருகின்றனர். ஆனால், தாழ்த்தப்பட்ட வகுப்பினரின் நிலை இதற்கு முற்றிலும் மாறுபட்டதாகும். சில விஷயங்களில் தாழ்த்தப்பட்ட வகுப்பினருக்கு உரிமையே கிடையாது. அவர்களுக்குள்ள உரிமைகளை அனுபவிக்கப் பெரும்பான்மை வகுப்பினர் தடையாக உள்ளனர்.

மேலும்,

"இந்தியாவின் வருங்கால அரசியலமைப்பில் பெரும்பான்மையோர் ஆட்சி ஏற்பட்டால், அது நிச்சயம் சாதி இந்துக்களின் ஆட்சியாகத்தான் இருக்கும் என்பதில் சந்தேகமில்லை. சாதி இந்துக்களின் விருப்பு வெறுப்பு களுக்கு நியாயம், நீதி, சமத்துவம் மனசாட்சி எல்லாம் பலியிடப்படும். சட்ட ரீதியாகவும், நிர்வாக ரீதியாகவும் சிறுபான்மை வகுப்பினரின் நலன் புறக் கணிக்கப்படும்; அவர்களது குடி உரிமைகள் காற்றிலே பறக்க விடப்படும் என்பதில் ஐயமில்லை. ஒடுக்கப்பட்ட வகுப்பினரும் மற்ற சிறுபான்மை வகுப்பினரும் அஞ்சுவது இதுதான்" என்று டாக்டர் அம்பேத்கர் தன் கருத்தினை வெளியிட்டார்.

மேலும் 'தீண்டத்தகாதவர்' என்ற காரணத்தால் தாழ்த்தப் பட்ட வகுப்பினர் போலீஸ், இராணுவம், பொதுப் பணி, அரசுப் பணி ஆகியவற்றிலும் சேர்த்துக் கொள்ளப்படுவதில்லை. தங்கும் விடுதிகளில் தங்குவதற்கு அனுமதி வழங்கப் படுவதில்லை. பஸ்களில் இடம் அளிக்கப்படுவதில்லை. பள்ளிகளில் இடம் கொடுக்கப்படுவதில்லை. கிணறுகளில் நீர் எடுக்க உரிமை தரப்படுவது கிடையாது. சட்டத்தினால் விதிக்கப்பட்ட ஒரு தண்டனையைப் போலக் குடியுரிமையை

மறுக்கும் பல இன்னல்களை பல நூறு ஆண்டுகளாகத் தாழ்த்தப்பட்ட வகுப்பினர் சாதி இந்துக்களால் கொடுமைப் பட்டு வருகின்றனர். எனவே, சமுதாயப் புறக்கணிப்பைவிட கொடியதொரு ஆயுதம் இருக்க முடியாதென்றே கருதுகிறேன். இந்தச் சமுதாயப் புறக்கணிப்பு பலாத்காரத்தை விட பயங்கரமானது என்று டாக்டர் அம்பேத்கர் இந்தியாவில் தீண்டத்தகாதவர் நிலையை விளக்கினார்.

"தாழ்த்தப்பட்ட வகுப்பினராகிய நாங்கள், எங்களுக்கும் இந்துக் களுக்குரிய முழுப் பிரிவினை வேண்டும். அரசியல் காரணங்களுக்காக நாங்கள் இந்துக்கள் என்று அழைக்கப்படுகின்றோமே தவிர, சமுதாயத்தில் இந்துக்கள் அவர்களுடைய சகோதரர்களாக எங்களைக் கருதுவதில்லை. எங்களுடைய எண்ணிக்கையாலும், எங்களுடைய ஓட்டுரிமை பலத்தாலும் கிடைத்த அரசியல் பலன்களை அவரவர்கள் தங்கள் நலனுக்காகப் பயன்படுத்திக் கொண்டார்கள். ஆனால், அதற்கு கைமாறாக நாங்கள் பெற்றது ஒன்றுமில்லை. சாதி இந்துக்கள், இந்துக்கள் என்று அழைக்கப்படாத மற்ற சமூகத்தினரை நடத்துவதைவிட மிக மோசமான நிலையில் எங்களை இந்த இந்துக்கள் நடத்துவதைத்தான் கண்டிக்கிறோம். ஆகவே, இந்த பிரிவினையே முதலாவதாக செய்யப்பட வேண்டும்" என்று டாக்டர் அம்பேத்கர் பிரிட்டிஷாரை கேட்டுக் கொண்டார்.

மேலும், சட்டப்பேரவைக்கு எங்கள் பிரதிநிதிகளை நாங்களே தேர்ந்தெடுப்போம். அரசாங்க நியமன முறை மூலம் பிரதிநிதித்துவம் பெறுவதை நாங்கள் ஏற்றுக் கொள்ள முடியாது. மேலும் நியமனமுறை தவறாகப் பயன் படுத்தப்பட்டு வந்துள்ளது. நியமன முறையினால் தாழ்த்தப் பட்ட வகுப்பினருக்குப் பாதுகாப்பாக அமைய வேண்டிய சுதந்திரமான பிரதிநிதித்துவம் கிடைக்கவில்லை. மத்திய சட்டமன்றத்தில் தாழ்த்தப்பட்டோர் பங்கேற்கும் பிரச்சனையில், வயது வந்தோர் எல்லாம் தேர்தலில் வாக்களிப்பதாக இருந்தால், தாழ்த்தப்பட்டோர் தனி பிரதிநிதித்துவம் வேண்டும்.

கூட்டுத்தொகுதி அல்லது தனித் தொகுதி என்ற பிரச்சனையால் வயது வந்தோர்க்கெல்லாம் வாக்குரிமை என்பதை எங்களுக்குக் கொடுத்தால், நாங்கள் கூட்டுத் தொகுதியையும் அதற்குள் அடங்கிய ஒதுக்கப்பட்ட இருக்கைகளையும் ஏற்றுக் கொள்வோம்.

வயது வந்தோர்க்கு வாக்குரிமை என்னும் உரிமையை எங்களுக்கு நீங்கள் கொடுக்கவில்லை யென்றால் எங்கள் பிரதிநிதித்துவத்தைப் பெற தனித் தொகுதி முறையை நாங்கள் கேட்க வேண்டி இருக்கும் என்று டாக்டர் அம்பேத்கர் தாழ்த்தப்பட்ட வகுப்பினரின் நிலைமையை எடுத்துரைத்தார்.

வருங்காலத் தன்னாட்சி இந்தியாவின் அரசியலமைப்புச் சட்டத்தில் தாழ்த்தப்பட்ட மக்களுக்குப் பாதுகாப்பு அளிக்கும் அரசியல் காப்புரிமைக்கான ஒரு திட்டத்தைச் சிறுபான்மை யோர் குழுவில் டாக்டர் அம்பேத்கரும், இராவ் பகதூர் ஆர். சீனிவாசனும் அளித்தார்கள்.

தன்னாட்சி பெற்ற இந்தியாவில் பெரும்பான்மையினர் ஆட்சியின் கீழ் ஒடுக்கப்பட்ட மக்கள் தங்களை உட்படுத்திக் கொள்ளச் சம்மதிப்பதற்கான நிபந்தனைகள்.[8]

(i) ஒத்த குடியுரிமை:

நாட்டின் மற்றக் குடிமக்களுக்குரிய பொதுவான குடியுரிமையை அனுபவிக்கும் அளவுக்குத் தாழ்த்தப்பட்ட வகுப்பினருக்கு வழங்க வேண்டும். தீண்டாமை ஒழிப்பதற்கும் சம குடியுரிமை உருவாக்குவதற்கும் அடிப்படை உரிமை இந்திய அரசியல் அமைப்புச் சட்டத்தின் ஒரு பகுதியாக இடம்பெற வேண்டும். அனைத்துக் குடி மக்களும் சட்டத்தின் முன் சமமானவர்கள்.

(ii) ஒத்த உரிமைகளைச் சுதந்திரமாக அனுபவித்தல்:

தாழ்த்தப்பட்ட வகுப்பினர், தமது ஒத்தக் குடியுரிமையைச் செயல் வடிவில் அனுபவிக்க முயலும்போது, வைதீகக் கூட்டத்தார் தாழ்த்தப்பட்ட வகுப்பினரின் உரிமைகளில் தலையிட்டுத் தொல்லை கொடுப்பாராயின் அவர்கள் தண்டிக்கப்பட்டு, நாங்கள் பாதுகாக்கப்படவேண்டும்.

பொது மக்களின் உபயோகத்திற்காக உரிமையாக்கப்பட்ட பயணியர் விடுதிகள், கல்வி நிலையங்கள், சாலைகள், குளங்கள், நடை பாதைகள், கிணறுகள், அரசின் நீர், நில வான்வழி போக்குவரத்துக்கள், திரையரங்குகள், பொது மக்களுக்கான பொழுது போக்கு இடங்கள், கழிப்பிடங்கள் ஆகியவற்றை தாழ்த்தப்பட்ட மக்கள் அனுபவிக்கும் போது, அதனைக் கொடுக்க அல்லது வழங்க மறுப்போர் யாராக இருப்பினும் அவர்களுக்கு ஐந்தாண்டுக்காலம் வரையில் சிறை தண்டனையும் அபராதமும் விதிக்க வேண்டும்.

சமூகப் புறக்கணிப்புக் குற்றம்:

சட்டபூர்வமான உரிமைகளைத் தாழ்த்தப்பட்ட மக்கள் அனுபவிப்பதைத் தடுப்பவர்கள், பிறரைச் சமூக புறகணிப்பு செய்ததாகக் கருதி தண்டிக்கப் படவேண்டும்.

சமூகப் புறகணிப்புச் செய்யத்தூண்டுபவர்கள், அதனை ஆதரிப்ப வர்கள் சமூகப் புறகணிப்புச் செய்வதாக பயமுறுத்துபவர்கள் ஆகியோரைத் தண்டிக்க வேண்டும்.

சட்டமன்றத்தில் போதுமான பிரதிநிதித்துவம்:

நாட்டின் மாநில மற்றும் மத்திய சட்டமன்றங்களில் போதிய பிரதி நிதித்துவத்திற்கான உரிமை வழங்குதல், மற்றும் அவர்கள் சொந்த வகுப்பாரைத் தங்களின் பிரதிநிதிகளாக, வயது வந்தோர் வாக்குரிமை மூலமாகவும், தனிவாக்காளர் தொகுதி (Separate Electorate) மூலமாகவும் இட ஒதுக்கீடு செய்யப் பட்ட தொகுதிகள் மூலமாகத் தேர்ந்தெடுத்துக் கொள்ளும் உரிமை வழங்கப்படவேண்டும். அரசுப் பணிகளில் போதுமான பிரதிநிதித்துவம். அரசுப் பணிகளில் தாழ்த்தப்பட்ட வகுப்பினர்க்கு உரிய பங்கு வழங்கப்படவேண்டும். அதனை அரசியல் அமைப்புச் சட்டத்தின் பகுதியாக சட்டபூர்வமாக இயற்றவேண்டும்.

தாழ்த்தப்பட்ட மக்களுக்குப் பாதகமான காழ்ப்பு நடவடிக்கைக்கு (அல்லது) நலன்களின் புறக்கணிப்பிற்கு எதிரான குறைகளைத் தீர்த்தல்:

தாழ்த்தப்பட்ட வகுப்பினரின் கல்வி, சுகாதாரம், அரசுப் பணி ஆகிய வற்றின் முன்னேற்றத்தில் அவர்களுக்குப் பாதகமான எந்தச் செயலையும் செய்யாதிருக்க அரசியல் அமைப்புச் சட்டத்தில் போதிய பாதுகாப்பு வழி முறைகள் அடங்கிய 'காப்பு வாசகம்' இடம் பெறவேண்டும்.

தனித்துறையின் மூலம் கவனித்துப் பேணுதல்:

இந்தியா முழுவதும் தாழ்த்தப்பட்ட வகுப்பினரின் நலன்களை காத்திடவும், முன்னேற்றத்திற்கு வழி வகுத்திடவும், அவர்களுக்கு எதிரான சமூகக் கொடுமைகள், அநீதிகள், அடக்குமுறைகள் ஆகியவற்றைத் தடுத்திடவும் அரசாங்கத்தில் நிரந்திரமாக ஒரு துறையை ஏற்படுத்திச் செயல்படவேண்டும். அதற்கான சட்டரீதியான கடப்பாட்டினை (Obligation) இந்திய அரசின் மீது அரசியல் அமைப்புச் சட்டம் சுமத்தவேண்டும்.

அமைச்சரவையில் பிரதிநிதித்துவம்:

தாழ்த்தப்பட்ட வகுப்பினர் சட்டமன்றப் பிரதிநிதித்துவம் பெற்றிருக்க வேண்டியது அவசியமாக இருப்பது போலவே, அரசின் பொதுவான

கொள்கையினை வகுப்பதற்கு அவர்களுக்கு வாய்ப்பிருக்க வேண்டும் என்பதால், தாழ்த்தப்பட்ட வகுப்பினருக்கு அமைச்சரவையில் பிரதி நிதித்துவம் அளிக்கவேண்டும்.

தாழ்த்தப்பட்ட வகுப்பார் நலன் குறித்து, 19 -01- 1931 - அன்று (சிறுபான்மையாளர்) பொது மாநாட்டின் குழுவினரால் ஏற்றுக் கொள்ளப்பட்டது.⁹ தாழ்த்தப்பட்ட வகுப்பினரின் உரிமைகள் போதிய அளவில் பரிசீலனைக்கு எடுத்துக் கொள்ளப்படவேண்டும் என்றும் சிறுபான்மை வகுப்பினர் மற்றும் தாழ்த்தப்பட்ட வகுப்பினர்களின் கோரிக்கை நியாயமான அளவில் ஏற்கப்படாவிட்டால், இந்தியாவின் சுயாட்சி அரசியலமைப்புச் சட்டத்திற்கு உடன்பாடு அளிக்கமாட்டார்கள் எனவும் திட்டவட்டமாக துணிந்துரைத்தனர்.

முதல் வட்டமேசை மாநாட்டின் முதல் கூட்டத்தில் தாழ்த்தப்பட்ட மக்கள் அரசியல் உரிமைகளுக்கு அங்கீகாரம் அளிக்கப்பட்டு அரசியல் பாதுகாப்பு, போதுமான பிரதிநிதித்துவம் அளிக்கப்படவேண்டும் என்று பரிந்துரை செய்தது.

1931- மார்ச் 5-ஆம் நாள் இர்வின் - காந்தி ஒப்பந்தம் ஏற்பட்டது. காந்தி விடுதலை செய்யப்பட்டு, இரண்டாவது வட்டமேசை மாநாட்டில் காங்கிரஸ் சார்பில் பங்கெடுக்க காந்தி ஒப்புக் கொண்டார். இரண்டாவது வட்டமேசை மாநாடு லண்டன் மாநகரில் செப்டம்பர் 7 - 1931-ல் கூடிற்று.

1931-செப்டம்பர் 28-ஆம் நாள் சிறுபான்மையினர் குழு தன் முதல் கூட்டத்தைத் தொடங்கியது. 1931 - அக்டோபர் முதல் நாள், காந்தி பேசும்போது, சிறுபான்மையினர் குழுக் கூட்டத்தை ஒரு வாரத்திற்கு ஒத்திவைக்குமாறு கேட்டுக் கொண்டார். ஆனால், டாக்டர் அம்பேத்கர், "முதல் வட்ட மேசை மாநாட்டின்" போது சிறுபான்மைத் துறை செய்தது போல, தீண்டப்படாதவர்களை இந்தியாவின் எதிர்கால அரசியல் சட்டத்தில் அங்கீகரித்து ஏற்காவிட்டால், அக்குழுவில் நான் சேரமாட்டேன், கூட்டத்தை ஒத்திவைக்க வேண்டும் என்ற கோரிக்கைக்கு ஆதரவும் அளிக்க

மாட்டேன்" என்று முழங்கினார். "சிறுபான்மை வகுப்பினர் அல்லது வகுப்பார் தங்களுக்கு இடையே நிலவும் சங்கடங்களைப் போக்கிக் கொள்ளத் தனிப்பட்ட கூட்டத்தினைக் கூட்டி முடிவு எடுக்கலாம். அதற்காகக் கூட்டம் ஒத்திவைக்கலாம் என்று வட்டமேசை மாநாட்டின் தலைவர் கூறியதை டாக்டர் அம்பேத்கர் உட்பட எல்லோரும் ஏற்றுக் கொண்டார்கள்.[11]

ஒரு வார காலம் சிறுபான்மை வகுப்பு தலைவர் களிடம் காந்தி பேச்சுவார்த்தை நடத்தினார். ஆனால், 1931 - அக்டோபர் 8-ல் நடைப்பெற்ற சிறுபான்மையினர் குழு கூட்டத்தில் சிறுபான்மையினர் பிரச்சினைக்குத் தீர்வு காண, நடைபெற்ற பேச்சுவார்த்தைகள் பயன்தரவில்லை, என்றும் தன் தோல்வியை ஆழ்ந்த வருத்தத்துடன் காந்தி தெரிவித்தார்.

எனவே, காலவரையின்றிச் சிறுபான்மையினர் குழு ஒத்திவைக்க வேண்டுமென்று, திரு. காந்தியார் அவர்கள் வட்ட மேசை மாநாட்டில் கருத்து தெரிவித்தார்.[12] சிறுபான்மையி னர் குழு காலவரையின்றி ஒத்திவைக்கப்பட வேண்டும் என்ற திரு. காந்தியாரின் ஆலோசனையை டாக்டர் அம்பேத்கர் ஏற்றுக் கொள்ளவில்லை. சிறுபான்மையினர் பிரச்சனைக்கு இக்குழுவே பிரச்சனையைத் தீர்க்கவேண்டும். (அல்லது) தீர்வு காணும் பொறுப்பைப் பிரிட்டிஷ் அரசு எடுத்துக் கொள்ளவேண்டும். மூன்றாவது தரப்பின் சமரசத்தின் மூலம் இப்பிரச்சனைக்கு முடிவு காண இவ்விஷயத்தை விட்டுவிட நாங்கள் சம்மதிக்க மாட்டோம் என்று டாக்டர் அம்பேத்கர் கூறினார். மேலும், பிரிட்டிஷ் அரசு அதிகாரத்தை மாற்ற வேண்டும் என்று விரும்பினால், அது சில நிபந்தனைகளுடன் கூடியதாக இருக்கவேண்டும். அந்த நிபந்தனையின்படி, அதிகாரம் தன்னலக் கும்பலிடமோ, ஆதிக்கம் செய்யும் சிலரிடமோ, முஸ்லிம்களிடமோ இந்துக்களிடமோ அளிக்கப் படக்கூடாது. அப்பிரச்சனைக்கான தீர்வு என்பது அதிகாரம் எல்லா வகுப்பினர்க்கும் அவரவர் விகிதாச்சாரத்திற்கு ஏற்ப பகிர்ந்தளிக்கப்படுவதாய் இருக்க வேண்டும் என்று டாக்டர் அம்பேத்கர் விளக்கினார்.

"தீண்டப்படாத மக்களுக்குத் தனியாக அரசியல் உரிமை வழங்கினால், இந்து மதத்தில் பிரிவினை ஏற்படும். நான் அந்தப்

பிரிவினையை விரும்பவில்லை. தீண்டப்படாத மக்களுக்கு அரசியல் உரிமை பற்றிப் பேசுபவர்களுக்கு, இந்திய நாட்டைப் பற்றித் தெரியாது, இந்தியச் சமுதாயம் இன்று எப்படிக் கட்டமைக்கப்பட்டுள்ளது என்பதும் அவர்களுக்குத் தெரியாது. எனவே, தீண்டப்படாத மக்களுக்கு அரசியல் உரிமை கேட்பதை எதிர்ப்பது நான் ஒருவன்தான் என்றாலும், என்னுடைய உயிரையும் பணயம் வைத்து, அதனை நான் எதிர்ப்பேன்'' என்று தனக்குள்ள சக்தியனைத்துடன் வலியுறுத்திக் கூற விரும்பிகிறேன், என்று காந்தியார் வட்டமேசை மாநாட்டில் கூறினார்.[13]

வட்டமேசை மாநாட்டில் " தலித் மக்களுக்கு அரசியல் அதிகாரம்' வழங்கப் படவேண்டும் என்று டாக்டர் அம்பேத்கர் முன்வைத்த கோரிக்கைகளுக்குக் காந்தியார் காட்டிய எதிர்ப்பு இந்தியா முழுவதும் தீண்டப்படாதவர்களிடையே மனக் கொதிப்பையும் எதிர்ப்பையும் ஏற்படுத்தியது.[14]

வகுப்புவாரி பிரச்சினைத் தீர்வுக்காக முஸ்லிம்கள், தாழ்த்தப்பட்ட வகுப்பினர் - இந்தியக் கிருத்துவர்கள் - ஆங்கிலோ இந்தியர்கள் மற்றும் ஐரோப்பியர்கள் ஆகியோர் கூட்டாக வட்டமேசை மாநாட்டின் முன்வைத்த யோசனைகளில்: தீண்டப்படாத வகுப்பினர் சிறப்புரிமைக் கோரிக்கை மட்டும் கீழே கொடுக்கப்பட்டுள்ளது.

(i) நாட்டில் எந்தக் குடிமகனும், குடியியல் உரிமையை அனுபவிப்பதில் தீண்டாமையின் காரணமாக வழக்காறு அல்லது பழக்க மரபு (Custom or Usage) ஆகியவற்றால் திணிக்கப்படும் எவ்விதமான தண்டத் தொகையோ, தீங்கோ (அல்லது) குறைப்பாடோ (அல்லது) குடிமகனுக்கு எதிரான பாகுபாடோ இருக்குமாயின் அது சட்டப்படி செல்லாதது என அரசியலமைப்புச் சட்டம் உறுதியாக அறிவிக்க வேண்டும்.

(ii) தாழ்த்தப்பட்ட வகுப்பிலிருந்து அரசுப் பணிகளுக்கு ஆள் எடுப்பதிலும், காவல்துறை மற்றும் படைத்துறை பணிகளில் சேர்த்துக் கொள்ளும் நல்வாய்ப்பினை நல்குவதிலும் தாராளமாக கவனிப்பு (Generous treatment) வேண்டும்.

(iii) பஞ்சாப் நிலவுடமை மாற்றச் சட்டத்தின் (Punjab land Alienation Act) பலன் பஞ்சாப்பிலுள்ள தாழ்த்தப்பட்ட வகுப்பினருக்கும் வழங்கப்பட வேண்டும்.

(iv) எந்த ஒரு நிர்வாக அதிகாரியின் காழ்ப்புணர்வு நடவடிக்கையினாலோ அல்லது நலப்புறக்கணிப்புச் செயலினாலோ பாதிக்கப்படும் தாழ்த்தப்பட்ட வகுப்பினர் தம் குறைகள் களையப் படுவதற்காக ஆளுநருக்கோ (அல்லது) தலைமை ஆளுநருக்கோ மேல்முறையீடு செய்யும் உரிமை வேண்டும்.

(v) 1931 – ஆண்டு மக்கள் தொகை கணக்கெடுப்புப் படியும், சைமன் கமிஷன் அறிக்கைப் படியும், மாநில சட்டமன்றங்களிலும், மையக் கூட்டாட்சிச் சட்டமன்றத்தின் (Fedreal Legislature) முழு சபைகளிலும், தாழ்த்தப்பட்ட வகுப்பினருக்கு தங்களின் மக்கள் தொகை விகிதத்திற் கேற்ப பிரதிநித்துவம் பெற்றிட வேண்டும். மேலும், மாநிலம் மற்றும் மத்திய சட்டமன்றங்களில் தாழ்த்தப்பட்ட வகுப்பினரின் பிரதி நிதிகளை அவர்களின் தனிவாக்காளர் தொகுதி (Separate Electorate) மூலமாகத் தேர்ந்தெடுத்துக் கொள்ளும் உரிமையை அவர்கள் பெற்றிருக்கவேண்டும்.

(vi) தாழ்த்தப்பட்ட வகுப்பினர் தனி வாக்காளர் தொகுதிகள் உரிமையை மட்டும் பெற்றிருக்காமல் தங்கள் இனத்தினரால் மட்டுமே பிரதிநிதித்துவம் செய்யப்படும் உரிமையையும் பெற்றிருக்க வேண்டும்.

(vii) ஒவ்வொரு மாநிலத்திலும் தாழ்த்தப்பட்ட வகுப்பினர் என்போர் யாவர் என்பதை அங்கே நிலவிவரும் தீண்டாமை குறிக்கும்; தேர்தல் நோக்கங்களுக்காகத் தயாரிக்கப்பட்ட பட்டியலில் எந்தப் பெயர் மூலம் குறிப்பிடுகின்றனவோ அந்த இனங்களைச் சார்ந்தவர்கள் என்பதைக் குறிக்கும் வகையிலும் கண்டிப்பாக வரையறுத்து விளக்கப்படவேண்டும்.

மேற்கண்ட கோரிக்கைகளை ஆதரித்து இந்தியாவின் எல்லா இடங்களிலும் உள்ள தாழ்த்தப்பட்ட வகுப்பினரிட மிருந்து ஏராளமான தந்திகள் டாக்டர் அம்பேத்கர்க்கும் இரட்டைமலை சீனிவாசன் அவர்களுக்கும் அனுப்பப் பட்டன.

வாக்குரிமை குழு:

முதல் வட்டமேசை மாநாட்டின் நிகழ்ச்சி நிரல் படி வாக்குரிமை குழு 22 - 12 - 1930 முதல் 16 - 01 - 1931 வரை நடை பெற்றது. டாக்டர் அம்பேத்கர் வாக்குரிமை குழுவில் கலந்து கொண்டு தன் கருத்துகளைப் பதிவு செய்தார்.[16] வாக்குரிமை என்பது அதனைப் புரிந்து கொள்ளும் திறமை வாய்ந்த ஒவ்வொரு ஆணின் அல்லது பெண்ணின் உள்ளார்ந்த

உரிமை என்றார் அம்பேத்கர். வாக்குரிமையை செயல்படுத்துவதில் உள்ள சிக்கல்களையும் அதனை நீக்குவதற்குரிய முறைகளையும் டாக்டர் அம்பேத்கர் விளக்கினார்.

"வயது வந்தோருக்கான வாக்குரிமையை" டாக்டர் அம்பேத்கர் வலியுறுத்தினார். வயது வந்தோர் வாக்குரிமைக்கு எதிராகக் கொண்டு வரப்பட்ட விவாதங்களின் மீது தனது வாதங்களை எடுத்து வைத்தார். இந்தியாவில் உள்ள அனைத்துச் சாதியினருக்கும், சமூகத்திற்கும் சமமான பிரதிநிதித்துவத்தை வழங்கக் கூடிய, முறையாக இருக்கிற 'வயது வந்தோர் வாக்குரிமை' இல்லாத பிற வாக்குரிமை முறை எதனையும் இந்தியாவில் பெற முடியாது என்றார்.

"இந்தியா பொறுப்புள்ள அரசாங்கத்தைப் பெற்றாக வேண்டும் என்றும் அந்த அரசாங்கம் மக்களுக்குப் பொறுப்புள்ளதாக இருக்கவேண்டும் என்றும் நாம் நம்ப வேண்டும். அதற்கு வயது வந்தோர் வாக்குரிமை முறையைத் தவிர வேறு எந்தவிதமான மாற்று வழியும் இல்லை" என்பதை டாக்டர் அம்பேத்கர் வட்டமேசை மாநாட்டில் ஆணித்தரமாகத் தெரிவித்தார். வாக்குரிமை குழுவில் வயது வந்தோர் எல்லோருக்கும் வாக்குரிமை வழங்க வேண்டும் என்பது தற்போதைக்கு இயலாது அல்லது நடைமுறைப்படுத்த முடியாதது என்று சிலர் பேசியபோது, டாக்டர் அம்பேத்கர் "தாழ்த்தப்பட்ட மக்களுக்கு வயது வந்தோர் வாக்குரிமையினை எந்த விலை கொடுத்தேனும் பெற்று விடுவது இயலும்" என்று தான் நினைப்பதாகக் கூறினார். வட்டமேசை மாநாட்டுக்குழு அறிக்கையின் சுருக்கத்தில் 'வாக்குரிமை' தொடர்பான டாக்டர் அம்பேத்கரின் யோசனைகள் இடம் பெற்றிருந்தன.[17]

அவை: வாக்குரிமை விரிவாக்கம், வயது வந்தோர் வாக்குரிமை தான் இறுதியாக அடைய வேண்டிய இலக்கு என்று பொதுவாக ஏற்றுக் கொண்டிருக்கும் போது, வாக்குரிமை விரிவாக்கப்பட வேண்டும் என்றும், பெரும் பான்மையான மக்களுக்கு வாக்குரிமை தேவை என்றும் ஒத்துக் கொள்ளப்பட்டது.

ஒரு வாக்குரிமை நிபுணர் கமிஷன் அமைக்கப்பட வேண்டும். வாக்களிக்க உரிமையுள்ள வாக்காளர்கள், வாக்களிக்கும் தொகுதிகளிலோ அல்லது அவர்களுக்கென்று உருவாக்கப்படும் தனித் தொகுதிகளிலோ மாநிலத் தேர்தல்களில் வாக்களிக்க அவர் உரிமை பெறுவார்.

வாக்குரிமை பெறுவதற்குக் கல்வியைக் கூடுதலான தகுதியாக நிர்ணயிக்க ஒரு தகுந்த கல்வித் தகுதியைப் பற்றிய அளவு முறையினை உருவாக்கவேண்டும். வயது வரம்பு இருபத்தைந்திலிருந்து இருபத்து ஒன்றாக குறைக்கப்பட வேண்டும்.

புதிய அரசியல் சட்ட அமைப்பு நடைமுறைக்கு வந்த பின் மாநிலச் சட்டமன்றங்கள் ஒவ்வொன்றும் தங்கள் தேவைக்கேற்ப வாக்குரிமையை விரிவாக்கும் உரிமையை அவைகளுக்கு விட்டுவிடுவது.

வட்டமேசை மாநாட்டின் குழு – துணைக்குழு – அறிக்கை – (பாதுகாப்பு):

16-1-1931 முதல் வட்டமேசை மாநாட்டில் நாட்டின் பாதுகாப்புப் பற்றிய அறிக்கையின்மீது டாக்டர் அம்பேத்கர் தன் கருத்துகளைப் பதிவு செய்தார்.[18]

> "திறமையும், தேவையான தகுதிகளும் பெற்றிருப்பதற்கு ஏற்ப, தாழ்த்தப்பட்ட வகுப்பினர் உட்பட குடிமக்கள் அனைவரும் இந்திய இராணுவத்தில் சேர்க்கப்பட உடனடியாக நடவடிக்கை எடுக்கப்படவேண்டும் என்ற திருத்தத்தை கொண்டு வந்தார்."

இராணுவப் பணியில் குடிமக்களின் பல்வேறு சாதிகளுக்கிடையே உள்ள பாரபட்சங்கள் இத்திருத்தம் அகற்றுவதற்கு முயற்சி செய்கிறது என்றும், தாழ்ந்த மக்களின் தனி உரிமைகளைப் பாதுகாக்கிறது என்றும் டாக்டர் அம்பேத்கர் குறிப்பிட்டார். அதே நேரத்தில் இத் தேர்வில் தனிச் சலுகை எதுவும் காட்டத் தேவையில்லை என்று டாக்டர் அம்பேத்கர் பேசினார்.

நாட்டின் எந்த அரசுப் பணியிலும் இந்தியாவிலுள்ள எந்தச் சமுதாயத்தினரும் ஏகபோகமாக அனுபவித்துக்

கொள்ள அனுமதிப்பது ஒரு பெரிய பொது ஆபத்தாகும் என்றார்.

ஒவ்வொரு குடிமகனும் தனது தகுதியின் காரணமாக நாட்டின் அரசுப் பணியில் தன் தகுதிக்கேற்றவாறு பங்கு பெறும் ஒரு முறையினைத் துவக்க வேண்டுமென அரசினைக் கேட்டுக் கொண்டார்.

மேலும், இந்தியப் பாதுகாப்பு அனைத்துத்தர இந்திய மக்களின் பொறுப்பாக இருக்க வேண்டுமேயன்றி, எந்த ஒரு தனிப்பட்ட வகுப்பினர் பொறுப்பல்ல என்று பேசினார்.

வட்டமேசை மாநாட்டின் – துணைக்குழு எண் viii (பணிகள்) 1–7–1931:[19]

முதல் வட்டமேசை மாநாட்டின் - 'பணிகள்' குறித்த துணைக்குழுவில் டாக்டர் அம்பேத்கர் தன் கருத்துகளை பதிவு செய்தார். இந்திய ஆட்சிப் பணி (I.C.S) போன்ற தேர்வுகளில் பெறும் தேர்ச்சி அதனைத் தேறியவருக்குத் தனித் தன்மை வாய்ந்த ஒருசில துறைகளில் பணியாற்று வதற்கான தகுதியையும், திறமையையும் வழங்க முடியவில்லை. கணித பாடத்தைச் சிறப்புப் பாடமாகக் கொண்டு (I.C.S) (ஐ.சி.எஸ்.) தேர்வில் தேர்ச்சி பெற்ற ஒருவர். இந்திய விவசாயத் துறையிலோ (அல்லது) இந்திய நாணயச் செலாவணித் துறையிலோ பணியிலமர்த்தப்படலாம். எனவே, அத்தேர்வுகளில் கலந்து கொள்பவர்களின் வெறும் கல்வித் தரத்தை மட்டுமே உறுதி செய்வதாக அமையாத பணியொன்றைப் பெற்றிருக்க வேண்டும் என்பதோடு அல்லாமல் ஒருசில தனித்தன்மை உடையோர்க்கும்கூட அதனை அனுமதிக்கவேண்டும். மேலும் மாநிலங்களில் இப்பணி தொடர்பான தங்கள் தேவைகளைத் தாங்களே வழிவகை செய்து, தேவைகளுக்கேற்ப நிறைவேற்றிக் கொள்ளவேண்டும் என்ற தன்னுடைய கருத்தினை டாக்டர் அம்பேத்கர் பதிவு செய்தார். மேலும் அனைத்துத் துறைகளுக்குமான பணியாளர்களுக்குப் பொதுவானதொரு இந்திய சிவில் பணி ஆணையம் வைத்திருப்பதற்குப் பதிலாக, இப்போது இருப்பதைவிடத் திறமையை இன்னும் அதிகமாகப் பெறுவதற்காக, தனித்தன்மை வாய்ந்த பணிகளுக்காகச் சிலவழிமுறைகளை வகுப்பதற்கு நேரம்

வந்திருக்கிறது. ஒருசில தொழில் நுட்பத்துறையில், மற்றும் வேறு வகையில் தனித்தன்மையிலான துறைகளில் கடமை யாற்ற பணிதேர்வில் சில மறுசீரமைப்புகளைச் செய்ய வேண்டிய தேவை தற்போது ஏற்பட்டுள்ளது என்று டாக்டர் அம்பேத்கர் தெரிவித்தார்.

தற்போது அரசுப் பணியாளர் தேர்வாணைக் குழு ஒருசில சமூகப் பிரிவினரின் மூலமாக மட்டுமே அமைக்கப் பட வேண்டியதாக இருக்கிறது. மேலும் மனித இயல்பு அவ்வாறிருப்பதால் அரசுப் பணியாளர் தேர்வாணைக் குழுத் தன் அதிகாரங்களைத் தவறாகப் பயன்படுத்திக் கொள்ள நேரிடும். தன்னுடைய சமூக இனத்தின் மீது மட்டும் அக்கறை கொண்டும் மற்றவர்களின் மீது அக்கறை இல்லாமலும் அமையக் கூடிய நிலை ஏற்படும். எனவே, அரசுப் பணியாளர் தேர்வுக்குழு பல்வேறு சமூக இனத்திற்கும் நியாயமானதொரு பிரதிநிதியாக இருக்க வழி வகை செய்யவேண்டும் என்ற டாக்டர் அம்பேத்கரின் யோசனை ஏற்றுக் கொள்ளப்பட்டது. மாநில அரசுப் பணியாளர்த் தேர்வுக் குழுவினைப் பொறுத்த வரையில் ஆளுநரின் அவ்வப் போதைய கண்காணிப்புக்கும், மத்திய அரசுப் பணியாளர் தேர்வுக் குழுவினைப் பொறுத்தவரையில் தலைமை ஆளுநரின் அவ்வப்போதைய கண்காணிப்புக்கும் உட்பட்டு இருத்தல் வேண்டும்; விரும்பிய பலனை எய்துவதற்கு அவசியமான ஆணைகளைப் பிறப்பிக்க இவர்களுக்கு அதிகாரம் உண்டு என்றும், அரசுப் பணியாளர் தேர்வுக் குழுவின் உறுப்பினர் அவருடைய நன்னடத்தையின் போது அவரது பதவியை வகிக்கிறார். மேலும், அவர் ஆளுநராலோ (அல்லது) தலைமை ஆளுநராலோ நீக்கப்படக் கூடியவர் என்ற "கூறு" குழுவால் ஏற்றுக் கொள்ளப்பட்டது.

13-1-1931 - நடைபெற்ற பொதுப்பணிக் குழுவில் டாக்டர் அம்பேத்கர் [19a] தன் வேண்டுக்கோளைப் பதிவு செய்தார். காவல் துறைப் பணியாளர் தேர்வுக்குழு காவல்துறைக்குத் தாழ்த்தப்பட்ட மக்கள் தகுதியில்லாதவர்கள் என்று வெளிப் படையாகவே விதிகள் வகுத்துள்ளது. எனவே " பொதுப் பணிகளில் தாழ்த்தப்பட்ட மக்களைப் பணியமர்த்துதல்

குறித்துத் தாராளமான கொள்கை கடைபிடிக்கப்படுதல் வேண்டும். தற்போது அவர்கள் எந்தெந்தத் துறைகளில் இருந்து ஒதுக்கப் பட்டிருக்கிறார்களோ அந்தந்தத் துறைகளில் அவர்களைச் சேர்க்கவேண்டும். குறிப்பாகக் காவல், இராணுவம் ஆகிய இரண்டு துறைகளில் அவர்களுக்குப் போதிய பணி வழங்கவேண்டும். ஏனென்றால் தாழ்த்தப்பட்ட மக்கள் இந்தத் துறைகளுக்கு மிகவும் பொருத்த முடையவர்களாக இருப்பார்கள். தீண்டாமையைக் காரணங்காட்டி அவர்கள் பொதுப் பணிக்கான துறைகள் எதிலிருந்தும் விலக்கி வைக்கப்படுதல் கூடாது" என்று டாக்டர் அம்பேத்கர் முன்மொழிந்தார். அதனைத் துணைக்குழு ஏற்றுக் கொண்டது.

வட்டமேசை மாநாடுகள் – கூட்டாட்சி அமைப்புக்குழு:

கூட்டாட்சி அமைப்புக்குழு 16-9-1931 - முதல் 16-11-1931 வரை நடைபெற்றது. கூட்டாட்சிச் சட்டமன்ற உறுப்பினர் களைத் தேர்ந்தெடுத்தல் தொடர்பாக டாக்டர் அம்பேத்கர் தன்னுடைய கருத்தினைத் தெரிவித்தார். எதிர்கால இந்தியாவில் அமையப்போகும் கூட்டாட்சி "ஒரு சபை கொண்டு" இயங்க வேண்டும் கீழ்ச் சபைக்குத் தேர்தல் என்றால் அது நேர்முகத் தேர்தலாக அமையவேண்டும் என்றார் அம்பேத்கர்.

ஒரு நல்லாட்சியை அமைப்பதும், அமைக்காமல் போவதும் தாங்களே என்பதை இந்தியர்கள் உணர்ந்து கொள்ளாதவரை ஒரு பொறுப்புள்ள ஆட்சியை இந்தியாவில் ஏற்படுத்த முடியாது என்றார் டாக்டர் அம்பேத்கர்.

மேலும், கூட்டாட்சி முறையில் அமைந்துள்ள மேல் சட்டசபையின் கட்டமைப்புக்குக் கூட்டாட்சிக் கட்டமைப்புத் துணைக்குழு பரிந்துரைத்த வழிமுறைகளை டாக்டர் அம்பேத்கர் வரவேற்றார். அவற்றின்படி மாநிலங்களிலுள்ள மேலவைகளுக்கு மறைமுகத் தேர்வு செய்யும் முறை ஏற்கத்தக்கதே என்றார். மேலும், எதிர்கால இந்திய அரசியல் சட்டத்தில் நியமன உறப்பினர் அலுவலர் அணி தேவை யில்லை என்றார். ஒரு அரசியல் அமைப்புச் சட்டத்தில்

"பொதுக்குடியுரிமை" இல்லாதபோது, அதனைக் கூட்டாட்சி அரசியல் சட்டம் என்று அழைக்கக்கூடாது.

"பண மசோதா" (Money bill) பற்றித் தன் கருத்துகளை டாக்டர் அம்பேத்கர் கூட்டாட்சி அமைப்புக்குழுவில் பதிவு செய்தார்.²¹

"ஒரு குறிப்பு மட்டும் எல்லா அரசியல் சட்டங்களிலும் பொதுவாகக் காணப்படுவதை அறியலாம். அக்குறிப்பே எதிர்கால இந்திய அரசியல் சட்டத்தை ஒழுங்குப்படுத்த வல்லதென்பதையும் அறியலாம். அதாவது இரு சபைகளுக்கும் அந்தஸ்து, அதிகாரம் ஆகியவை சமமாக இருக்க வேண்டுமென்பதே. பண மசோதாவைக் கீழ்ச்சபை தான் கொண்டுவரவேண்டும். மேல் சபைக்கு அந்த உரிமை இல்லை போன்ற ஒருசில தனி உரிமைகளைத் தவிர மற்ற எல்லாவகையிலும் இரு சபைகளும் சமமான அந்தஸ்து உள்ளவையே. மேல் சபைக்கு அதாவது இரண்டாவது சபைக்குக் கீழ்ச் சபையால் அனுப்பப்பெறும் மசோதாக்களின் மீது விவாதித்துக் கருத்துகளையும், யோசனைகளையும் கூறும் அதிகாரம் கட்டாயம் இருக்கவேண்டும். அவற்றைக் கீழ்ச் சபை விரும்பினால் ஏற்கலாம். ஆனால், மேல் சபைக்கு பணமசோதாவைக் கொண்டுவரும் உரிமை இருக்கவே கூடாது என்பதோடு கீழ்ச்சபையால் அனுப்பப்பெறும் அத்தகைய மசோதாவைத் திருத்தி அமைக்கும் அதிகாரம் அதற்குக் கூடவே கூடாதென்பதே தன் கருத்தாகும் என்றார் டாக்டர் அம்பேத்கர். மேலும் ஒரு பண மசோதாவைக் கீழ்ச் சபைதான் கொண்டுவர வேண்டும். அதனை மேல் சபை நிராகரித்துக் தள்ளிவிட்டாலும், ஒரு சிறிதும் மாற்றம் செய்யாமல் அப்படியே அதனைச் சட்டமாக்க வேண்டும்.

ஓர் அரசு தனியாட்சியா (அல்லது) கூட்டாட்சியா என்பது கேள்வியல்ல. இரு சபைகளிருக்கும் எந்த ஒரு ஆட்சியிலும் கீழ்ச்சபைக்கே அதிக சிறப்புண்டு என்பதுதான் உட்கருத்து.

மேலும் இந்த இரு சபைகளுக்கு இடையே உள்ள அதிகார வரம்புகளைத் திட்டவட்டமாக நாம் வரையறுத்து

அவற்றை அரசியல் சட்டமாக்கிவிட வேண்டுமென்பதும், மரபுப்படி நடக்கட்டும் என்று விட்டு விட்டால் குழப்பமும், முட்டுக்கட்டையும் தான் ஏற்படும் என்பதும் என்னுடைய கருத்தாகும் என்றார் டாக்டர் அம்பேத்கர். அடுத்து டாக்டர் அம்பேத்கர் அரசியல் சட்டத்திலிருக்க வேண்டிய 'நிதி மசோதா' என்பதற்கான விளக்கத்தை அளித்தார்.[22]

நிதி வருவாய்களைக் கூட்டாட்சியும் மாகாண ஆட்சிகளும் பகிர்ந்து கொள்வது பற்றி, கனடா, ஆஸ்திரேலியா, அமெரிக்கா, சுவிட்சர்லாந்து ஆகிய நாடுகளின் வரிவிதிப்பு, வரவு - செலவு திட்டங்களைப் பற்றி டாக்டர் அம்பேத்கர் விளக்கிப் பேசினார்.

கூட்டாட்சி நீதிமன்றம் ஒன்றை அமைப்பது பற்றிய பரிசீலனைக் குழுவில் டாக்டர் அம்பேத்கர் தன் கருத்து களையும் யோசனைகளையும் வட்டமேசை மாநாட்டில் கீழ்க்கண்டவாறு பதிவு செய்தார்.[23]

"கூட்டாட்சி நீதிமன்றம், மூன்று பிரச்சினைகளை கவனிக்க வேண்டும்.

1. நீதிமன்றத்தின் அதிகார வரம்பு பற்றியது.

2. கூட்டாட்சி நீதி மன்றத்தின் தீர்ப்புகளையும், முடிவு களையும் செயல்படுத்துவது.

3. கூட்டாட்சி நீதிமன்றத்தின் அமைப்பு முறை.

கூட்டாட்சி நீதிமன்றம் ஒரு சர்வதேச நீதிமன்றம் போலச் செயல்படவேண்டும்.

அரசியலமைப்புச் சட்டத்திற்கு விளக்கம் தரும் அதிகாரம் சமஸ்தான அரசும் (அல்லது) மாநில அரசும் ஒன்றின் அதிகாரத்தில் மற்றொன்றுத் தலையிடாதபடி அது பார்த்துக் கொள்ளவேண்டும். அடிப்படை உரிமைகள் தொடர்பாகவோ, சிறுபான்மையினர் உரிமைகள் தொடர் பாகவோ, எழக்கூடிய பிரச்சினைகளைத் தீர்த்து வைக்கக் கூட்டாட்சி நீதிமன்றத்திற்கு உரிமை இருக்கவேண்டும்.

இந்தியாவில் இன்னும் நீண்ட காலத்திற்கு வகுப்பு வாதம் (Communalism) இருக்கும். மாநில வாதம் (Provincialism)

இருக்கும். இந்த வகுப்பு வாதக் கொந்தளிப்பில் உச்ச நீதிமன்றம் (அல்லது) கூட்டாட்சி நீதிமன்றத்தின் தீர்ப்புகள் மீறப்படமாட்டா என்பது உறுதியில்லை. எனவே, உச்சநீதிமன்றத்தின் தீர்ப்புகளும், உறுதிகளும் செயல்படுத்தப் படுவதற்கு அரசியல் சட்டத்தில் வழிவகை செய்யவேண்டும். அதே நேரத்தில் கூட்டாட்சி நீதிமன்றத்தின் முடிவுகள் எவையாயினும் அவற்றை நிறைவேற்றக் கூட்டாட்சி அரசுக்கு அதிகாரம் இருக்கவேண்டும். அந்த அதிகாரம் ஆஸ்திரேலியாவில் இருப்பதுபோல இருக்கவேண்டும்" அங்கே, இயங்கும் கூட்டாட்சி நீதிமன்றம், கூட்டாட்சி அதிகார வரம்பில் செயல்படும் நீதிமன்றங்களுக்கு மேல் முறையீட்டு நீதிமன்றமாக இருப்பதுடன் அந்த அதிகார வரம்பிற்கு வெளியில் உள்ள விஷயங்களிலும் மேல் முறையீடுகளை விசாரிக்கிறது.

மூன்றாவது வட்டமேசை மாநாடு [24]:

மூன்றாவது வட்டமேசை மாநாட்டின் கூட்டம் 17 - 11- 1932-ல் தொடங்கியது. குறைந்த எண்ணிக்கையில் பிரதி நிதிகள் கலந்து கொண்டார்கள். காங்கிரஸ் கலந்து கொள்ள வில்லை. திட்டமிட்டவாறு மூன்றாவது வட்ட மேசை மாநாட்டின் நடவடிக்கைகள் நடைபெற்றன. முந்தைய இரு வட்டமேசை மாநாடுகளின் போது இறுதி செய்யப்பட்ட முடிவுகளுக்குச் சில விவரங்களை இணைப்பதும், இடையிடையே விடுபட்டவற்றைச் சேர்ப்பதும் மத்திய அரசை உருவாக்குவது பற்றி முடிவெடுப்பதும் மூன்றாவது வட்ட மேசை மாநாட்டின் முக்கியப் பணிகளாக இருந்தன. வணிகப் பாதுகாப்புக் குழுவில் டாக்டர் அம்பேத்கர் உறுப்பினராகப் பங்கேற்றார். பிறப்பு, சாதி, மதம் ஆகியவற்றின் அடிப் படையில் பின்பற்றப்படும் பாகுபாடுகளை நீக்குவதற்கான ஒரு விதியைச் சிறிய அளவிலேனும் இந்தியாவிற்கான அரசியல் சட்டத்தில் இணைக்கவேண்டும் என்று டாக்டர் அம்பேத்கர், ஜெயகர், சர் கவாஸ்ஜி ஜகாங்கீர் சோஷி, கெல்கர், சாப்ரு, நானக் சந்த், என்.என். சர்க்கார் முதலான பிரதிநிதிகள் கையொப்ப மிட்ட ஒரு கோரிக்கை விண்ணப்பத்தைப் பிரதமரிடம் ஆய்வு செய்து முடிவெடுக்க அளித்தனர். மேலும் தீண்டப்படாதவர்களில் பெரும்பான்மையினர்க்கு

வாக்குரிமையை வழங்குவதற்கான விதியை ஏற்படுத்துவது என்று முடிவெடுக்கப்பட்டது.

24-12-1932-இல் மூன்றாவது வட்டமேசை மாநாட்டின் பணிகள் முடிவுற்றன. உடனடியாக டாக்டர் அம்பேத்கர் இந்தியாவிற்குப் பயணமானார்.

மதிப்பீடு:

வட்டமேசை மாநாட்டிற்கு வந்திருந்தவர்களுள், பல்கலைக்கழகத்தில் முறையாகக் கல்வி பயின்று அறிவியலில் டாக்டர் பட்டம் பெற்ற ஒரே ஒரு தலைவர் டாக்டர் அம்பேத்கர் தான். அவர்தான் இந்தியாவில் தாழ்த்தப்பட்ட வகுப்பைச் சார்ந்தவர்.

வட்டமேசை மாநாட்டு வரலாற்றில் ஒரு திருப்பு முனையாக அமைந்தது. டாக்டர் அம்பேத்கரின் அஞ்சாமை செறிந்த துணிச்சல் மிக்க திறனாய்வு நிறைந்த வட்டமேசை மாநாட்டுப் பேச்சு வியத்தகு விளைவை ஏற்படுத்தியன. ஒளிவு மறைவு இல்லாமல் அச்சமற்ற தன்மையில் தெளிவாக, உண்மைகளை டாக்டர் அம்பேத்கர் எடுத்துரைத்த பாங்கு வட்டமேசை மாநாட்டுப் பிரதிநிதிகளை மிகவும் கவர்ந்தது. டாக்டர் அம்பேத்கரின் அறிவார்ந்த உரையைப் பிரிட்டிஷ் பிரதமர் உட்பட மாநாட்டினர் அனைவரும் பாராட்டினர். "தி இண்டியன் டெய்லி மெயில்" (The Indian Daily Mail) நாளேடு மாநாட்டின் உரைகளில் டாக்டர் அம்பேத்கரின் உரை மிகச் சிறந்த உரையாக அமைந்திருந்தது என்றும், டாக்டர் அம்பேத்கர் ஒரு நாட்டுப்பற்றாளர். சுயாட்சி அரசு வேண்டும் என்பது அவரின் குறிக்கோள் என்றும் எழுதியது.

டாக்டர் அம்பேத்கரின் வட்டமேசை மாநாட்டின் கருத்துவளஞ் செறிந்த உரை இலண்டன் பத்திரிகைகளின் கவனத்தைப் பெரிதும் ஈர்த்தது. இலண்டன் 'ஸ்பெக்டேட்டர்' பத்திரிக்கை டாக்டர் அம்பேத்கர் 'ஒரு சிறந்த தேசியவாதி' இந்தியாவின் புரட்சிகரத் தலைவர்களுள் டாக்டர் அம்பேத்கர் ஒருவராவர் என்று எழுதியது.

வட்டமேசை மாநாட்டில் டாக்டர் அம்பேத்கர் உரையின் விளைவாக அமெரிக்க நாட்டு நீக்ரோக்களைவிட

இந்தியாவில் தீண்டப்படாத வகுப்பு மக்களின் வாழ்நிலை மிகவும் இழிந்ததாக இருந்தது என்பதை உலக மக்கள் முதன் முதலாக அறிந்து கொண்டனர். மேலும் தேர்ந்த மதிநுட்பத்துடன் தீண்டப்படாத வகுப்பு மக்களின் தாங்க வொண்ணாத துன்ப நிலைகளை உலக மக்கள் அறியும் வகையில் டாக்டர் அம்பேத்கர் விளக்கியது இந்திய அரசியல் களத்தில் உறுதிப்பாடு மிக்க ஒரு சக்தியாக உருவானது.

தீண்டப்படாத வகுப்பு மக்களின் கலாசாரம், மதம், பொருளாதாரம் முதலியவற்றைப் பாதுகாப்பதற்கான அடிப்படை உரிமைகள் ஆவணத்தை டாக்டர் அம்பேத்கர் தயாரித்து இந்தியாவின் எதிர்கால அரசியல் சட்டத்தில் சேர்ப்பதற்காகச் சிறுபான்மைத் துணைக்குழுவின் முன் சமர்ப்பித்தார். அதுவே "சுயாட்சி பெற்ற இந்தியாவிற்கான எதிர்கால அரசியல் சட்டத்தில் தீண்டப்படாத வகுப்பு மக்களின் பாதுகாப்பிற்கான ஓர் அரசியல் காப்புத் திட்டம்" ஆகும்.

பிரிட்டிஷ் மக்களவையில் இந்தியாவைப் பற்றிய விவாதம் நடைபெற்றது. விவாதத்தின் போது, திரு. அய்சக்ஃபுட் என்ற உறுப்பினர் "இந்தியாவின் தீண்டப்படாத வகுப்பினர்களின் பாதுகாப்பிற்கான காப்பு விதிகளை நாம் ஏற்படுத்தவேண்டும். இல்லையென்றால் அம்மக்கள் நமக்கு எதிராகக் கொதித்தெழுவார்கள் என்று பேசினார்.

வட்டமேசை மாநாட்டின் முதல் கூட்டத்தில் இந்தியாவில் தீண்டப்படாத மக்களின் அரசியல் உரிமை களுக்கு அங்கீகாரம் அளிக்கவும், அரசியல் பாதுகாப்பு போதுமான பிரதிநிதித்துவம் அளிக்கப்படவும் வேண்டும் என்ற கோரிக்கையை டாக்டர் அம்பேத்கர் பதிவு செய்தார்.

இரண்டாவது வட்டமேசை மாநாட்டில், தீண்டப் படாத வகுப்பு மக்களுக்கு அரசியல் அதிகாரம் கோரிய டாக்டர் அம்பேத்கருக்கும் - அரசியல் அதிகாரம் வழங்கக் கூடாது என்று கூறிய காந்தியார் அவர்களுக்கும் மிகுந்த கருத்து மோதல் ஏற்பட்டது. (அதனை விரிவாக "பூனா ஒப்பந்தம்" அத்தியாயத்தில் பார்ப்போம்.)

டாக்டர் அம்பேத்கர் முதல், இரண்டு, மூன்று ஆக மூன்று வட்ட்மேசை மாநாடுகளிலும் கலந்துக் கொண்டார்.

சிறுபான்மையோர் குழு, மாநில அரசமைப்புக் குழு, வாக்குரிமைக் குழு, கூட்டாட்சி அமைப்புக் குழு, பாதுகாப்பு துணைக்குழு, அரசுப் பணிக்குழு ஆகிய குழுக்களில் பங்கு பெற்றுச் சிறந்த தம் கருத்துகளையும், யோசனைகளையும் பதிவு செய்தார்.

வட்டமேசை மாநாட்டின் கூட்டாட்சிக்குழுவில் டாக்டர் அம்பேத்கர் அவர்களின் உரையில், புதிய சிந்தனைகள் உலக அரசியல் சட்டங்களின் வரலாறு, சுதந்திர இந்தியா பற்றிய புதிய கருத்துகள் ஆகியவை வெளிப்பட்டன. அரசியலறிஞர்கள், சட்ட வல்லுநர்கள், பேராசிரியர்கள், சமஸ்தான மன்னர்கள் ஆகியோரின் கவனத்தைத் தம்முடைய பல்துறை அறிவினால் கவர்ந்தார். டாக்டர் அம்பேத்கரின் வட்டமேசை மாநாட்டில் ஆற்றிய அச்சமற்ற, சுதந்திரமான, நாட்டுப்பற்று மிக்க உரையைப் பரிசீலனை செய்த பிரிட்டிஷ் அரசு தீண்டப்படாத வகுப்பு மக்களுக்கு 'தனித் தொகுதியும்' அரசியல் அதிகாரமும் வழங்கியது.

வட்டமேசை மாநாட்டின் பிரதிநிதியாக டாக்டர் அம்பேத்கர் இடம் பெறாதிருந்திருப்பின், தீண்டப்படாத வகுப்பு மக்களை இந்தியாவின் அரசியல் களத்திற்கு வேறு யார் அழைத்து வந்திருப்பார்கள்?

இந்திய அரசியல் சட்ட வரலாற்றில் எவரும் எளிதில் டாக்டர் அம்பேத்கரைப் புறக்கணித்துவிட முடியாது என்பது வட்டமேசை மாநாட்டில் அவரின் பணிகளால் நிரூபிக்கப்பட்டுவிட்டது.

வட்டமேசை மாநாடுகள்

அடிக்குறிப்புகள்

1. ஏ.எஸ்.கே. டாக்டர் அம்பேத்கர் வாழ்க்கை வரலாறும் தாழ்த்தப்பட்ட மக்கள் பிரச்சனையும்,பல்கலைப் பதிப்பகம், சென்னை – 24, பக்கம் – 52.
2. Dhananjay Keer, Dr. Ambedkar Life and Mission, Popular Prakashan - Bombay - 1962, Page - 149.
3. Ibid, PP. 147- 198.
4. அம்பேத்கர் பேச்சும் – எழுத்தும், தொகுதி – 5, பக்கங்கள் – 3– 12.
5. மேலது, பக்கங்கள் – 153 – 155.
6. மேலது, பக்கங்கள் – 17–38.
7. மேலது, பக்கங்கள் – 40–49.
8. மேலது, பக்கங்கள் – 69–83.
9. மேலது, பக்கங்கள் – 85–86.
10. டாக்டர் அம்பேத்கர் வாழ்க்கை வரலாறு, தமிழில் க. முகிலன், மார்க்சிய பெரியாரியப் பொதுவுடைமைக் கட்சி, சென்னை வெளியீடு, 1992, பக்கம் – 255.
11. டாக்டர் அம்பேத்கர் பேச்சும் – எழுத்தும், தொகுதி – 5, பக்கங்கள் – 242 – 243.
12. மேலது, பக்கங்கள் – 253–255.
13. மேலது, பக்கம் – 257.
14. Dhananjay Keer, Dr. Ambedkar Life and Mission, Page - 179.

15. டாக்டர் அம்பேத்கர் பேச்சும் – எழுத்தும், தொகுதி – 5, பக்கங்கள் – 259 – 270.
16. மேலது, பக்கங்கள் – 91, 95, 97, 105.
17. மேலது, பக்கங்கள் – 111, 112, 119.
18. மேலது, பக்கங்கள் – 121, 123.
19. மேலது, பக்கங்கள் – 129, 130, 131, 136, 139.
19A. மேலது, பக்கங்கள் – 145 – 149.
20. மேலது, பக்கங்கள் – 157, 159, 174, 175.
21. மேலது, பக்கங்கள் – 183–191.
22. மேலது, பக்கங்கள் – 192, 186, 205.
23. மேலது, பக்கங்கள் – 221, 223, 224, 227, 229.
24. டாக்டர் அம்பேத்கர் வாழ்க்கை வரலாறு, தமிழில் க. முகிலன், பக்கங்கள் 322– 325.

3. பூனா ஒப்பந்தம்

வட்டமேசை மாநாட்டின் முதலாவது கூட்டத் தொடரின் இறுதியில், 'அரசியல் மற்றும் அரசியலமைப்புச் சட்டரீதியான காரணங்களுக்காகத் தீண்டப்படாதவர்கள் ஒரு தனிப்பட்ட இனமாக அங்கீகரிக்கப்படும் உரிமை பெற்றவர்கள் என்று ஒரு மனதாக ஏற்றுக்கொள்ளப் பட்டது".[1] இதனைத் திரு. காந்தியார் அவர்கள் எதிர்த்தார்.

"தீண்டப்படாதவர்களுக்கு அரசியல் உரிமை கேட்பவர்களுக்கு, இந்தியாவைப் பற்றியோ இந்தியச் சமுதாயத்தைப் பற்றியோ ஒன்றும் தெரியாது.

தீண்டப்படாதவர்களுக்குத் தனி வாக்காளர் தொகுதியும், தனி இட ஒதுக்கீடும் வழங்குவது இந்து தர்மத்துக்கே வெட்கக்கேடானது, மானகேடானது, இந்தியாவிலுள்ள தீண்டப்படாதவர்கள் அனைவர் சார்பிலும் தாம் பேசுவதாக டாக்டர் அம்பேத்கர் உரிமையைக் கொண்டாடுவது முறையல்ல. இது இந்து சமயத்தில் ஒரு பிளவை உண்டு பண்ணும், அதை நான் விரும்பவில்லை. தீண்டப்படாதவர்கள் விரும்பினால் இஃஸ்லாம் சமயத்திற்கோ அல்லது கிருத்துவ சமயத்திற்கோ மதம் மாறலாம். அதை நான் சகித்துக் கொள்வேன். தீண்டப்படாதவர்களுக்கு அரசியல் உரிமை கொடுப்பதை எதிர்ப்பவன் நான் ஒருவன் மட்டுமே என்றாலும் என் உயிரைக் கொடுத்தும் அதனை எதிர்ப்பேன் என்று திரு. காந்தியார் அவர்கள் இரண்டாவது வட்ட மேசை மாநாட்டில் தீண்டப்படாதோரின் அரசியல் உரிமைக் கோரும் டாக்டர் அம்பேத்கரின் கோரிக்கைகளை எதிர்த்துப் பேசினார்."[2]

மேலும், திரு. காந்தியார் அவர்கள், காங்கிரஸ் அல்லாத பிரதிநிதிகள் அனைவரையும் இழிவாக

நடத்தினார். அடித்தளமே இல்லாத வெற்று ஆட்கள் என்றார். காங்கிரசின் பிரதிநிதி என்ற வகையில் திரு. காந்தியார் அவர்கள், தாம் மட்டுமே இந்திய நாட்டின் பிரதிநிதி என்றார். பல பிரிவுகளின் பிரதிநிதிகளை ஒன்றிணைப்பதற்கு மாறாக திரு. காந்தியார் அவர்களிடையே பிளவை அதிகப்படுத்தினார். வட்ட மேசை மாநாட்டின் போது, திரு. காந்தி அவர்கள் மிகுந்த சீற்றம் கொண்டிருந்தார். சிறுபான்மையினர் உடன்பாட்டைத் தயாரித்ததில் பங்கு கொண்ட அனைவரையும் வன்மையாகக் கண்டித்தார். அதிலும் குறிப்பாக தீண்டப்படாதவர்கள் ஒரு தனி அரசியல் பிரிவாக உடன்பாட்டில் ஏற்றுக் கொள்ளப் பட்டிருப்பது திரு. காந்தியாருக்கு மிகுந்த சினத்தை ஏற்படுத்தியது. அறிவுக் கண்ணோட்டத்திலிருந்து பார்த்தாலும், அவர் போதிய அறிவைப் பெற்றிருக்கவில்லை என்பதை அவரே நிரூபித்தார். அரசியல் சட்டம் மற்றும் வகுப்புச் சிக்கல் பற்றிய பல பிரச்சனைகளை வட்டமேசை தீர்க்க வேண்டி இருந்தது. ஆனால், உருப்படியான கருத்தையோ, ஆக்கந் தரும் யோசனையோ திரு. காந்தியார் கூறவில்லை" என்று டாக்டர் அம்பேத்கர் கருத்து தெரிவித்தார்.[3]

எனவே வட்டமேசை மாநாட்டில் திரு. காந்தியாரைக் குறை கூறி விமர்சித்தவர்களே அதிகம்பேர். இவ்வாறாக வட்டமேசை மாநாடு பற்றிப் பல விதத்திலும் வெறுப்பும் அதிருப்தியும் அடைந்த திரு. காந்தியார் தான் இந்தியாவிற்கு திரும்பிய முதல் நபராவார்.[4]

சிறுபான்மையினர் சிக்கலைத் தீர்ப்பதில் பிரதிநிதி களிடையே கருத்து ஒற்றுமை ஏற்படாததைக் கண்ட பிரிட்டிஷ் பிரதமர், அச்சிக்கலைத் தீர்ப்பதற்கான முழு அதிகாரத்தையும் தனக்கு அளிக்குமாறும், அவ்வாறு தான் எடுக்கின்ற முடிவுக்குக் கட்டுப்படுவோம் என்று உறுதி கூறுமாறும் ஒரு வேண்டுகோள் விண்ணப்பத்தில் சிறு பான்மையினர் குழு உறுப்பினர்கள் அனைவரும் கையெழுத் திட்டுத் தரவேண்டும் என்றும் கேட்டார். காந்தியும் மற்றப் பிரதிநிதிகளும் அத்தகைய உறுதிமொழி விண்ணப்பத்தில் கையொப்பமிட்டனர். ஆனால் டாக்டர் அம்பேத்கர் அதில் கையொப்பமிடவில்லை. ஏனெனில், அவரின் கோரிக்கை

நியாயமானது. கட்டாயம் வெற்றி பெறுவோம் என்று நம்பினார்.[5]

திரு. காந்தியார் இந்தியா திரும்பினார்[6]

திரு. காந்தியார் அவர்கள் இரண்டாவது வட்டமேசை மாநாடு முடிவதற்கு முன்பே லண்டனிலிருந்து இந்தியாவிற்குப் புறப்பட்டார். 1931-டிசம்பர் 28-ஆம் நாள் பம்பாய் அடைந்தார்.

வட்டமேசை மாநாட்டில் தீண்டப்படாதவர்களின் கோரிக்கைக்குக் காந்தி காட்டிய எதிர்ப்பு நியாயமற்றது. மூர்க்கதனமானது, தெளிவற்றது, கண்டிக்கத்தக்கது வெறித் தனமானது என்று தீண்டப்படாத வகுப்பு அமைப்பின் செயலாளர் திரு. சிவதார்க்கர், காங்கிரஸையும் காந்தியையும் குற்றம் சாட்டி ஓர் அறிக்கையை வெளியிட்டார். டிசம்பர் 27-1932 திரு. காந்தியார் அவர்களுக்கு எதிராகத் தீண்டப்படாத மக்கள் கருப்புக் கொடி ஆர்ப்பாட்டம் செய்தனர். இதனால், காங்கிரஸ் கட்சியும், பத்திரிகைகளும் டாக்டர் அம்பேத்கரைப் பற்றி வெறுப்பூட்டும் பிரச்சாரத்தை மேற்கொண்டார்கள். டாக்டர் அம்பேத்கரைப் பிரிட்டிஷ்காரர்களின் கையாள், துரோகி, புதரில் உள்ள நாகப்பாம்பு என்று பழித்தார்கள். டாக்டர் அம்பேத்கர் பொறுமையாக இருந்தார்.

திரு. காந்தியார் அவர்களை "எதிர்ப்பவர்களும் உண்டோ" என்ற காலமது. காங்கிரஸ் என்றால் காந்தி. காந்தி என்றால் காங்கிரஸ் - என்பதுதான் அப்போதைய அரசியல் நிலை.

தீண்டப்படாத வகுப்பினர்க்கு மனித உரிமைகள் பெற தம் மூச்சு உள்ள வரையில் போராடுவேன் என்பது டாக்டர் அம்பேத்கரின் நிலை.

இந்திய வகுப்புத் தீர்ப்பு (17 – 8 – 1932) (Communal Award)

இந்தியாவின் சிறுபான்மையினர் பிரச்சினைகள் குறித்து அனைவருக்கும் ஏற்புடைய ஓர் உடன்பாட்டைக் காண மாநாடு தவறிவிட்டது. இதன் காரணமாக இந்தியாவின் அரசியல் சட்டம் முன்னேற்றம் எவ்வகையிலும் தடைபடக் கூடாது என்பதால் பிரிட்டிஷ் அரசு இந்தியாவின் "வகுப்புத்

தீர்ப்பின்" விவரங்கள் 17-8-1932-ல் அறிவிக்கப்பட்டது. அந்தத் தீர்ப்பில் தீண்டப்படாதவர்கள் சம்பந்தப்பட்ட பகுதி கீழே கொடுக்கப்பட்டுள்ளது.[7]

1. முஸ்லிம்கள், சீக்கியர்கள், தீண்டப்படாத வகுப்பினர் ஐரோப்பியர்கள் கிருத்தவர்களுக்குத் தனித் தொகுதிகள் (Separate Electorate) வழங்கப்பட்டன.

2. வாக்களிக்கத் தகுதிபெற்ற "தீண்டப்படாத வகுப்பினர்" ஒரு பொதுத் தொகுதியில் வாக்களிப்பர். "இந்த முறையில் மட்டும் சட்டமன்றத்தில் பிரதிநிதித்துவம் பெறுவது சாத்தியமில்லை என்பதால், தனி இடங்கள் அவர்களுக்கு ஒதுக்கப்படும். தேர்தல் விதிமுறைப்படி, தீண்டப்ப்டாத வகுப்பினர் மட்டுமே வாக்களிக்கும் தனித் தொகுதிகளில் நடைபெறும் தேர்தல் மூலம் இந்த இடங்கள் நிரப்பப்படும். ஒருவர் பொதுத் தொகுதியில் வாக்களிக்கவும் உரிமை பெற்றிருந்தார். தீண்டப்படாத வகுப்பினர் மிகப்பெரும் எண்ணிக்கையில் இருக்கும் குறிப்பிட்ட பகுதிகளில் இந்தத் தொகுதிகள் அமைக்கப்படும். அதாவது தங்கள் பிரதிநிதியைத் தேர்ந்தெடுக்க ஒருவாக்குரிமையும், பொதுத் தொகுதியில் பிரதி நிதியைத் தேர்ந்தெடுக்க மற்றொரு வாக்குரிமையும் ஆக இரண்டு வாக்குரிமைகள் அளிக்கப்பட்டிருந்தன. இந்த தனித் தொகுதிகள் ஏற்கனவே நீக்கப்படாத பட்சத்தில் இவற்றை 20-ஆண்டுகளுக்கு பிறகு முடிவுக்குக் கொண்டு வருவதற்கு அரசியல் அமைப்புச் சட்டத்தில் வகை செய்யப்படும்.

3. மேற்கண்ட முடிவைத் திருத்தும் நோக்கத்தோடு மேற் கொள்ளப்படும் எந்தப் பேச்சு வார்த்தையிலும் அரசு தானாகவே முன் வந்து கலந்து கொள்ளாது.

4. சம்பந்தப்பட்ட அனைத்துத் தரப்பினரின் ஆதரவைப் பெறாமல் இந்த முடிவை மாற்றுவதற்கு வைக்கப்படும் எந்த கோரிக்கையையும் அது பரிசீலிக்காது.

5. ஆனால், எல்லோராலும் ஏற்றுக் கொள்ளப்படும் ஓர் உடன்பாட்டை அரசு மகிழ்ச்சியோடு வரவேற்கும்.

6. இந்தியா முழுவதும் நடைமுறைச் சாத்திய மான ஒரு மாற்றுத்திட்டத்தைச் சம்பந்தப்பட்ட வகுப்பினர் ஏற்றுக் கொண்டுள்ளனர் என்று பிரிட்டிஷ் அரசு மனநிறைவு அடையும் பட்சத்தில், தற்போது அறிவிக்கப் பட்டிருக்கும் திட்டத்திற்குப் பதிலாக மாற்றுத் திட்டத்தை ஏற்கும்படி நாடாளுமன்றத்திற்குப் பரிந்துரை செய்யும்.

திரு. காந்தியார் – உண்ணாவிரதம்

திரு. காந்தி இலண்டனிலிருந்து புறப்பட்டு 28 - 12- 1931 - அன்று பம்பாய் வந்தடைந்தார். வழியில் ரோமாபுரியில் ஒரு பத்திரிகைக்குப் பேட்டி அளித்தபோது, இந்தியாவில் மீண்டும் 'சட்டமறுப்பு' இயக்கத்தைத் தொடங்கப் போவதாக அந்தப் பேட்டியில் கூறியிருந்தார். எனவே, இந்திய மண்ணில் காலடி எடுத்து வைத்ததும் திரு. காந்தி அவர்கள் பிரிட்டிஷ் அரசால் 4 - 1- 1932-ல் கைது செய்யப்பட்டு, "ஏரவாடா" சிறையில் அடைக்கப்பட்டார். திரு. காந்தி அவர்கள் உண்ணாவிரதம் மேற்கொண்டதற்கான சூழ்நிலைகள் கீழே சுருக்கமாகக் கொடுக்கப்படுகின்றன.[8]

(i) வட்டமேசை மாநாட்டில் தீண்டப்படாதவர்களுக்கு தனிப் பிரிதிநிதித்துவ உரிமை அளிக்கப்படுமாயின் "என் உயிரைக் கொடுத்தேனும் அதனை எதிர்ப்பேன்" என்று காந்தியார் அச்சுறுத்திப் பேசினார்.

(ii). வட்டமேசை மாநாட்டின் போது, சிறுபான்மையினர் ஓர் உடன்பாட்டிற்கு வர இருக்கின்றனர் என்பதையும், அதில் முக்கியமாக முஸ்லிம்களின் ஆதரவு தீண்டப் படாத வகுப்பினர்க்கு கிடைக்கும் என்பதையும் அறிந்த திரு காந்தியார் அவர்கள், தீண்டப்படாதவர் களைத் தனிமைப்படுத்தும் பொருட்டு, ஏற்கனவே தாம் ஏற்க மறுத்த முஸ்லிம்களின் 14 அம்சக் கோரிக்கைகளை இப்போது ஏற்கத் தயாராக இருப்பதாக அறிவித்தார். அதற்குப் பதிலாக முஸ்லிம்கள் தீண்டப்படாதவர்களுக்கு அளிக்கும் ஆதரவை திரும்பப் பெறவேண்டும் என்றார். ஆனால், முஸ்லிம் பிரதிநிதிகள் அதை ஏற்க மறுத்தார்கள்.

(iii). வட்டமேசை மாநாட்டின் இரண்டாவது கூட்டத் தொடர் கலைக்கப்பட்டபோது, சிறுபான்மைக் குழுவின் பிரதிநிதிகள் 'வகுப்புப் பிரச்சினை' தொடர்பான தமது தீர்ப்பை வழங்குவதற்கு இங்கிலாந்து பிரதமர் அவர்களுக்கு அதிகாரம் அளிக்கும் வேண்டுகோளில் காந்தியார் உட்பட அனைவரும் கையெழுத்து போட்டு கொடுத்தனர் (டாக்டர் அம்பேத்கர் போடவில்லை). வட்ட மேசை மாநாட்டில் தீண்டப்படாதவர்கள் சார்பில் முன் வைக்கப்பட்ட கோரிக்கைகளை பிரதமர் மத்தியஸ்தர் என்ற முறையில் எங்கே ஏற்றுக் கொண்டு விடுவாரோ என்று திரு. காந்தியார் அஞ்சினார். ஆகவே, பிரதமர் எந்த முடிவையும், அறிவிப்பதற்கு முன்னர் 11-3-1932-ல் சிறையிலிருந்த படியே திரு. காந்தியார் அவர்கள் இந்திய மந்திரியாக இருந்த சர்சாமுவேல் ஹோருக்கு ஒரு கடிதம் எழுதினார்.

"தாழ்த்தப்பட்ட இனத்தாருக்குத் தனித் தொகுதிகள் அமைப்பதென அரசு முடிவு செய்யும் பட்சத்தில் அதனை எதிர்த்து நான் சாகும்வரை உண்ணாவிரதம் இருப்பேன். மேலும், தாழ்த்தப்பட்ட வகுப்பினருக்குத் தனிக் கொள்கை களை உருவாக்கும் உத்தேசம் ஏதும் பிரிட்டிஷ் அரசாங்கத்துக்கு இல்லை என்று நம்பவே விரும்பு கிறேன்' என்று தீண்டப்படாதவர்களின் கோரிக் கைகளை வன்மையாக எதிர்ப்பதாக அதில் குறிப்பிட்டிருந்தார்.

"எந்த ஒரு விஷயமாயினும் முற்றிலும் அதன் தகுதிகளின் அடிப்படையில் மட்டுமே எத்தகைய முடிவும் மேற்கொள்ள நாங்கள் உத்தேசித் திருக்கிறோம்" என்பதை சொல்லிக் கொள்ள விரும்புகிறேன் என்று 13-4-1932-ல் இந்தியா அமைச்சர் திரு. காந்தியார் அவர்களுக்கு எழுதிய பதில் கடிதத்தில் குறிப்பிட்டிருந்தார்.

திரு. காந்தியார் அவர்கள், சாகும்வரை உண்ணா விரதம் இருக்கப் போவதாக அச்சுறுத்திய போதிலும், அவர் நினைத்தபடி எதுவும் நடை பெறவில்லை. அதற்கு மாறாக, 17-08-1932-ல் தீண்டப்படாதவர்களுக்குத் தனிப் பிரதிநிதித்துவம் வழங்கும் 'வகுப்புத் தீர்ப்பு' பிரிட்டிஷ் அரசு வெளியிட்டது.

(iv). வட்டமேசை மாநாட்டின்போது, பிரதமர் மத்தியஸ்தம் செய்து ஒரு தீர்ப்பைத் தெரிவிக்கும் படி கேட்டுக் கொள்ளும் வேண்டுகோளில் தாமும் கையெழுத்திட்டிருப்பதைப் பற்றித் திரு. காந்தியார் கவலைப்படவில்லை. இவ்வேண்டு கோளில் கையெழுத்துப் போட்டவர்களில் ஒருவர் என்ற முறையில் இத்தீர்ப்பை தாம் ஏற்றுக் கொள்ள கடமைப் பட்டிருப்பதைத் திரு. காந்தியார் அவர்கள் மறந்து பிரதமரின் வகுப்புத் தீர்ப்பின் ஷரத்துக்களை மாற்ற முதலில் முயன்றார். அதன் பின் பிரிட்டிஷ் பிரதமருக்கு கடிதம் எழுதினார். கடிதம் விவரம் கீழே கொடுக்கப்பட்டுள்ளது.[9]

ஏரவாடா மத்திய சிறைச் சாலை

ஆகஸ்ட் 18, 1932

அன்புள்ள நண்பர் அவர்களுக்கு,

"தாழ்த்தப்பட்ட வகுப்பினருக்குப் பிரதிநிதித்துவம் அளிக்கும் பிரச்சனை சம்பந்தமாக மார்ச் 11ஆம் தேதி சர் சாமுவல் ஹோருக்கு நான் எழுதிய கடிதத்தை உங்களிடமும் அமைச்சரவையிடமும் அவர் காண்பித்திருப்பார் என்பதில் ஐயமில்லை. அந்தக் கடிதத்தை இக்கடிதத்தின் ஒரு பகுதி யாகப் பாவித்து, அதனுடன் சேர்த்து இதனைப் படிக்குமாறு வேண்டுகிறேன்.

"சிறுபான்மையினருக்குப் பிரதிநிதித்துவம் அளிப்பது சம்பந்தமான பிரிட்டிஷ் முடிவைப் படித்தேன். சர் சாமுவல் ஹோருக்கு நான் எழுதிய கடிதத்தின் பிரகாரமும், வட்டமேசை மாநாட்டின் சிறுபான்மையினர் குழுவின் கூட்டம் செயிண்ட் ஜேம்ஸ் மாளிகையில் 1931 நவம்பர் 13-ஆம் தேதி நடைபெற்ற போது, நான் திட்டவட்டமாக

மு. நீலகண்டன் 49

அறிவித்தபடியும் என் உயிரைப் பணயம் வைத்து உங்கள் முடிவை எதிர்க்க வேண்டியவனாக இருக்கிறேன். இதைச் செய்வதற்கு எனக்குள்ள ஒரே வழி சாகும்வரை உண்ணாணவிரதம் இருப்பதே ஆகும். உப்பு கலந்த அல்லது உப்பு இல்லாத தண்ணீரையும் சோடாவையும் தவிர உண்ணாவிரதத்தின் போது வேறு எந்த ஆகாரத்தையும் உட்கொள்ள மாட்டேன். இதற்கு மத்தியில் பிரிட்டிஷ் அரசாங்கம் தானே முன்வந்தோ அல்லது பொதுமக்கள் கருத்தின் நிர்ப்பந்தத்தாலோ தனது முடிவை மாற்றிக் கொள்ளுமானால், தாழ்த்தப்பட்ட சமூகத்தினருக்குத் தனித் தொகுதிகளை ஒதுக்கும் தனது திட்டத்தைத் திரும்பப் பெற்றுக் கொள்ளுமானால் என் உண்ணாவிரதத்தை நிறுத்திவிடுவேன். வழக்கமான தேர்தல் விதிகளின்படி அமைந்த பொதுத் தொகுதியிலிருந்து - அது எவ்வளவு விரிந்து பரந்ததாயினும் தாழ்த்தப்பட்ட மக்களின் பிரதிநிதிகள் தேர்ந்தெடுக்கப் படுவதையே நான் விரும்புகிறேன்.

“அரசின் முடிவு மேலே தெரிவித்தபடி மாற்றப்பட வில்லையாயின் எனது உண்ணாவிரதம் அடுத்த செப்டம்பர் 20ஆம் தேதி நண்பகலிலிருந்து தொடங்கும்.

“உங்களுக்குப் போதிய முன்னறிவிப்பு தரவேண்டும் என்ற எண்ணத்தில் இந்தக் கடிதத்தின் வாசகத்தை உங்களுக்குத் தந்தி மூலம் தெரிவிக்கும்படி இங்குள்ள அதிகாரிகளைக் கேட்டுக் கொண்டிருக்கிறேன். எத்தகைய மிகத் தாமதமான மார்க்கத்திலும் கூட இந்தக் கடிதம் உங்களுக்கு உரிய சமயத்தில் கிடைக்க வேண்டும் என்பதற்காக நிறைய அவகாசம் தந்திருக்கிறேன்.

“இந்தக் கடிதமும் நான் ஏற்கெனவே குறிப்பிட்ட சர். சாமுவல் ஹோருக்கு எழுதப்பட்ட என் கடிதமும் கூடிய விரைவில் பிரசுரிக்கப்பட வேண்டும் என்றும் வேண்டிக் கொள்கிறேன். என்னைப் பொறுத்த வரையில், சிறை விதிகளை இம்மியும் மீறாதபடி, மிகக் கண்டிப்பாகக் கடைப்பிடித்திருக்கிறேன். என் விருப்பத்தையோ அல்லது இவ்விரு கடிதங்களின் உள்ளடக்கத்தையோ என்னுடைய தோழர்களான சர்தார் வல்லபாய் பட்டேலையும்

திரு. மகாதேவ தேசாயையும் தவிர வேறு எவருக்கும் தெரிவிக்க வில்லை. எனினும் என் கடிதங்கள் குறித்துப் பொது மக்களின் அபிப்பிராயத்தை அறிய விரும்புகிறேன். எனவே, அவற்றை விரைவில் பிரசுரிக்குமாறு கேட்டுக்கொள்கிறேன்.

"நான் மேற்கொண்டுள்ள முடிவுக்காக வருந்துகிறேன். சமய ஈடுபாடுள்ளவன் என்ற முறையில் மனச்சான்றினை மீறாப் பண்புடையவன் என்ற வகையில், இதைத் தவிர எனக்கு வேறு எந்த மார்க்கமும் இல்லை. சர். சாமுவல் ஹோருக்கு நான் எழுதிய கடிதத்தில் குறிப்பிட்டிருந்தபடி, சங்கடமான நிலையிலிருந்து தப்பித்துக் கொள்ளும் பொருட்டு மன்னர் பிரான் அரசாங்கம் என்னை விடுதலை செய்ய முடிவு செய்தால் கூட என் உண்ணாவிரதம் நிற்காது; தொடர்ந்து நடைபெறும். ஏனென்றால் வேறு எந்த வழிகளிலும் உங்கள் முடிவை எதிர்த்து நிற்க முடியும் என்ற நம்பிக்கை எனக்கில்லை; கௌரவமான முறையில் தவிர வேறு எந்த வழிகளிலும் என் விடுதலைக்குத் திட்டமிடவும் நான் விரும்பவில்லை.

"ஒருகால் எனது கருத்து ஏறுமாறானதாக இருக்கலாம்; தாழ்த்தப்பட்ட வகுப்பினருக்குத் தனித் தொகுதிகள் ஏற்படுத்துவது அவர்களுக்கும் இந்து சமயத்திற்கும் தீங்கானது என்ற என் கணிப்பு முற்றிலும் தவறானதாகவும் இருக்கலாம். இது உண்மையானால் என் வாழ்க்கைத் தத்துவத்தின் இதர அம்சங்களிலும் நான் தவறு இழைத்தவன் ஆகிறேன்; இச்சூழ் நிலையில் உண்ணாவிரதத்தில் எனக்கு நேரிடக்கூடிய மரணம் என் தவறுக்கெல்லாம் ஒரு பிராயச்சித்தமாக இருக்கும்; மேலும், என்னுடைய விவேகத்தில், அறிவு நுட்பத்தில் எண்ணற்ற ஆடவரும் பெண்டிரும் வேறு பாடின்றி குழந்தைகள்போல் வைத்திருக்கும் அசைக்க முடியாத நம்பிக்கையின், பாசத்தின், அன்பின் சுமையை இறக்கி விட்டதாகவும் இருக்கும். ஆனால், அதேசமயம் எனது கருத்துச் சரியாக இருக்கும் பட்சத்தில் இதில் எனக்கு எள்ளளவும் ஐயமில்லை - நான் மேற்கொள்ள உத்தேசித்திருக்கும் நடவடிக்கை நிச்சயம் வெற்றி பெறவே செய்யும்; வாழ்க்கைத் தத்துவத்தை நிறைவேற்ற கால்

நூற்றாண்டுக்கும் மேலாக அயராது சோராது நான் மேற்கொண்டு வந்துள்ள முயற்சி இதற்கு உறுதுணை புரியும்.

என்றும்,
உங்கள் நம்பிக்கைக்குரிய நண்பன்,
எம்.கே. காந்தி

இக்கடிதத்திற்குப் பிரதமர் பின்வருமாறு பதில் எழுதினார்.

10, டவுனிங் தெரு,

செப்டம்பர் 8, 1932.

அன்புள்ள திரு. காந்தியார் அவர்களுக்கு,

"உங்கள் கடிதம் கண்டு மிகுந்த வியப்பும் வருத்தமும் அடைந்தேன். தாழ்த்தப்பட்ட வகுப்பினர் சம்பந்தமாக மன்னர்பிரான் அரசாங்கம் எடுத்துள்ள முடிவு உண்மையில் எதைக் குறிக்கின்றது என்பதைப் புரிந்து கொள்ளாமல் இக்கடிதத்தை நீங்கள் எழுதியிருப்பதாகவே கருதுகிறேன். தாழ்த்தப்பட்ட வகுப்பினரை இந்துச் சமூகத்திலிருந்து நிரந்தரமாகப் பிரித்து வைப்பதை, தனிமைப் படுத்தி வைப்பதை நீங்கள் சற்றும் விட்டுக் கொடுக்காமல் உறுதியாக எதிர்த்து வந்திருக்கிறீர்கள் என்பதை நாங்கள் எப்போதுமே புரிந்து வந்திருக்கிறோம். வட்ட மேசை மாநாட்டின் சிறுபான்மையினர் குழுவில் உங்கள் நிலையை மிகத் தெளிவாக எடுத்துரைத்திருக்கிறீர்கள்; மார்ச் 11-ஆம் தேதி சர் சாமுவல் ஹோருக்கு எழுதிய கடிதத்தில் இதனைத் திரும்பவும் வலியுறுத்தியிருக்கிறீர்கள். இந்துச் சமூகத்தில் மிகப் பெரும் பகுதியினர் உங்கள் கருத்தை ஆதரிக்கின்றனர் என்பதையும் நாங்கள் அறிவோம். எனவே, தாழ்த்தப்பட்ட வகுப்பினரின் பிரதி நிதித்துவப் பிரச்சினையைப் பரிசீலனைக்கு எடுத்துக் கொண்டபோது, இவற்றையும் மிகக் கவனமாகக் கருத்தில் கொண்டோம்.

"தாழ்த்தப்பட்ட வகுப்பினரின் அமைப்புகளிலிருந்து எங்களுக்கு எண்ணற்ற முறையீடுகள் வந்தன; அவர்கள்

எத்தகைய கொடிய சமூக ஏற்றத்தாழ்வுகளுக்கு உள்ளாகி வேதனையும் வாதனையும் பெற்று வருகிறார்கள் என்பது பொதுவாக அனைவரும் அறிந்த உண்மை; இதனை நீங்களும் மிகப்பல சந்தர்ப்பங்களில் ஒப்புக் கொண்டிருக்கிறீர்கள். இவற்றை எல்லாம் கருத்தில் கொண்டு, சட்டமன்றங்களில் நியாயமான சதவிகிதத்தில் பிரதிநிதித்துவம் பெறுவதற்குத் தாழ்த்தப்பட்ட வகுப்பினருக்குள்ள உரிமைகளைப் பாது காப்பது எங்கள் கடமை என உணர்ந்தோம். அதே சமயம் தாழ்த்தப்பட்ட சமூகத்தினை இந்துச் சமுதாயத்திலிருந்து பிரிக்கக்கூடிய எதையும் செய்து விடக்கூடாது என்பதிலும் மிகவும் கவனமாக இருந்தோம். சட்ட மன்றங்களில் இவர்கள் பிரதிநிதித்துவம் பெறுவதை எதிர்க்கவில்லை என்று நீங்களே உங்கள் மார்ச் 11-ஆம் தேதி கடிதத்தில் குறிப்பிட்டிருக்கிறீர்கள்.

"அரசாங்கத் திட்டத்தின்படி தாழ்த்தப்பட்ட வகுப்பினர் இந்துச் சமூகத்தின் ஒரு பிரிக்க முடியாத பகுதியினராகத் தொடர்ந்து நீடித்து வருவர்; இந்து வாக்காளர்களுடன் சேர்ந்து சரிசமத்துவ அடிப்படையில் வாக்களிப்பர்; ஆனால் அடுத்த முதல் இருபது ஆண்டுக் காலத்தில் அவர்கள் வாக்காளர்கள் ரீதியில் இந்துச் சமூகத்தின் ஒரு பகுதியினராகத் தொடர்ந்து நீடித்தவாறே சில குறிப்பிட்ட எண்ணிக்கை உள்ள தனித் தொகுதிகளைப் பெறுவர்; இத்தொகுதிகள் அவர்களது உரிமைகளையும் நலன்களையும் பாதுகாக்கக்கூடிய சாதனங்களாக அமைந்திருக்கும்; தற்போதைய நிலைமையில் இத்தகைய தனித் தொகுதிகளை உருவாக்குவது அவசியம் என்று நாங்கள் திடமாக நம்புகிறோம்.

"இந்தத் தனித்தொகுதிகள் உருவாக்கப்பட்டுள்ள பகுதிகளில் தாழ்த்தப்பட்ட வகுப்பு உறுப்பினர்கள் பொது இந்துத் தொகுதிகளில் தங்களுக்கு இருக்கும் வாக்குரிமையை இழந்துவிட மாட்டார்கள்; அதற்குப் பதில் இந்துச் சமூகத்தில் அவர்கள் அங்கம் வகிப்பது பாதிக்கப் படாமல் இருக்கும் பொருட்டு அவர்களுக்கு இரண்டு வாக்குகள் அளிக்கப்படும்.

“தாழ்த்தப்பட்ட மக்களுக்குத் தனித்தொகுதி அமைத்து, எல்லாத் தாழ்த்தப்பட்ட இன வாக்குகளையும் பொதுத் தொகுதிகளில் அல்லது இந்துத் தொகுதிகளில் சேர்க்கலாம் என்றும், இவ்வாறு செய்தால் உயர்ஜாதி வேட்பாளர்கள் தாழ்த்தப்பட்டோர் வாக்குகளையும் நாடிப் பெற வேண்டிவரும் என்றும், இதன்மூலம் இந்து சமுதாயத்தின் ஒற்றுமையைப் பாதுகாக்க முடியும் என்றும் நீங்கள் தெரிவிக்கும் கருத்து எங்களுக்கு ஏற்புடையதல்ல.

மாகாணங்களில் தேர்தல்கள் நடைபெற்று அவற்றின் மூலம் சட்டமன்றங்களில் பெரும்பான்மை இடங்களைக் கைப்பற்றுவோர்க்கு அதிகாரம் மாறிப் பொறுப்பாட்சி மலரும்; அப்போது தாழ்த்தப்பட்ட மக்களின் நிலை என்ன? சாதி இந்துக்களால் பல நூற்றாண்டுக் காலமாகக் குரூரமாகக் கொடுமைப்படுத்தப்பட்டு வந்தவர்கள், இழிவுபடுத்தப்பட்டு வந்தவர்கள், அலட்சியப்படுத்தப்பட்டு வந்தவர்கள் என்று சர் சாமுவல் ஹோருக்கு எழுதிய உங்கள் கடிதத்தில் நீங்களே தாழ்த்தப்பட்ட வகுப்பினரைப் பற்றிக் குறிப்பிட்டிருக்கிறீர்கள். பொறுப்பாட்சியின் போது ஒன்பது மாகாணங்களில் ஏழு மாகாணங்களில் இப்போதைய தாழ்த்தப்பட்ட மக்கள் குறிப்பிட்ட எண்ணிக்கையிலான பிரதிநிதிகளை அவர்கள் தாங்களே தேர்தெடுத்து சட்ட மன்றங்களுக்கு அனுப்புவது அவசியம் என்று நாங்கள் உணர்ந்தோம். அப்போதுதான் அவர்கள் தங்கள் மனக் குறைகளையும் லட்சியங்களையும் எடுத்துரைக்க முடியும், அவற்றை ஆதரித்துக் குரல் எழுப்ப முடியும், சட்ட மன்றத்திற்கு வெளியே தங்களுக்கு எதிராக முடிவுகள் எடுப்பதைத் தடுக்க முடியும், தங்களது நிலையை அரசின் கவனத்துக்குக் கொண்டு வரமுடியும் - சுருக்கமாகக் கூறினால் தாழ்த்தப்பட்ட மக்களுக்காக தாழ்த்தப்பட்ட மக்களே பேசும்படியான நிலையில் அவர்களை வைக்க முடியும் என்று கருதினோம். நியாய உணர்வு படைத்த எவருமே இதனை ஏற்றுக் கொள்வார்கள் என்பதில் ஐயமில்லை. சில குறிப்பிட்ட இடங்களை ஒதுக்கி அவற்றுக்கு விசேடப் பிரதிநிதிகளைத் தேர்ந்தெடுக்கும்

முறை இன்றைய நிலைமைகளில் எந்த வாக்குரிமைத் திட்டத்தின் அடிப்படையிலும் காரியசாத்தியமானதென்று நாங்கள் கருதவில்லை; இவ்வாறு தேர்ந்தெடுக்கப்படும் உறப்பினர்கள் தாழ்த்தப்பட்ட மக்களை உண்மையிலேயே பிரதிநிதித்துவப்படுத்துவார்கள் என்றோ, அவர்களுக்குப் பொறுப்புக் கூறக் கடமைப்பட்டிருப்பார்கள் என்றோ நாங்கள் நினைக்கவில்லை; ஏனென்றால் பெரும்பாலான சந்தர்ப்பங்களில் இத்தகைய உறுப்பினர்கள் பெரும்பான்மையினரான மேல்சாதி இந்துக்களால் தேர்ந்தெடுக்கப்பட்டவர்களாகவே இருப்பார்கள்.

"எங்கள் திட்டத்தின்படி தாழ்த்தப்பட்ட மக்கள் பொது இந்துத் தொகுதியில் தங்களுக்குள்ள வழக்கமான தேர்தல் உரிமைகளைப் பெறவதோடு, ஒரு குறிப்பிட்ட எண்ணிக்கையுள்ள தனித் தொகுதிகள் அவர்களுக்கு ஒதுக்கப்படுவதன் காரணமாக ஆரம்ப காலத்தில் விசேட அனுகூலம் பெறுகிறார்கள். தனி வகுப்புவாத வாக்காளர்கள் மூலம் தேர்ந்தெடுக்கப்படும் முஸ்லிம்கள் போன்ற சிறுபான்மையினர் விஷயத்தில் கைக்கொள்ளப்படும் பிரதிநிதித்துவ முறையிலிருந்து இது கருத்தளவிலும் செயலளவிலும் முற்றிலும் மாறுபட்டதாகும். உதாரணமாக ஒரு முஸ்லிம் பொதுத்தொகுதியில் வேட்பாளராகப் போட்டியிட முடியாது; வாக்களிக்கவும் முடியாது. ஆனால், அதே சமயம் தேர்தல் விதிகளின்படி தகுதி வாய்ந்த தாழ்த்தப்பட்ட வகுப்பைச் சேர்ந்த ஓர் உறுப்பினர் பொதுத் தொகுதியில் வாக்களிக்கவும் வேட்பாளராக நிற்கவும் முடியும்."

முஸ்லிம்களுக்கு ஒதுக்கப்படும் பிரதேசவாரியான இடங்களின் எண்ணிக்கை மேற்கொண்டு அவர்கள் பிரதேச அளவில் இடங்களைப் பெறுவதைச் சாத்தியமற்றதாக்கும் முறையில் அமைக்கப்பட்டுள்ளது; ஏனென்றால் பெரும்பாலான மாகாணங்களில் தங்களது மக்கட்தொகை விகிதாசாரத்துக்கும் அதிகமாகவே அவர்கள் இடங்களைப் பெற்றிருக்கிறார்கள்; ஆனால் தாழ்த்தப்பட்ட இன மக்களின் விஷயம் அப்படியல்ல; அவர்களுக்கான தனித் தொகுதிகளிலிருந்து நிரப்பப்படும் விசேட இடங்களின்

எண்ணிக்கை எவ்வாறு நிர்ணயிக்கப்படுகிறது. தாழ்த்தப்பட்ட இனத்தோர் அனைவருக்கும் முழுப் பிரதிநிதித்துவம் அளிக்கும் வகையிலும் அவர்களது மக்கள் தொகை விகிதாசாரத்துக்கு ஏற்ப அவர்களுக்கு இடங்களை ஒதுக்கும் அடிப்படையிலும் இந்த எண்ணிக்கை நிர்ணயிக்கப்படவில்லை. அப்படியானால் வேறு எப்படி நிர்ணயிக்கப்படுகிறது? முற்றிலும் தாழ்த்தப்பட்ட மக்களாலேயே தேர்ந்தெடுக்கப் பட்டு, அவர்களுக்காக வாதாடக்கூடிய, குரல் கொடுக்கக்கூடிய, அவர்களது எண்ணங்களை, ஆர்வ விருப்பங்களைப் பிரதிபலிக்கக் கூடிய, குறைந்தபட்ச எண்ணிக்கையுள்ள அவர்களது பிரதிநிதிகளைச் சட்டமன்றத்தில் இடம்பெறச் செய்யவேண்டும் என்ற ஒரே நோக்கத்துடனேயே இந்த எண்ணிக்கை நிர்ணயிக்கப்படுகிறது. எல்லா இடங்களிலும் தாழ்த்தப்பட்ட வகுப்பினருக்கான தனி இடங்கள் அவர்களது மக்கட் தொகைச் சதவிகிதத்திற்கு மிகவும் குறைவாகவே உள்ளன.

சாகும்வரை உண்ணாவிரதம் இருக்கும் அதிதீவிர முடிவை நீங்கள் மேற்கொண்டிருக்கிறீர்கள். அது எதற்காக? தாழ்த்தப்பட்ட வகுப்பினர் இந்துக்களுடன் இணைந்து கூட்டுத் தொகுதிகளைப் பெறவேண்டும் என்பதற்காகவா? அப்படி இருக்க முடியாது. ஏனென்றால் அதற்கு ஏற்கெனவே வழி செய்யப்பட்டிருக்கிறது. அல்லது இந்துக்களின் ஒற்றுமையை நிலைநாட்டுவதற்காகவா? அப்படியும் கூறமுடியாது. ஏனென்றால் அதற்கும் வகை செய்யப்பட்டிருக்கிறது. பின்னர் நீங்கள் உண்ணாவிரதம் இருக்கப்போவதன் நோக்கம்தான் யாது? இன்று அவர்கள் சொல்லவொண்ணாத கொடுமைக்கு உள்ளாக்கப்பட்டிருக் கின்றனர்; எத்தனை எத்தனையோ வழிகளில் பயங்கரமாக இழிவுபடுத்தப்பட்டு வருகின்றனர். இத்தகைய மக்கள், தங்கள் எதிர்காலத்தைப் பெருமளவுக்கு நிர்ணயிக்கக்கூடிய தங்கள் கதிப்போக்கின் மீது மிகுந்த செல்வாக்குச் செலுத்தக் கூடிய, தங்களது குரலை எதிரொலிக்கக்கூடிய குறிப்பிட்ட எண்ணிக்கை உள்ள தங்கள் பிரதிநிதிகளைத் தாங்களே தங்கள் விருப்பப்படித் தேர்ந்தெடுத்து அனுப்புவதைத்

தடுக்கும் ஒரே நோக்கத்துடனேயே நீங்கள் உண்ணா விரதத்தை மேற்கொள்ளத் தீர்மானித்திருக்கிறீர்கள். இவ்வாறுதான் உங்கள் போக்கை என்னால் புரிந்துகொள்ள முடிகிறது."

"எல்லாவற்றையும் கவனமாக ஆராய்ந்து நாங்கள் மிக நியாயமான இந்த யோசனைகளை முன்வைத்திருக்கும் பகைப் புலனில், நீங்கள் எடுத்துள்ள முடிவுக்கு என்ன காரணம் என்பதை என்னால் புரிந்துகொள்ள முடியவில்லை; உண்மை நிலையை நீங்கள் தவறாகப் புரிந்து கொண்டிருக்கிறீர்கள் என்றே நினைக்கிறேன்."

"சிறுபான்மையினர் பிரச்சனையில் இந்தியர்கள் தங்களுக்குள்ளேயே ஓர் உடன்பாடு காணத் தவறிய பிறகு, அவர்களது வேண்டுகோளின் பேரில் அரசாங்கம் தனது சொந்த விருப்பத்துக்கு மாறாகவே இப்பிரச்சினை குறித்து ஒரு முடிவு எடுக்கும் பொறுப்பை ஏற்றது. இப்போது அத்தகைய முடிவை அது அறிவித்துள்ளது. ஏற்கெனவே திட்டவட்டமாக, தெளிவாக அது அறிவித்த நிபந்தனைகளின் பேரில் அல்லாமல், இந்த முடிவை அரசு எவ்வகையிலும் மாற்றும் என்று எதிர்பார்க்க முடியாது. எனவே, அரசின் முடிவு நீடிக்கும், அதில் எந்த மாற்றமும் இருக்காது என்பதைத் தங்களுக்குத் தெரிவித்துக் கொள்கிறேன். மேலும், பல்வேறு சமுதாயத்தினரின் பலதரப்பட்ட முரண்பாடான கோரிக்கைகளையும் அவற்றின் தகுதி களையும் உள்ளார்ந்த முறையில் சீர்தூக்கிப் பார்த்தே அரசு இந்த ஏற்பாடுகளை வகுத்துத் தந்திருக்கிறது; இவற்றிற்குப் பதிலாக வேறு தேர்தல் ஏற்பாடுகளைச் செய்ய வேண்டுமானால் சம்பந்தப்பட்ட தரப்பினர் அனைவரின் உடன்பாட்டுடனேயே அதைச் செய்யமுடியும் என்பதையும் கூறிக்கொள்கிறேன்.

"மார்ச் 11-ம் தேதி சர் சாமுவேல் ஹோருக்கு நீங்கள் எழுதிய கடிதம் உட்பட இந்தக் கடிதப் போக்குவரத்து முழுவதையும் பிரசுரிக்க வேண்டும் என்று கேட்டிருக்கிறீர்கள்.

உபவாசம் மேற்கொள்ளுவதற்கு நீங்கள் எடுத்த முடிவுக்கான காரணத்தைப் பொதுமக்களுக்குத் தாங்கள் விளக்கிக்கூறும் வாய்ப்பினைத் தற்சமயம் தாங்கள் சிறையில் இருக்கும் காரணத்தால் மறுப்பது நியாயமற்றது என்று எனக்குத் தோன்றுகிறது; எனவே, மறுபரிசீலனை செய்து இந்த வேண்டுகோளை தாங்கள் மீண்டும் முன்வைத்தால் அதனை தடையின்றி ஏற்பேன். எனினும், அரசு இந்த முடிவை எடுத்ததற்கான உண்மையான விவரங்களையும் சந்தர்ப்பங்களையும் ஆழ்ந்து ஆராய்ந்து பார்க்குமாறும், நீங்கள் உத்தேசித்துள்ள நடவடிக்கையை மேற்கொள்வது உண்மையிலேயே நியாயமானது தானா என்பதை உங்களை நீங்களே கேட்டுக் கொள்ளுமாறும் மீண்டும் வலியுறுத்துகிறேன்.

தங்களது உள்ளார்ந்த
ஜே. ராம்ஸே மக்டொனால்டு

பிரதமர் இறங்கி வர மாட்டார் என்பதைக் கண்ணுற்ற திரு. காந்தி தம் சாகும்வரை உண்ணாவிரதம் இருக்க முடிவு செய்திருப்பதைப் பின்கண்ட கடிதத்தின் மூலம் உறுதிப்படுத்தினார்.

ஏரவாடா மத்திய சிறைச்சாலை,
செப்டம்பர் 9, 1932.

அன்புள்ள நண்பர் அவர்களுக்கு,

தாங்கள் மனம் விட்டு எழுதிய முழுக் கடிதத்தையும் தந்திவாயிலாக இன்று கிடைக்கப்பெற்றேன். இதற்காக என் நன்றியைத் தெரிவித்துக் கொள்கிறேன். ஆனால், எனது உத்தேச நடவடிக்கைக்கு நான் ஒருபோதும் நினைத்துப் பார்க்க முடியாத வியாக்கியானத்தைத் தாங்கள் தந்திருப்பதற்கு வருந்துகிறேன். நான் எந்த சமூகத்தினருக்கு ஆதரவாக பேசுகிறேனோ, அந்த சமூகத்தினர் நலன்களைப் பலியிடுவதற்கே சாகும்வரை உண்ணாவிரதம் இருக்க நான் விரும்புவதாக என்மீது குற்றம் சாட்டியிருக்கிறீர்கள். இதுகுறித்து நான் எத்தகைய எதிர்வாதமும் செய்யப்

போவதில்லை. நான் மேற்கொள்ளவிருக்கும் தீவிர நடவடிக்கையே இத்தகைய சுயநலமிக்க வியாக்கியானத்திற்கு முற்றுப்புள்ளி வைக்கும் என்று நம்புகிறேன். என்னைப் பொறுத்தவரையில் இது முற்றிலும் சமயச் சார்புடைய பிரச்சனை என்பதை மீண்டும் வலியுறுத்துகிறேன். தாழ்த்தப்பட்ட வகுப்பினர் இரண்டு வாக்குகள் பெறுவதற்கு உரிமை பெறுவார்கள் என்று கூறியிருக்கிறீர்கள். ஆனால் இந்த உரிமை அவர்களையோ, பிளவுபடுவதிலிருந்து இந்து சமுதாயத்தையோ காப்பாற்றப் போவதில்லை. தாழ்த்தப்பட்ட வகுப்பினருக்குத் தனித் தொகுதிகளை உருவாக்கும் ஏற்பாட்டில் இந்து தர்மத்தை திட்டமிட்டு அழிப்பதற்கு விஷம் வைக்கப்பட்டிருப்பதைக் காண்கிறேன். இந்த ஏற்பாட்டால் மக்களுக்கு எத்தகைய நன்மையும் கிட்டாது. நீங்கள் தாழ்த்தப்பட்டவர்கள் பால் என்னதான் பரிவிரக்கம் கொண்டவராக இருந்தாலும், சம்பந்தப்பட்ட தரப்பினருக்கு ஜீவாதாரமான, சமய முக்கியத்துவம் வாய்ந்த இத்தகைய ஒரு விஷயத்தில் சரியான முடிவெடுக்க முடியாது."

"தாழ்த்தப்பட்ட வகுப்பினருக்கு அளவுக்கு அதிகமாகப் பிரதிநிதித்துவம் கொடுப்பதைக் கூட நான் எதிர்க்கவில்லை. இந்துக்களாக நீடிப்பதற்கு அவர்கள் விரும்பும்வரை, ஒரு வரம்புக்குட்பட்ட அளவில் கூட சட்டரீதியாக இந்துமத அரவணைப்பிலிருந்து அவர்கள் பிரிக்கப்படுவதைத்தான் எதிர்க்கிறேன். உங்கள் முடிவு மாறாது என்றால், அந்த அடிப்படையில் அரசியலமைப்புச் சட்டம் உருவாக்கப் படுகிறது என்றால் அதன் பொருள் என்ன? வாழ்க்கையின் ஒவ்வொரு துறையிலும் அடக்கப்பட்டு ஒடுக்கப்பட்டுத் தாழ்ந்து கிடக்கும், வீழ்ந்து கிடக்கும் தங்கள் சகோதரர்களைக் கைதூக்கி விடுவதற்கு, அவர்கள் உய்வும் உயர்வும் பெறுவதற்கு இந்துச் சமூகச் சீர்திருத்தச் செம்மல்கள் தங்களைத் தன்னலமற்று அர்ப்பணித்துக் கொண்டு எத்தனை எத்தனையோ அரும்பெரும் பணியாற்றி இருக்கிறார்கள். அந்த மகான்களின் இத்தகைய சீரிய சேவையின் அற்புதப் பணியின் வளர்ச்சியை, முன்னேற்றத்தை

உங்களது இந்த நடவடிக்கையின் மூலம் தடுத்து நிறுத்து கிறீர்கள் என்பதை நீங்கள் உணர்கிறீர்களா?

"எனவே, உங்களுக்குத் தெரிவிக்கப்பட்ட முடிவைச் செயல்படுத்தும் நிர்ப்பந்தத்துக்கு உள்ளாகியுள்ளேன்; இதைத் தவிர எனக்கு வேறு வழியில்லை."

"உங்கள் கடிதம் வேறொரு தப்பபிப்பிராயத்தையும் தோற்றுவிக்கக் கூடும் என்று கருதுவதால், அதையும் இங்குத் தெளிவுபடுத்த விரும்புகிறேன். தாழ்த்தப்பட்ட மக்களின் பிரச்சனையை உங்களது முடிவின் இதர பகுதிகளிலிருந்து பிரித்து அதற்கு நான் தனி முக்கியத்துவம் அளித்திருப்பதைக் கொண்டு உங்கள் முடிவின் இதர அம்சங்களை நான் ஏற்றுக்கொண்டு விட்டதாக எவ்வகையிலும் பொருள் கொள்ளலாகாது. உங்கள் தீர்ப்பின் இதர பல பகுதிகளும் கடும் ஆட்சேபத்துக்குரியவை என்பதே என் கருத்து. தாழ்த்தப்பட்ட வகுப்பினரின் பிரச்சினையில் என் மனச் சான்றின் தூண்டுதலின் பேரில் உயிர்த் தியாகம் செய்ய எடுத்துள்ள முடிவைப் போன்று இவற்றின் விஷயத்திலும் அத்தகைய முடிவை மேற்கொள்ள வேண்டிய அவசியம் இல்லை என்றே கருதுகிறேன்.

என்றும்,
உங்கள் நம்பிக்கைக்குரிய நண்பன்,
எம்.கே. காந்தி

ஆகவே, தீண்டத்தகாதோருக்குத் தனித்தொகுதிகள் ஒதுக்கப்படுவதை ஆட்சேபித்துத் திட்டமிட்டபடி திரு. காந்தி தாம் 'சாகும் வரை உண்ணாவிரதத்தை' 1932 செப்டம்பர் 20 - ஆம் நாளன்று தொடங்கினார்.

திரு. காந்தியார் உண்ணாவிரதம் – அரசியல் சூழ்நிலைகள்:[10]

தீண்டப்படாதவர்களுக்கான தனிவாக்காளர் தொகுதி முறையை நீக்காவிட்டால், சாகும்வரை உண்ணாவிரதம் இருக்கப்போவதாக திரு. காந்தியார் அறிவித்துவிட்டார். அவரது முடிவு தாழ்த்தப்பட்ட மக்களையும், குறிப்பாக டாக்டர் அம்பேத்கரையும் தர்மசங்கடமான நிலையில் வைத்தது.

திரு. காந்தியின் சாகும்வரை உண்ணாவிரத அறிவிப்பு நாட்டைத் திகைக்கச் செய்துவிட்டது. திரு. காந்தியாருக்கும், அரசுக்கும் பொதுமக்கள் வேண்டுகோள்கள் விட்டன. பத்திரிக்கைகளில் பல அறிக்கைகள் வெளியிடப்பட்டன. பிரார்த்தனைகளும் நடத்தப்பட்டன. இராசேந்திரப் பிரசாத் போன்ற தலைவர்கள் இந்து மதத்திற்கு ஆபத்து வந்து விட்டது என்று அறிவித்தனர். அனைத்துத் தரப்பு இந்துக்களிடையே குழப்பமும், பதற்றமான சூழ்நிலையும் நிலவின. திரு. காந்தியின் உயிரைக் காப்பாற்ற வேண்டு மானால் பிரிட்டிஷ் பிரதமரின் "தீண்டப்படாதவர்களுக்கு வழங்கப்பட்ட தனிவாக்காளர் தொகுதிமுறை" தீர்ப்பை மாற்ற வேண்டும். அவ்வாறு அதை மாற்றுவதற்கு டாக்டர் அம்பேத்கரின் ஒப்புதலைக் கட்டாயம் பெற்றாக வேண்டும். ஏனெனில் டாக்டர் அம்பேத்கர் தீண்டப்படாத வகுப்பு மக்களுக்கு அந்த உரிமைகளைப் போராடிப் பெற்றுத் தந்தார். அனைவரின் பார்வையும் டாக்டர் அம்பேத்கர் பக்கம் திரும்பின. மிகவும் ஆபத்தான கொடியதோர் ஆயுதத்தைத் திரு. காந்தியார் டாக்டர் அம்பேத்கர் மீது வீசிவிட்டார்.

டாக்டர் அம்பேத்கருக்கு எதிராக வெறிதனமாக பிரச்சாரம் தொடங்கப்பட்டது. அரக்கன், துரோகி, பிரிட்டிஷாரின் கைக்கூலி என்ற வசை மொழிகள் அவர்மீது வீசப்பட்டன. டாக்டர் அம்பேத்கர் அமைதியுடனும், பொறுமையுடனும், உறுதியுடனும் செயல்பட்டார். அந்த சூழ்நிலையில் டாக்டர் அம்பேத்கர் வெளியிட்ட அறிக்கைகளின் சுருக்கம் கீழே காணலாம்."

வட்டமேசை மாநாடு நடக்கும் போது, இந்தியாவிற்குச் சுதந்திரம் தான் வேண்டும் என்று திரு. காந்தியார் வலியுறுத்தினார். இதற்காக அவர் உண்ணாவிரதம் மேற் கொண்டால் அது நியாயமாக இருந்திருக்கும். அது மட்டுமின்றி வகுப்புத் தீர்ப்பு (Communal Award) தீங்கு என்றால், அதை எதிர்ப்பதை விட்டு, தீண்டப்படாத வகுப்பினர்களை மட்டும் சுட்டிக் காண்பித்து, தம்மைத் தாமே அழித்துக் கொள்வதாக எடுத்த முடிவு எனக்கு வருத்தத்தையும், அதிர்ச்சியையும் ஏற்படுத்தியுள்ளது."

தனித்தொகுதிகள் தீண்டப்படாத மக்களுக்கு மட்டும் அளிக்கப்படவில்லை, முஸ்லிம்கள், இந்திய கிருத்துவர்கள், ஆங்கிலோ - இந்தியர்கள், ஐரோப்பியர்கள், சீக்கியர்கள் ஆகியோருக்கும் தனித்தொகுதிகள் அளிக்கப்பட்டன. இவை மட்டுமின்றி, நிலப்பிரபுக்கள், தொழிலாளர்கள், வியாபாரிகள் ஆகியோருக்கும் தனித் தொகுதிகள் அளிக்கப்பட்டுள்ளன. தீண்டப்படாத வகுப்பினர் தவிர மற்று முள்ளவர்கள் அனைவருக்கும் உள்ள தனித் தொகுதிகளைத் திரு. காந்தியார் எதிர்க்கவில்லை.

அதே நேரத்தில் ஆங்கிலேயரிடமிருந்து சுதந்திரத்தைப் பெறுவதற்காக திரு. காந்தியார், சாகும் வரை உண்ணா விரதம் இருக்கத் தொடங்கியிருந்தால் அதுபோல், முஸ்லிம் களுக்கான தனி வாக்காளர் தொகுதியைக் கைவிட வேண்டும் என்ற கோரிக்கைக்காகச் சாகும்வரை உண்ணாவிரதம் இருந்திருந்தால் என்ன நடக்கும் என்பதும் திரு. காந்தியாருக்குத் தெரியும்.¹²

தீண்டப்படாத வகுப்பினர்களுக்குத் தனித் தொகுதி கொடுத்தால் ஏதோ ஒரு பெரிய ஆபத்து ஏற்பட்டுவிடும் என்று திரு. காந்தி நினைப்பது முற்றிலும் கற்பனையே. முஸ்லிம்களுக்கும் சீக்கியர்களுக்கும் தனித்தொகுதி கொடுப்பதினால், நாடு துண்டாடப்படாது என்றால், தீண்டப்படாத வகுப்பினர்களுக்குத் தனித் தொகுதிகள் கொடுப்பதால், இந்துமதம் மட்டும் துண்டிக்கப்படும் என்று கூறுவதில் என்ன நியாயம் இருக்கின்றது என்று டாக்டர் அம்பேத்கர் வாதிட்டார்.

தீண்டப்படாத வகுப்பினர் ஓரளவாவது முன்னேற வேண்டுமானால், அரசியல் அதிகாரத்தில் ஏதோ ஓரளவாவது உரிமை பெறவேண்டும். தாழ்த்தப்பட்டோர் நலனைக் கருதுகிறவர்கள், அவர்களுக்கு அரசியல் சட்டத்தில் எவ்வளவு அரசியல் உரிமைகள் பெற்றுத்தர வேண்டுமோ அதைச் செய்யவேண்டும். ஆனால், திரு. காந்தியாரின் கண்ணோட்டம் வேறுவிதமாக இருக்கிறது. இதை என்னால் புரிந்துக் கொள்ளஇயலவில்லை என்றார் டாக்டர் அம்பேத்கர். வகுப்புத்தீர்ப்பு (Communal Award) தீண்டப்படாத

வகுப்பினர்க்கு அளித்துள்ள உரிமையை அதிகப்படுத்த வேண்டும் என்று திரு. காந்தியார் கோருவதற்குப் பதிலாக கொஞ்ச நஞ்ச உரிமைகளை அளித்தாலே தம் உயிரைவிட்டு விடுவேன் என்கிறார்.

இன்று சமுதாயத்திலிருந்து தீண்டப்படாத மக்களை வகுப்புத் தீர்ப்பு பிரிக்கிறது என்றார் திரு. காந்தியார் அவர்கள். ஆனால், இந்து சமுதாய உரிமைகளை மிகத் தீவிரமாகப் பாதுகாக்கும் டாக்டர் மூஞ்சே அவர்களே திரு. காந்தி கூறுவதை ஏற்றுக் கொள்ளவில்லை. வகுப்புத் தீர்ப்பு இந்துக்களுக்கும், தாழ்த்தப்பட்ட வகுப்பினர்களுக்கும் இடையே எந்தவிதப் பிரிவினையையும் ஏற்படுத்தாது என்கிறார். வகுப்புவாதி மூஞ்சேயை மிஞ்சுகிறார் தேசியத் தலைவர் மகாத்மா! மகாத்மாவிற்கு என்னதான் வேண்டும் என்பது எனக்குப் புரியவில்லை என்றும் திரு. காந்தியாரின் திட்டவட்டமான கருத்து என்ன என்று எனக்குத் தெரியாமல் நான் என்ன சொல்லமுடியும் என்றார் டாக்டர் அம்பேத்கர்.

மகாத்மாவையும், காங்கிரசையும் நான் நம்பி அவர்களிடமே பிரச்சினையை ஒப்படைத்து விட வேண்டும் என்பதை நான் ஏற்கமுடியாது. மகாத்மா அழிவே இல்லாத மனிதர் அல்ல. காங்கிரசும் எக்காலத்திலும் நிலைத்திருக்கும் ஸ்தாபனமும் அல்ல. நம் நாட்டில் எண்ணற்ற மகாத்மாக்கள் தீண்டப்படாதவர்களின் நிலையை உயர்த்த எவ்வளவோ முயற்சிகள் எடுத்துத் தோல்வியுற்றனர். மகாத்மாக்கள் வந்தார்கள், மகாத்மாக்கள் மறைந்தார்கள். ஆனால், தீண்டப்படாதவர்கள் மட்டும் தீண்டப்படாதவர்களாகவே இருக்கிறார்கள் என்றார் டாக்டர் அம்பேத்கர்.

மேற்கண்ட சூழ்நிலையில் தீண்டப்படாத வகுப்பினருக்குத் 'தனித் தொகுதிகள்' ஒதுக்கப்படுவதை ஆட்சேபித்துத் திட்டமிட்டப்படி திரு. காந்தி தமது சாகும் வரை உண்ணா விரதத்தை 20-9-1932-ல் ஏரவாடா சிறையில் தொடங்கினார். மகாத்மா காந்தி அவர்கள் தாழ்த்தப்பட்ட வகுப்பினர்க்கு வழங்கப்பட்ட தனித்தொகுதி முறையை எதிர்த்துச் சாகும் வரை உண்ணா நோன்பு மேற்கொண்டுள்ளதை அறிந்த டாக்டர் அம்பேத்கர் கீழ்க்கண்ட அறிக்கையை வெளியிட்டார்.

"இன்று அவர் எடுத்துள்ள இறுதியான முடிவை விட்டுவிட வேண்டும் என்று அவரை நான் வேண்டிக் கொள்கிறேன். தனித் தொகுதி வேண்டும் என்று நாங்கள் கோருவது இந்து சமுதாயத்தைப் பாதிக்கவேண்டும் என்ற நோக்கத்தாலல்ல. எங்கள் எதிர்காலத்தை ஜாதி இந்துக்களின் கைகளில் பரிபூரணமாக ஒப்படைப்பதைத் தவிர்க்கவே. அவர் வேறு ஏதாவது நல்ல காரியத்திற்காக உண்ணா நோன்பு மேற்கொள்வது ஏற்றதாக இருக்கும். இந்துக்கள், முஸ்லீம்கள் இடையே வகுப்புச் சண்டையைத் தவிர்க்கவோ, ஜாதி இந்துக்களுக்கும், தாழ்த்தப்பட்ட வர்களுக்கும் இடையே நடைபெறும் சண்டை சச்சரவுகளைத் தவிர்க்கவோ மகாத்மா காந்தி சாகும்வரை உண்ணா நோன்பு என்று சொன்னால் அர்த்தமிருக்கும். அவர் இப்பொழுது எடுத்துள்ள முடிவு தீண்டப்படாத வகுப்பினரின் நிலையை ஒரு சிறிதும் உயர்த்தாது. மகாத்மாவின் உண்ணா நோன்பு நாடெங்கும் தீண்டப்படாதவர்களைத் தாக்குவதிலும், பயங்கரமான நிலையில் அவர்களைத் துன்புறுத்துவதிலும் அவரின் சீடர்களைக் கொண்டு செல்லும் என்பதில் ஐயமில்லை.[12] அவர் தம் உண்ணாநோன்பின் மூலம் ஜாதி இந்துக்களின் வெறியைத் தூண்டி அவர்களுக்கும் தீண்டப் படாதவர்களுக்கும் இடையே பெரியதோர் பிளவு அகழியை ஏற்படுத்துவார் என்று நான் அச்சப்படுகிறேன். இதை மகாத்மா சாந்தமாகப் பார்க்க வேண்டும். வட்டமேசை மாநாட்டில் நான் மகாத்மா காந்தியை எதிர்த்தபோது, இந்நாட்டுத் தேசியப் பத்திரிகைகள் அனைத்தும் எனக்குத் தேசத்துரோகி என்ற பட்டத்தைச் சூட்டின. நான் விட்ட அறிக்கை எதுவும் பிரசுரிக்கப்படவில்லை. நடைபெறாத கூட்டங்களைப் பற்றிச் சொல்லி, நான் பேசாத சொற்பொழிவுகளையும், சொல்லாத கருத்துகளையும், இஷ்டம் போல் பிரசுரித்தன. தாழ்த்தப்பட்டோர் இடையே பிளவு ஏற்படுத்தப் பணம் ஏராளமாகச் செலவு செய்யப் பட்டது. இங்கும் அங்கும் மோதல்களும் கொண்டு வரப்பட்டன. இவைகள் அனைத்தும் பெரிய அளவில் நடைபெறாமலிருக்க வேண்டும் என்றால் காந்தி, உண்ணா

விரதம் என்ற முடிவைப் பரிசீலனை செய்யவேண்டும். மகாத்மா உண்ணாவிரதத்தைக் கைவிடவில்லை என்றால் நான் சொன்ன மேற்கூறியவை அனைத்தும் அசுரவேகத்தில் நடைபெறும் என்பதில் சந்தேகமில்லை. மகாத்மா அவர்கள் ஏதாவது புதிய யோசனையையோ, திட்டத்தையோ வைத்தால் அதை நான் பரிசீலித்துப் பார்க்கத் தயாராக இருக்கிறேன். அதே நேரத்தில் உயிரைக் காப்பாற்ற வேண்டும் என்பதற்காக என் மக்களின் நலனுக்கு எதிராக முன்வைக்கப்படும் எந்தவொரு திட்டத்தையும் நான் ஏற்க மாட்டேன்.[12] ஆனால், தீண்டப்படாதவர்களுக்குத் தனித் தொகுதி அளித்ததை மாற்றினால், தன் உண்ணாவிரதத்தை நிறுத்திக் கொள்வதாகவும், இல்லையேல் தன் உயிரையே பணயம் வைப்பதாகவும் மகாத்மா எடுத்த முடிவு நாடு முழுவதும் இது "சரித்திரப்பிரசித்த பெற்ற உண்ணாவிரதம்" என்று கூறிற்று. வெறியும், உணர்ச்சிக் கொந்தளிப்பும் மிகுந்த இந்த நாட்களில் இந்தியாவில் என்ன நடைபெற்றது என்பதை திரு. பியாரிலால் அவர்களால் எழுதப்பட்ட 'காவியப்புகழ் பெற்ற உண்ணாநோன்பு' என்ற புத்தகத்தி லிருந்து தெரிந்து கொள்ளலாம் என்று டாக்டர் அம்பேத்கர் குறிப்பிட்டுள்ளார்.[13]

திரு. காந்தி – டாக்டர் அம்பேத்கர் சந்திப்பு:

திரு. காந்தியின் சாகும்வரை உண்ணாவிரதம் இந்திய அரசியல் வரலாற்றில் மிகப் பெரிய பிரச்சினையாக உருவெடுத்தது. திரு. காந்தியின் உயிரைக் காப்பாற்றுவதற்கு ஒரே வழி அவரது மனச்சான்றுக்கு ஊறு விளைவிக்காத வகையில் வகுப்புத்தீர்ப்பை மாற்றுவதுதான். இச் சூழ்நிலையில் பிரிட்டிஷ் பிரதமர் ஒரு விஷயத்தைத் தெளிவுப்படுத்தினார்; அதாவது பிரிட்டிஷ் அமைச்சரவை தானாகவே முன்வந்து இந்த தீர்ப்பைத் திரும்பப் பெறவோ, மாற்றவோ செய்யாது. ஆனால், அதற்குப் பதிலாகச் சாதி இந்துக்களும் தீண்டப் படாத வகுப்பினர்களும் இசைந்து, முன்வைக்கும் திட்டத்தை அரசு ஏற்கும் என்று அறிவித்தார். இந்த அறிவிப்பைப் பயன்படுத்திக் கொண்ட இந்துத் தலைவர்கள்,

திரு. ஜெயகர், சாப்ரு, பிர்லா, இராசகோபாலாச்சாரி, இராசேந்திரபிரசாத், சர்தார் பட்டேல் தீண்டப்படாதவர் களுக்கு வழங்கப்பட்ட தனித் தொகுதி முறைத் திட்டத்திற்குப் பதிலாக காந்தி நிறைவடையும் படியான ஓர் உடன்பாட்டை உருவாக்க டாக்டர் அம்பேத்கர், காந்தியைச் சிறையில் சந்திக்க ஏற்பாடு செய்தார்கள். மகாத்மாவின் உயிரைக் காப்பாற்றக் கூடிய சக்தி, அவர் கையில்தான் இருக்கிறது என்று எல்லாக் கட்சிகளும், தலைவர்களும் விடாது கூறி வந்தனர். டாக்டர் அம்பேத்கரை ஏசாத பத்திரிக்கையோ, கட்சியோ கிடையாது என்ற நிலை. அஞ்சா நெஞ்சுடன் அனைத்தையும் சகித்துக் கொண்டார் டாக்டர் அம்பேத்கர். மகாத்மாவின் உயிரைக் காப்பாற்ற முடிவு செய்து அவரைச் சந்திக்க இசைவு அளித்தார்.

ஈ.வெரா. குடியரசு பத்திரிகையில் டாக்டர் அம்பேத்கருக்கு ஆதரவு தெரிவித்து எழுதினார். "உண்மையில் காந்தி உயிர் விடுவதாக இருந்தாலும், அதற்குப் பயந்து கொண்டு தீண்டாதாருக்கு அளித்திருக்கும் தனித் தொகுதி அமைப்பு மாற்றப்படுமானால், அது ஒரு மனிதரைக் காப்பாற்ற வேண்டிய 7 கோடி தாழ்த்தப்பட்டவர்களைப் பலி கொடுப்பதாகும்" எனவே ஈ.வெரா எதையும் விட்டு கொடுக்கவேண்டாம் என்று டாக்டர் அம்பேத்கருக்குத் தந்தி கொடுத்தார்.

படுக்கையில் சோர்வுற்றுப் படுத்திருந்த திரு. காந்தியிடம் டாக்டர் அம்பேத்கர் பேசத் தொடங்கினார்.[15]

"மகாத்மாஜி, எங்களிடம் எப்பொழுதும் நீங்கள் நியாயமற்ற முறையிலேயே நடந்து கொள்கிறீர்கள் என்றார் டாக்டர் அம்பேத்கர்."

"என் தலைவிதியின் சூழ்நிலையால் நான் உங்களிடம் நியாயமாக நடந்து கொள்ளாதது போல் ஒரு தோற்றம் இருக்கிறது. அதற்காக நான் ஏதும் செய்ய இயலாதவனாக இருக்கிறேன்" என்று திரு. காந்தி பதில் அளித்தார். பிறகு டாக்டர் அம்பேத்கர் தாழ்த்தப்பட்டோரின் நிலைமை களையும், தன்னுடைய கருத்தையும் எடுத்துரைத்தார். டாக்டர் அம்பேத்கரின் ஆழ்ந்த சிந்தனையும், அமைதியான பேச்சும்

காந்தியின் பேரில் ஒரு தாக்கத்தை உண்டாக்கியது. டாக்டர் அம்பேத்கரின் கோரிக்கைகள் நியாயமானவை என்ற உணர்வு திரு. காந்தியாருக்கு ஏற்பட்டது. திரு. காந்தியார் பதில் சொல்லத் தொடங்கினார்.

"டாக்டர்! உங்களுக்கு என் முழு ஆதரவு உண்டு. நீங்கள் கூறியவற்றுள் பெரும்பாலானவை பற்றி நான் உங்கள் கருத்தினையே கொண்டிருக்கின்றேன். என் உயிரைக் காப்பது பற்றி நீங்கள் அக்கறை கொண்டிருப்பதாகக் கூறினீர்கள்" என்று திரு. காந்தி கூறியதும், டாக்டர் அம்பேத்கர் "ஆமாம், மகாத்மாஜி! எங்களுடைய மக்களுக்காக நீங்கள் உங்கள் தொண்டு முழுவதும் அளித்தீராயின் நீங்கள் எங்கள் பாராட்டுக்குரிய தலைவராகி விடுவீர்கள் என்று நம்புகின்றேன்" என்று டாக்டர் அம்பேத்கர் பதில் சொன்னார்.

திரு. காந்தி அவர்கள், 'நல்லது' அப்படியானால், என்னுயிரைக் காப்பாற்றிட என்ன செய்யவேண்டும் என்பதை நீங்கள் அறிவீர்கள், அதைச் செய்து என் உயிரைக் காப்பாற்றுங்கள். வகுப்புவாரி ஒதுக்கீட்டுத் தீர்ப்பில் உங்களுடைய மக்களுக்கு அளிக்கப்பட்டுள்ளதை நீங்கள் இழக்க விரும்பவில்லை என்பது எனக்குப் புரிகிறது. நீங்கள் கூறுகிற வேட்பாளர் குழுவைத் தேர்வு செய்யும் திட்டத்தை நான் ஏற்றுக் கொள்கிறேன். ஆனால் அதில் உள்ள ஒரு முரண்பாட்டை நீங்கள் நீக்கிவிட வேண்டும். அதாவது அதே முறையை எல்லாத் தொகுதிகளுக்கும் பொருந்து வதாக ஆக்கிட வேண்டும். பிறப்பினால் நீங்கள் தீண்டப் படாதவர்: நான் விரும்பி மேற்கொண்ட கொள்கையால் தீண்டப்படாதவன். எனவே, பிரிக்க முடியாதபடி நாம் ஒன்றென ஆகவேண்டும். இந்துச் சமூகத்தில் பிரிவினை ஏற்படுவதைத் தடுத்திட என் உயிரையும் தர நான் தயாராக இருக்கிறேன்" என்றார் திரு. காந்தி அவர்கள்.

திரு. காந்தியின் யோசனையை டாக்டர் அம்பேத்கர் ஏற்றுக் கொண்டார். திரு. காந்தி டாக்டர் அம்பேத்கர் சந்திப்பும் பேச்சு வார்த்தையும் முடிந்தன. இதற்கான ஒப்பந்தம் விரைந்து எழுதப்பட்டது. 24-9-1932 சனிக்கிழமை மாலை 5.00 மணிக்கு ஒப்பந்தம் கையெழுத்தானது.

வரலாற்றில் இதுதான் 'பூனா ஒப்பந்தம்' என்ற பெயர் பெற்றது. தீண்டப்படாதவர்கள் சார்பில் டாக்டர் அம்பேத்கர் கையொப்பமிட்டார். இந்துக்களின் சார்பில் பண்டித மதன்மோகன் மாளவியா கையெழுத்திட்டார். டாக்டர் இராசேந்திரப் பிரசாத், இராஜகோபாலாச்சாரி மற்றும் பலர் கையொப்பமிட்டனர்.

இராஜகோபாலாச்சாரி மகிழ்ச்சியில் திளைத்தார். அதன் அறிகுறியாக அவருடைய பேனாவை டாக்டர் அம்பேத்கரிடம் கொடுத்துவிட்டு, டாக்டர் அம்பேத்கரின் பேனாவைத் தாம் பெற்றுக் கொண்டார். ஆரஞ்சு பழச்சாற்றினைக் காந்திக்குக் கஸ்தூரிபாய் அளித்தார். 5.30 மணிக்குக் காந்தி தன் உண்ணா நோன்பினை முடித்தார். டாக்டர் அம்பேத்கர் அவர்களால் காந்தியின் உயிர் காப்பாற்றப்பட்டது. பூனா ஒப்பந்தத்தைப் பிரிட்டிஷ் அரசு ஏற்றுக் கொண்டு அப்படியே 1935 இந்திய அரசியல் சட்டத்தில் சேர்ந்து, செயல்பாட்டிற்கு வந்தது.

மகாத்மா காந்தி விரும்பியவாறே, டாக்டர் அம்பேத்கர் ஒப்பந்தத்தை ஏற்றார். இந்திய உபகண்டமே டாக்டர் அம்பேத்கரை வாழ்த்தியது. இந்திய அரசியல் வரலாறு பூனா ஒப்பந்தத்தை மறுக்கவோ, மறைக்கவோ முடியாது. டாக்டர் அம்பேத்கர் இந்திய அரசியல் சட்ட வரலாற்றில் இமயமலைச் சிகரத்தை எட்டிவிட்டார் என்றும், சுதந்திர இந்தியாவில் அழியாப் புகழைப் பெற டாக்டர் அம்பேத்கரின் முடிவு ஒரு முன்னோடியாக் விளங்குகிறது என்றும் கருதப்பட்டது.

பூனா ஒப்பந்தம்:

பூனா ஒப்பந்தத்தின் வாசகம், விதிமுறைகள் வருமாறு:[16]

1. பொதுத் தொகுதியிலிருந்து தாழ்த்தப்பட்ட மக்களுக்குக் குறிப்பிட்ட எண்ணிக்கையில் இடங்கள் ஒதுக்கப்படும். இந்த இடங்கள் மாகாண சட்டமன்றங்களில் பின் வருமாறு அமைந்திருக்கும்.

சென்னை 30, சிந்துவுடன் கூடிய பம்பாய் 15, பஞ்சாப் 8, பீகாரும் ஒரிசாவும் 18, மத்திய மாகாணங்கள் 20, அசாம் 7, வங்காளம் 30, ஐக்கிய மாகாணங்கள் 20, மொத்தம் 148.[1]

பிரதமரின் முடிவில் அறிவிக்கப்பட்ட மாகாண சட்ட மன்றங்களின் மூலம் மொத்த பலத்தின் அடிப்படையில் அமைந்ததே இந்த எண்ணிக்கை.

2. இந்த இடங்களுக்கான தேர்தல் கூட்டு வாக்காளர் தொகுதிகள் மூலம் நடைபெறும். இதில் பின்கண்ட நடைமுறை பின்பற்றப்படும். ஒரு தொகுதியின் பொது வாக்காளர் பட்டியலில் பதிவு செய்துகொண்ட தாழ்த்தப் பட்ட இன உறுப்பினர்கள் அனைவரும் ஒரு வாக்காளர் குழுமமாக அமைவார்கள். இவர்கள் ஒவ்வொருவருக்கும் ஒரு வாக்கு இருக்கும்; இத்தகைய தனித்தொகுதி ஒவ்வொன்றுக்கும் நான்கு பேர் அடங்கிய ஒரு பட்டியலை இந்த வாக்காளர்கள் வாக்களித்துத் தேர்ந்தெடுப்பார்கள்; இவ்வாறு நடைபெறும் பூர்வாங்கத் தேர்தலில் மிக அதிக வாக்குகள் பெற்ற நான்குபேர் பொதுவாக்காளர் பட்டியலைக் கொண்டு நடைபெறும் தேர்தலில் வேட்பாளர்களாக நிற்பார்கள்.

3. மத்திய சட்டமன்றத்துக்குத் தாழ்த்தப்பட்ட மக்களின் பிரதிநிதிகளைத் தேர்ந்தெடுப்பதிலும் மேலே 2-வது விதியில் கூறப்பட்டிருக்கும் அதே நடைமுறையையே பின்பற்றப்படும்; கூட்டு வாக்காளர் கோட்பாடும் பூர்வாங்கத் தேர்தல் முறையும் கடைப்பிடிக்கப்படும்.

4. மத்திய சட்டமன்றத்தில் பிரிட்டிஷ் இந்தியாவுக்காக ஒதுக்கப்பட்ட பொதுத் தொகுதிகளில் 18 சதவீத இடங்கள் மேற்கண்ட சட்டமன்றத்தில் தாழ்த்தப்பட்ட மக்களின் பிரதி நிதிகளுக்காக ஒதுக்கப்படும்.

5. இதுவரை கூறப்பட்டு வந்துள்ளபடி, மத்திய, மாகாண சட்டமன்றங்களுக்கான தேர்தல்களில் நிற்கும் தாழ்த்தப்பட்ட இன மக்களின் வேட்பாளர் பட்டியலை முடிவு செய்யும் பூர்வாங்க தேர்தல் முறையைக் கீழே உள்ள 6-வது விதியின் படி பரஸ்பர உடன்பாட்டின் பேரில் எப்போது வேண்டுமானாலும் ரத்து செய்யலாம்; அவ்வாறு செய்யாத பட்சத்தில் இந்தத் தேர்தல் முறை பத்து ஆண்டு களுக்குப் பிறகு முடிவுக்கு வரும்.

6. விதி 1 மற்றும் விதி 4-ல் கண்டுள்ளபடி மாகாண சட்ட மன்றங்களிலும் மத்திய சட்டமன்றத்திலும் தாழ்த்தப் பட்ட மக்களுக்குப் பிரதிநிதித்துவம் அளிக்கும் முறையானது இந்த ஒப்பந்தத்தில் சம்பந்தப்பட்ட சமூகங்களுக்கிடையே பரஸ்பர உடன்பாட்டின் மூலம் தீர்மானிக்கப்படும் வரை தொடர்ந்து நீடிக்கும்.

7. மத்திய, மாகாண சட்டமன்றங்களுக்கான தேர்தல்களில் தாழ்த்தப்பட்ட இன மக்கள் வாக்களிப்பதற்கான தகுதி லோதியன் குழுவின் அறிக்கையில் சுட்டிக்காட்டியபடி அமையும்.

8. ஒருவர் தாழ்த்தப்பட்ட இனத்தைச் சேர்ந்தவராக இருக்கும் காரணத்துக்காக எந்த ஊராட்சித் தேர்தல்களிலும் வாக்களிக்கவோ, வேட்பாளராகப் போட்டியிடவோ அல்லது எந்த அரசு உத்தியோகங்களிலும் நியமிக்கப்படவோ எத்தகைய தடையும் இருக்காது.

அரசு உத்தியோகங்களில் நியமனம் செய்யப்படுவதற்குத் தேவையான கல்வித் தகுதிகள் இருக்குமானால் இத்தகைய நியமனங்களில் தாழ்த்தப்பட்ட மக்களுக்கு நியாயமான பிரதிநிதித்துவம் பெற்றுத் தருவதற்கு எல்லா முயற்சிகளும் மேற்கொள்ளப்படும்.

9. ஒவ்வொரு மாகாணத்திலும் தாழ்த்தப்பட்ட இனத்தவர்களுக்குக் கல்வி வசதிகள் செய்து தரக் கல்வி மானியத்திலிருந்து கணிசமான தொகை ஒதுக்கப்படும்.

பூனா ஒப்பந்தம் பற்றிய டாக்டர் அம்பேத்கர் கருத்து:

"வட்டமேசை மாநாட்டில், தாழ்த்தப்பட்டோரின் பிரதிநிதியாக நான் பங்கேற்றதால் எனது ஆதரவை பெறாத எந்த மாற்றத்தையும், தாழ்த்தப்பட்ட மக்கள் ஏற்க மாட்டார்கள் என்பது தெள்ளத் தெளிவாயிற்று. அப்போது இந்தியாவின் தாழ்த்தப்பட்ட மக்களது பிரதிநிதி என்ற எனது தகுதி குறித்து எத்தகைய ஐயப்பாடும் எழுப்பப்படாத தோடு, இது எதார்த்த உண்மை என்பதும் ஒப்புக்

கொள்ளப்பட்டது. இந்நிலையில் திரு. காந்தியாரின் 'சாகும் வரை உண்ணாவிரதம்' ஒரு பிரச்சினையைத் தோற்று வித்தது. திரு. காந்தியாரின் உயிரை எப்படிக் காப்பாறுவது என்பதே அந்தப் பிரச்சினை. இத்தகைய மிகவும் தர்ம சங்கடமான நிலைக்கு இரு தலைக் கொள்ளி எறும்பு போன்ற நிலைக்கு என்னைப் போன்று வேறு எவருமே ஆளாகியிருக்க மாட்டார்கள் என்று கூறினால், அது மிகையல்ல. அது பெரிதும் திகைப்பூட்டும், திணறவைக்கும், குழப்பமூட்டும் நிலைமை. என் முன்னால் இரண்டு வெவ்வேறான பணிகள், கடமை சார்ந்த பிரச்சினைகள் இருந்தன. மனிதத் தன்மையுடன், மனிதப் பண்புடன் மரணத்திலிருந்து காந்தியைக் காப்பாற்றும் கடமை ஒரு புறம், பிரிட்டிஷ் பிரதமர் தாழ்த்தப்பட்ட மக்களுக்கு வழங்க முன்வந்துள்ள அரசியல் உரிமைகளை காப்பாற்றி அதனை அவர்களுக்கு அளிக்கவேண்டிய கடமை மற்றொரு புறம். இந்நிலைமையில் மனித நேயத்தின், மனிதாபிமானத்தின் கட்டளையை, அறைகூவலை ஏற்க முன் வந்தேன். திரு. காந்தியார் மனநிறைவை அடையும் வகையில் வகுப்புத்தீர்ப்பு மாற்றப்படுவதற்கு இணங்கினேன். இவ்வாறு உருவான உடன்பாடே 'பூனா ஒப்பந்தம்' எனப்படுவது" என்று டாக்டர் அம்பேத்கர் கருத்து தெரிவித்தார்.

பூனா ஒப்பந்தம் பிரதிபலிப்புகள்:

நிறைகள்:

பிரிட்டிஷ் தலைமை அமைச்சர் தமது வகுப்பு நலத் தீர்ப்பில் அளித்ததைவிட பூனா ஒப்பந்தம் தீண்டப்படாத மக்களுக்கு அதிக இடங்களை அளித்தது. வகுப்பு நலத்தீர்ப்பு தீண்டப்படாதவர்களுக்கு 78 இடங்கள் மட்டுமே வழங்கியது. ஆனால், பூனா ஒப்பந்தம் 148 இடங்களை வழங்கியது. திரு. காந்தியின் உயிர் காப்பாற்றப்பட்டது. ஒப்பந்தத்தின் ஷரத்துக்கள் 1935-ஆம் ஆண்டு இந்திய அரசாங்கச் சட்டத்தில் இணைத்துக் கொள்ளப்பட்டு செயல் உருவம் பெற்றது.

குறைகள்:

(i) தீண்டப்படாத வகுப்பு மக்களுக்கு வகுப்பு நலத்தீர்ப்பு கொடுத்ததை விடவும் பூனா ஒப்பந்தம் அவர்களுக்கு அதிகமாய் இடங்கள் கொடுத்தது என்ற முடிவுக்கு வருவது வகுப்பு நலத்தீர்ப்பு தீண்டப்படாத மக்களுக்கு என்ன கொடுத்தது என்பதைக் காணத்தவறுவதே ஆகும்.

(ii) தீண்டப்படாத மக்களுக்கு சில குறிப்பிட்ட இடங்களை ஒதுக்கி, இவற்றிற்குத் தனி வாக்காளர் பட்டியல் மூலமே தேர்தல் நடத்துவது, அதில் தீண்டப்படாத இனத்தை சேர்ந்தவர்களால் மட்டுமே அந்த இடங்களை நிரப்புவது - என்ற வகுப்பு நலத்தீர்ப்பின் அறிவிப்பு கைவிடப்பட்டது.

(iii) இரண்டு வாக்குகள் (இரட்டை வாக்குரிமை) ஒவ்வொரு தீண்டப்படாத வகுப்பினர்களுக்கு என்றும், ஒரு 'வாக்கை' தங்கள் தனித் தொகுதியில் பயன்படுத்தவும், மற்றும் ஒன்றை பொதுத் தொகுதியில் (General Electorate) பயன்படுத்தலாம் என்ற வகுப்பு நலத் தீர்ப்பின் அறிவிப்பு கைவிடப்பட்டது. இதனால் 'இரட்டை வாக்குரிமை' பறிபோனது. பூனா ஒப்பந்தத்தின் மூலம் தீண்டப்படாதவர்களின் இடங்கள் கூடுதலாக்கப்பட்டதை இரட்டை வாக்குரிமை பறிபோனதற்கான இழப்பீடாகக் கருத முடியவே முடியாது. தீண்டப்படாத மக்கள் வருத்தமுற்றனர். அது முழுக்க முழுக்க நியாயமான வருத்தம். அம்பேத்கர் ஓர் அசைக்க முடியாத எதிரி, வெற்றி கொள்ள முடியாத மனவுரம் கொண்டவர் என்பதைக் காந்தி கண்டு கொண்டார். எனவே, இந்து வாக்காளர்கள் இணைந்த தொகுதியில் தாழ்த்தப்பட்டவர்களுக்கெனத் தனித் தொகுதி வழங்கும் ஏற்பாட்டை ஏற்றுக் கொள்ளும் அளவுக்கு இறங்கி வந்தார்.[17]

பூனா ஒப்பந்தம் மதிப்பீடு:

பூனா ஒப்பந்தத்தின் மூலம் டாக்டர் அம்பேத்கர் திரு. காந்தியார் அவர்களின் உயிரைக் காப்பாற்றி இந்திய

அரசியல் வரலாற்றில் ஒரு புதிய அத்தியாயத்தை உருவாக்கினார். தாழ்த்தப்பட்ட மக்களின் அரசியல் அதிகாரம் முக்கியமா? மகாத்மா காந்தியின் உயிர் முக்கியமா! என்ற கொந்தளிப்பு இந்தியாவில் ஏற்பட்ட போது, வகுப்பு நலத்தீர்ப்பை மகாத்மா காந்தி எப்படி விரும்புகிறாரோ அப்படி மாற்றத் தயார் என்று துணிச்சலாக டாக்டர் அம்பேத்கர் அறிவித்தார். மகாத்மா காந்தியின் உயிரைக் காப்பாற்ற, தீண்டப்படாத மக்களுக்கு வழங்கப்பட்ட அரசியல் அதிகாரத்தை டாக்டர் அம்பேத்கர் விட்டுக் கொடுத்தார். இச்செயலின் மூலம் தாமே ஒரு மகாத்மாவாகக் காட்சி அளித்தார் என்பதனை இந்திய அரசியல் சட்ட வரலாறு மறுக்கவோ, மறைக்கவோ முடியாது.

ஆனால், டாக்டர் அம்பேத்கர் அவர்களால் பெற்றுத் தரப்பட்ட வகுப்பு நலத்தீர்ப்பு கொடுத்த இரண்டாவது வாக்கு, விலை மதிப்பற்ற சிறப்புரிமையாகும். அரசியல் கருவி என்ற முறையில் அதற்குரிய மதிப்பைக் கணக்கிட்டுச் சொல்ல முடியாது. அதனை 'பூனா ஒப்பந்தம்' பறித்துக் கொண்டது. ஒவ்வொரு தொகுதியிலும் தீண்டப்படாத மக்களின் வாக்கு வலிமை பத்துக்கு ஒன்று என்பதாகும். இந்த வாக்கு வலிமையைச் சாதி இந்து வேட்பாளர்களின் தேர்தலில் பயன்படுத்திக் கொள்ள உரிமை இருக்குமானால், தீண்டப்படாத மக்கள் பொதுத் தேர்ந்தலுக்குரிய பிரச்சினை இன்னதென்று கட்டளையிட முடியாவிட்டாலும் அதனை நிர்ணயிக்கக் கூடிய நிலையில் இருப்பார்கள். சாதி இந்து வேட்பாளர்கள் தீண்டபடாத மக்களின் வாக்குகளை நம்பியிருக்கும்படி சொல்லப்பட்டால் அவர்களில் எவரும் தமது தொகுதிகளில் தீண்டப்படாத மக்களைப் புறங் கணிக்கவோ, அம்மக்களின் நலனுக்கு விரோதமாய்ச் செயல்படவோ துணிவு கொள்ள முடியாது. ஆனால், பூனா ஒப்பந்தத்தினால் தலைகீழ் மாற்றம் ஏற்பட்டு, இன்றுள்ள நடைமுறைத் தேர்தல் முறையில் தேர்வு செய்யப்படும் உறுப்பினர்கள் ஒவ்வொருவரும் தீண்டப்படாத மக்கள்மீது விரோதமாக இல்லையென்றாலும் அலட்சியமாக இருக்கிறார்கள்.[17a]

ஆனால், இரட்டை வாக்கு முறையுடன் கூடிய வகுப்பு நலத்தீர்ப்பு நீடித்திருக்குமானால், தீண்டப்படாத மக்களுக்கு ஒருசில இடங்கள் குறைவாகக் கிடைத்திருக்கும். ஆனால்,

ஏனைய ஒவ்வோர் உறுப்பினரும் தீண்டப்படாத மக்களுக்கான உறுப்பினராய் இருந்திருப்பார்கள். தீண்டப்படாத மக்களின், அரசியல், பொருளாதாரம், கல்வி, சமூக நீதி போன்ற அனைத்து பிரச்சினைக்கும் சட்டமன்றத்திலும் பாராளுமன்றத்திலும் குரல் கொடுப்பார்கள். அதன் விளைவு தீண்டப்படாத மக்களிடையே ஒரு புதிய சகாப்தத்தை உருவாக்கியிருக்கும்.

பூனா ஒப்பந்தத்தின் மூலம் கிடைக்கப் பெற்ற தேர்தல் முறைப்படி தீண்டப்படாத உறுப்பினர் அவர் சார்ந்திருக்கும் கட்சிக்குக் கட்டுப்பட்டவர்கள். கட்சி விரும்பாத கேள்வியைச் சட்டமன்றத்திலோ, பாராளுமன்றத்திலோ கேட்க முடியாது. கட்சி அனுமதிக்காத தீர்மானத்தைக் கொண்டு வர முடியாது. தங்கள் விருப்பம் போல் வாகக்ளிக்க முடியாது. தாங்கள் எண்ணியதைப் பேச முடியாது. தீண்டப்படாதவர் களுக்கு எதிராகத் தீர்மானங்கள் கொண்டு வந்தாலும், தீண்டப்படாத ஆளும் கட்சி உறுப்பினர் கட்சிக் கட்டுப்பாட்டை மீறி அதனை எதிர்க்ககூடாது, முடியாது.

பூனா ஒப்பந்தத்தின் மூலம், தீண்டப்படாத மக்களுக்கான இடங்களின் எண்ணிக்கை அதிகரிப்பு எவ்விதத்திலும் அதிகரிப்பே இல்லை, தனித் தேர்தல் தொகுதியையும், இரட்டை வாக்கையும் இழந்ததற்கான இழப்பீடும் அல்ல.

சாதி இந்துக்கள் பூனா ஒப்பந்தத்தை விரும்பவில்லை. திரு. காந்தியின் உயிரை எப்படியும், காப்பாற்ற வேண்டும் என்ற உணர்வு, ஆதங்கம் அவர்களிடம் மேலோங்கி இருந்தது. ஆதலால், சாதி இந்துக்களுக்குப் பூனா ஒப்பந்தத்தை நிராகரிக்கும் துணிவு இல்லை.

தீண்டப்படாத வகுப்பினருக்குச் சட்டமன்றத்திலோ, பாராளுமன்றத்திலோ பிரதிநிதித்துவம் பெறப்பட்டதின் நோக்கம், அவர்கள் தங்கள் மனக் குறைகளை வாய்விட்டு பேசுவதற்கும், தீண்டப்படாத மக்களுக்கு இழைக்கப்படும் கொடுமைகளுக்கு, அநீதிகளுக்கு, அநியாயங்களுக்குத் தீர்வு காணுவதற்கும், வாழ்க்கைத் தரம் உயர்வதற்கும் வகை செய்வதே ஆகும். ஆனால் இந்த நோக்கம் நிறைவேற வில்லை என்பதே சரியானதாகும்.

திரு. காந்தி உயிர்விடுவதாக இருந்தாலும் அதற்குப் பயந்து கொண்டு தீண்டாதாருக்கு அளித்திருக்கும் தனித் தொகுதி அமைப்பு மாற்றப்படுமானால், அது ஒரு மனிதரைக் காப்பாற்ற வேண்டி, ஏழு கோடி மனிதர்களை (தாழ்த்தப்பட்டவர்களை) பலி கொடுப்பதாகும் என்று பெரியார் ஈ.வெ.ரா.வின் 'குடியரசு' பத்திரிக்கை எழுதியது.

ஆனால், இந்தியத் துணைக்கண்டத்தின் கொந்தளிப்பான காலகட்டத்தில் திரு. காந்தியாரின் உயிரைக் காப்பாற்று வதற்காக, டாக்டர் அம்பேத்கர் தீண்டப்படாத வகுப்பினருக்கு வழங்கப்பட்ட விலை மதிப்பற்ற இரட்டை வாக்குரிமை - தனித் தேர்தல் தொகுதிகளை விட்டுக் கொடுத்தார்.

இந்துக்களின் வெறுப்புக்கு ஆளானதோடு, தீண்டப் படாத மக்களாலும் விரும்பப்படாத பூனா ஒப்பந்தம் இரு தரப்பிலும் அங்கீகாரம் பெற்று இந்திய அரசியல் சட்டத்தில் செயல்வடிவம் பெற்றது.

வரலாற்று முக்கியத்துவம் பெற்ற பூனா ஒப்பந்தம் - காந்தியின் உயிரைக் காப்பாற்றியது. ஆனால், இந்திய வரலாற்றிலும், காந்தியின் வரலாற்றிலும் இந்தியாவின் ஆலோசனை அங்கீகாரத்துடன் தயாரித்த, 'காந்தி' என்னும் திரைப்படத்திலும் சொல்லாமல் இருட்டடிப்பு செய்யப் பட்டுள்ளதை நாம் அறியலாம். இந்நிலை வரலாற்று மோசடி எனக் கருதுவதில் தவறில்லை.

"திரு. காந்தியின் உயிரைக் காப்பாற்றப் பூனா ஒப்பந்தத்தின் மூலம் பலியிடப்பட்ட இரட்டை வாக்குரிமைக் கோட்பாட்டை மீண்டும் பெறுவதற்குக் கோரிக்கைகள் தொடர்ச்சியாக எழுப்பிக் கொண்டே வருகின்றனர்."

இரட்டை வாக்குரிமை எனும் கோட்பாட்டை இந்திய அரசியலுக்கு வழங்கியவர்கள் தாழ்த்தப்பட்டவர்களே. பண்டித அயோத்திதாசர் (1845-1914) துவக்கி வைத்த கோட்பாடு அம்பேத்கர் வழியாக முப்பத்தொன்பது ஆண்டுகள் கழித்து ஆங்கில அரசால் உறுதி செய்யப் பட்டது.[18] இரட்டை வாக்குரிமை கோரிக்கை தொடரும், தொடரப்படவேண்டும் என்பதே தாழ்த்தப்பட்டவர்களின் எண்ணமும் பேச்சுமாகும்.

பூனா ஒப்பந்தம்
அடிக்குறிப்புகள்

1. அம்பேத்கர் பேச்சும் – எழுத்தும், தொகுதி – 16, பக்கம் 89.
2. மேலது, பக்கங்கள் – 112-115.
3. டாக்டர் அம்பேத்கர் வாழ்க்கை வரலாறு, தமிழில் க. முகிலன், பக்கம் – 267.
4. அம்பேத்கர் பேச்சும் – எழுத்தும், தொகுதி – 16, பக்கம் 127.
5. டாக்டர் அம்பேத்கர் வாழ்க்கை வரலாறு, தமிழில் க. முகிலன், பக்கம் – 276.
6. மேலது, பக்கங்கள் – 277-278.
7. அம்பேத்கர் பேச்சும் – எழுத்தும், தொகுதி – 16, பக்கங்கள் 132-135.
8. மேலது, பக்கங்கள் – 127, 119, 131, 132.
9. மேலது, பக்கங்கள் – 136-145.
10. டாக்டர் அம்பேத்கர் வாழ்க்கை வரலாறு, தமிழில் க. முகிலன், பக்கங்கள் – 297-298.
11. ஏ.எஸ்.கே. டாக்டர் அம்பேத்கர் வாழ்க்கை வரலாறும் தாழ்த்தப்பட்ட மக்கள் பிரச்சனையும், பக்கங்கள் – 57- 61.
12. டாக்டர் அம்பேத்கர் வாழ்க்கை வரலாறு, தமிழில் க. முகிலன், பக்கம் – 300 – 302.
13. அம்பேத்கர் பேச்சும் – எழுத்தும், தொகுதி – 16, பக்கங்கள் 145-146.
14. கோ. துரைசாமி, அம்பேத்கர் பேசுகிறார் – பெரியார் சுயமரியாதை பிரச்சார நிறுவன வெளியீடு, பக்கம் – 56.
15. டாக்டர் அம்பேத்கர் வாழ்க்கை வரலாறு, தமிழில் க. முகிலன், பக்கங்கள் – 307-312.
16. அம்பேத்கர் பேச்சும் – எழுத்தும், தொகுதி – 16, பக்கம் 146.
17. இந்திய வரலாற்றில் பகவத்கீதை தமிழில் கே. சுப்ரமணி, விடியல் பதிப்பகம், கோவை, பக்கம் 697.
17a. காங்கிரசும் – காந்தியும் தீண்டாத மக்களுக்கு செய்ததென்ன – தலித் சாகித்ய அகாதமி, சென்னை, பக்கங்கள் – 109 – 110.
18. அ. ஜெகநாதன், "இரட்டை வாக்குரிமை" – பக்கம் – 40.

4. பம்பாய் மாநிலச் சட்டக்கல்வி சீர்திருத்தம்

இந்தியாவின் சட்டவியல் வளர்ச்சிக்கு டாக்டர் அம்பேத்கரின் உழைப்பும், சேவையும் வரலாற்றில் இடம் பெற வேண்டிய ஒன்றாகும். 1934 முதல் 1938 வரை டாக்டர் அம்பேத்கர் பம்பாய் சட்டக் கல்லூரியில் பேராசிரியராகவும், முதல்வராகவும் பணியாற்றினார். இக்காலத்தில் சட்டக்கல்வியின் அவசியம், நீதி பரிபாலனம், அதிகாரப்பங்கீடு ஆகியவற்றைப் பற்றிப் பல கட்டுரைகள் எழுதினார்.[1]

"பம்பாய் மாநிலச் சட்டக்கல்விச் சீர்திருத்தம் பற்றிய சிந்தனைகள்" என்ற டாக்டர் அம்பேத்கரின் ஆய்வு கட்டுரை பம்பாய், அரசு சட்டக்கல்லூரி இதழில் ஜனவரி 1936-ல் வெளியிடப்பட்டது. அதன் சுருக்கம் பின்வருமாறு: [2]

1. பம்பாய் மாநிலச் சட்டத்துறை வெவ்வேறான கூறுகள்:

பம்பாய் மாநிலச் சட்டத்துறையில் வெவ்வேறு கூறுகள் உள்ளன. தகுதிகளிலும், பயிற்சிகளிலும் வேறுபாடுகள் உண்டு. மாநிலத்தில் 6 வெவ்வேறான சட்டத்துறையினர் உள்ளனர். வழக்குரைஞர் என்ற ஒரே தன்மையுள்ள தொழிலைச் செய்பவர்களுக்கிடையில் அவர்களுடைய கல்வித் தகுதியில் பல தரங்கள், தேர்வு எழுதுவதில் பலமுறைகள், அந்தஸ்தில் பல நிலைகள் என வேறுபாடுகள் இருப்பதை டாக்டர் அம்பேத்கர் கண்டித்தார்.

2. சட்டக்கல்விப் பிரச்சினை:[3]

சட்டத் தொழிலில் அளவுக்கதிகமானவர்கள் இருக்கிறார்கள் என்ற பிரச்சினையைச் சட்டக்கல்விப் பிரச்சினைகளிலிருந்து தனியாகப் பிரித்துப் பார்க்கவேண்டும். கல்விக் கண்ணோட்டத்திலிருந்தும் சமூக நீதிக் கண்ணோட்டத்திலிருந்தும் சட்டத் தொழிலை ஒரு சிலரின் ஏகபோகமாக்கும் அடிப்படையில் சட்டக்கல்வி முறையை வகுப்பது ஏற்றுக் கொள்ளத்தக்கதல்ல.

ஒரு திறமையான வழக்கறிஞரைத் தோற்றுவிப்பதற்கு எத்தகைய சட்டக்கல்வி வழங்கப்பட வேண்டும் என்பது முற்றிலும் ஒரு கல்விப் பிரச்சினையாகும். அதற்குக் கல்வியாளராலேயே தீர்வு காணப்பட வேண்டும். அதே நேரத்தில் ஒரு தொழிலாகச் சட்டத்துறையை மேற்கொள்பவர்களின் எண்ணிக்கை மிகவும் அதிகமாக இருந்து, அளவுக்கு மீறிப் போனால், அதனால் பாதிக்கப்படக் கூடாது.

3. மாணவர்களின் குறை பாடுகள்:[4]

சட்டக்கல்வி பயிலும் மாணவர்களிடம் கீழ்க்கண்ட பிரச்சினைகள் குறைபாடுகள் உள்ளன.

(i) சட்டக்கல்வியில் வரையறுக்கப்பட்டுள்ள அடிப்படையான கோட்பாடுகளைச் சரியாகப் புரிந்து கொண்டதற்குரிய எந்த அடையாளமும் காணமுடியவில்லை.

(ii) பொது அறிவில் எந்தத் தேர்ச்சியும் இல்லாமை.

(iii) குறிப்பிட்ட பொருளை முறையாக முன் வைக்கப் படுத்துதல் இல்லாமை.

(iv) கேட்கப்பட்ட கேள்விகளுக்குப் பொருத்தமான பதில் இல்லாமை.

(v) விவரங்கள், வாதங்கள் அபிப்பிராயங்களை முன்வைக்கும் போது துல்லியமான தன்மை இல்லாமை.

(vi) சட்டக்கல்வி மாணவர்கள் தமது மனதில் இருப்பதைத் தெளிவான முறையில் (மொழியில்) வெளிப்படுவதற்கு இயலாமை.

மேற்கண்ட குறைபாடுகள், ஒரு பிழையான போதனை முறையினாலும், பிழையான பாடத்திட்டத்தினாலும் ஏற்படுகின்றன. இக்குறைகளை நீக்க நடவடிக்கை எடுக்க வேண்டும். இக்குறைகளை நீக்குவதற்குச் சட்டக் கல்வியின் பாடத்திட்டம் மாற்றி அமைக்க வேண்டும் என்றார் டாக்டர் அம்பேத்கர்.

4. துணைப்பாடங்கள்:[4a]

சட்டத்தைப் பயில்வது மட்டும், இத்தொழிலை நடத்துவதற்கு போதாது. ஒரு வழக்கறிஞருக்குச் சட்டச் சிந்தனை இருக்கவேண்டும், துணைப் பாடங்கள் யாவை என்பதை பட்டியலிட்டு அதனையும் தெரிந்துக் கொள்ளவேண்டும். என்று கூறிய டாக்டர் அம்பேத்கர், அகஸ்டன் பிர்ரல் (AUgustin Birrel) என்பவரின் மேற்கோள் ஒன்றினை எடுத்துக்காட்டினார். "வழக்கின் தன்மையைச் சந்தேகமில்லாமல் விளக்குவது, சாட்சிகளை முறையாக எடுத்துரைத்துப் பொருத்திக் காட்டுதல், வளம்பட உரைத்தல் ஆகியவையே ஒரு சட்ட அறிஞனுக்கு வேண்டிய சிறப்பு களாகும்" வழக்கறிஞரின் தொழிலில் வாதம் மிகவும் முக்கிய பங்காற்றுவதால், வாதம்தான் ஒரு வழக்கறிஞரின் வாழ்வில் சாராம்சம்மாகும். வாதத்திறமையின் வளர்ச்சிக்குக் கீழ்க்கண்ட அம்சங்கள் தேவையாகும்.

(i) தனிநபர் பற்றியும் சமூகத்தில் அவர் எவ்வாறு செயல் படுகிறார் என்பது பற்றிய ஞானம்.

(ii) மனித மனத்தின் செயல்பாடு குறித்த அறிவு.

(iii) தர்க்க ரீதியான முடிவுகளுக்கு வருவதற்குப் பயிற்சி பெற்ற மனம்.

வாதம் புரியும் திறமையின் அடிப்படையான தேவைகளோடு முற்றிலும் அலங்காரமான பிறதேவைகளும் அவசியம். ஒரு வழக்கறிஞரின் பயிற்சியானது சட்டத்தைப் பயில்வதோடு இதன் தொடர்பான பாடங்களின் ஆய்வையும் தெரிந்திருக்க வேண்டும். சமூகவியல், உளவியல், தர்க்க வியல், பேச்சுத்திறன் மற்றும் கூட்டதில் பேசும் கலை, மொழித் திறமை இப்பாடங்களில் எதுவும் தற்போதைய சட்டப்படிப்புப் பாடத்தில் இல்லை. எனவே, பாடதிட்டத்தை சீர்திருத்துவதும், இந்தப் பாடங்களைச் சேர்த்துக் கொள்வதும் மிகமுக்கிய நடவடிக்கையாகும். இப்பாடங்களைச் சட்டப் படிப்புப் பாடத்திட்டத்தில் சேர்த்துக் கொள்ளவேண்டும். பாடத்திட்டம் விரிவுபடுத்தப்பட்டால், கல்வியின் கால

அளவு அதிகரிக்க வேண்டிவரும். சட்டக் கல்வியின் கால அளவு நான்கு ஆண்டுகளாக இருக்க வேண்டும். முதல் இரண்டாண்டுக்கு அதாவது (LLB - I) கீழ்வரும் பாடங்கள் அடங்கி இருக்கவேண்டும்.

1. சமூகவியலும், உளவியலும், 2. தர்க்கமும் சொற்பொழிவும், 3. ஆங்கிலம், 4. ஒப்பந்தங்கள் பற்றிய சட்டம், 5. சட்ட தத்துவ ஞானமும், சட்டம் பற்றிய மூதுரைகளும், 6. அரசியல் சாசன சட்டம், 7. இந்திய அரசு சட்டங்கள், 8. குற்றங்கள் மற்றும் குற்ற நடைமுறை பற்றி சட்டம். அடுத்த இரண்டாண்டுக்கு அதாவது (LLB -II)க்கு கீழ்வரும் சட்டங்களைச் சேர்த்துக் கொள்ளவேண்டும்.

1. மாநில மற்றும் மாவட்டச் சிறுவழக்குகள் நீதி மன்ற சட்டங்கள்.

2. பம்பாய் சிவில் நீதிமன்றச் சட்டங்கள். மேலும், கல்லூரிப் படிப்புப் பாடத்திட்டத்திலிருந்து சிவில் மற்றும் கிரிமினல் நடைமுறைகளை ஆய்வு செய்யவேண்டும் என்றும் அவற்றைப் பயில்வதற்குப் போதிய அவகாசம் கொடுக்கப்பட வேண்டும் என்றும் டாக்டர் அம்பேத்கர் கூறியுள்ளார்.

5. சட்டப்படிப்பு தொடக்கம்:[5]

ஒரு மாணவனுக்குச் சட்டப்படிப்பை எப்போது தொடங்கவேண்டும் என்பதற்கு டாக்டர் அம்பேத்கர் கருத்துத் தெரிவித்துள்ளார். ஒரு கலைக் கல்லூரியில் B.A., B.Sc., B.Com., பட்டம் பெறுவதற்கு நான்கு ஆண்டுகள் தேவைப்படுகிறது. (Puc one year Degree 3 years or இண்டர்மீடியட்). (தற்போது +2 இரண்டாண்டு, பட்டப்படிப்பு மூன்றாண்டு, சட்டப் படிப்பு மூன்றாண்டு மொத்தம் 8 ஆண்டுகள் ஆகின்றன.)

ஆனால் மேற்கண்ட பட்டப்படிப்பு, சட்டம் படிப்பதற்கு எந்தவிதத்திலும் பயன்படுவதில்லை. பல்கலைக் கழகத்தின் தற்கால பட்டப்படிப்பானது அவ்வளவு நன்றாக இல்லை. சட்டப்படிப்பிற்குத் தேவையான பூர்வாங்க பயிற்சியைக் கொடுக்காத கலைக் கல்லூரியில் ஏன் அந்த மாணவன்

தேவையில்லாமல் நான்கு ஆண்டுகள் செலவழிக்க வேண்டும். மேலும், அதே நேரத்தில் பட்டப் படிப்பு படித்த மாணவனுக்கு வாழ்க்கையில் வேறு வாய்ப்புகள் திறந்துள்ளன.

எனவே, வழக்கறிஞர் தொழிலில் ஈடுபடும் திட்டவட்டமான குறிக்கோள் இருப்பவர்களுக்கு, "மெட்ரிகுலேசன் படிப்பு முடிந்தவுடனேயே சட்டப் படிப்பு தொடங்குவதற்கு அனுமதிக்கலாம். இவ்வாறு செய்வதால் பட்டப்படிப்பில் நெரிசல் ஏற்படுவது தவிர்க்கப்படுகிறது. அதே நேரத்தில் சட்டப்படிப்பு முதல் ஆண்டிலேயே துவங்க வேண்டிய தில்லை. இரண்டாம் ஆண்டில் துவக்கலாம் என்று டாக்டர் அம்பேத்கர் கருத்து தெரிவித்தார். இந்த நடைமுறை தற்போது இந்தியாவில் பல மாநிலங்களில் செயல்பட்டு வருகிறது என்பது இங்குக் கவனத்தில் கொள்ளவேண்டியது. அதே நேரத்தில் இக்கருத்தினை டாக்டர் அம்பேத்கர் 1936-ல் வெளியிட்டுள்ளார் என்பதையும் நினைவுபடுத்த வேண்டியது அவசியமாகிறது.

6. கல்லூரி அலுவலர்கள் விவரம்:[6]

சட்டக்கல்லூரி அலுவலர்களைப் பொறுத்தமட்டில், ஆசிரியர்கள் (ட்யூட்டர்கள்) பேராசிரியர்கள் என்று இரண்டு பிரிவாகப் பிரிக்கலாம். ஆசிரியர்களை இரண்டு பிரிவாகப் பிரிப்பதின் நோக்கம் போதனை முறையில் உள்ள குறைபாடுகளை அகற்றுவதேயாகும். தற்போது, சட்ட மாணவர்கள், பேராசிரியர்கள் நிகழ்த்தும் சொற்பொழிவுகளின் குறிப்புகளை எழுதிக் கொள்வது மட்டுமேயாகும். வெறும் சொற்பொழிவுகள் நிகழ்த்தும் முறை மட்டுமே, நடைமுறையில் எழுகின்ற சிக்கலான பல சட்டக் கோட்பாடுகளைப் பயன்படுத்தும் அளவிற்குப் போதுமானதாக இல்லை. சொற்பொழிவுகளைக் கேட்பதைத் தொடர்ந்து, வரையறை செய்யப்பட்டுள்ள பாடப்புத்தகங்களைப் படிக்கும் தொடர் நடவடிக்கையை மாணவர்களை கட்டாயப்படுத்துவது. தற்போது தேர்விற்கு ஒருசில நாட்கள் முன்பு வரைக்கும் மாணவர்கள் எதுவும் படிப்பதில்லை. எனவே, நிறையப்படிக்க வேண்டியிருப்பதைச் சரி செய்வதற்குக் கடைசி நேரத்தில் குறிப்புகளைப் படிப்பதிலும் உருப்போடுவதிலும் ஈடுபடு கின்றனர்.

மேலும், சட்டத்தைப் போதிப்பதானது தொழிலில் நடைமுறையில் ஈடுபட்டிருக்கும் நண்பர்களால் நடத்தப்பட வேண்டும். தொழிலில் ஈடுபட்டுள்ள உறுப்பினர்களுடன் உண்டான தொடர்புமட்டுமே, மாணவர்களின் பயிற்சிக்கு ஒரு நடைமுறைச் சார்பைக் கொடுக்கமுடியும். தொழிலில் நடைமுறையில் ஈடுபட்டிருக்கும் நண்பர்களுடன் சட்டப் படிப்பு மாணவர்களுக்குத் தொடர்பு இல்லையென்றால், மாணவர்கள் ஏட்டுப்படிப்போடு நிற்க வேண்டிய நிலைமை ஏற்படும். நடைமுறைப் பயிற்சிக்கு ஆதரவான மனோபாவத்தைச் சட்டப்படிப்பு மாணவர்களிடம் ஏற்படுத்த வேண்டும். பேராசிரியர்களும், கல்லூரி முதல்வர்களும் விரிவுரைகள் நிகழ்த்தினால் போதும், முதல்வரும், ஆசிரியர்கள் மட்டுமே நிரந்தர அலுவலர்களாக இருக்கவேண்டும். ஆசிரியர்கள் பணி மாணவர்களுக்குப் பயிற்சி அளித்து அவர்களைத் தயார் படுத்தவேண்டும். அதே நேரத்தில், முதல்வர்களும், பேராசிரியர்களும் விரிவுரைகள் நிகழ்த்தவேண்டும்.

எனவே, சட்டமாணவனிடமிருந்து பெருமளவு அறிவுத்துறை முயற்சி அவசியம், அது அவனுக்குப் போதனை அளிப்பதோடு, பயிற்சியும் அளிக்கும். சொற் பொழிவுப் பணியோடு, போதனைப் பணியும் இணைந்து நடத்தப்பட வேண்டும். இதனால் திறமையான வழக்கறிஞர்களை உருவாக்கலாம் என்று டாக்டர் அம்பேத்கர் கருதினார்.

7. சட்டப்படிப்பு முறை சீர்திருத்தம்:[7]

சட்டப்படிப்பிற்கு மேலும் மூன்று வகையில் சீர்திருத்தம் அவசியமாகிறது என்று டாக்டர் அம்பேத்கர் விரும்பினார்.

(i) சட்டப்படிப்பில் தற்போதுள்ள வெவ்வேறு தேர்வுகளை ரத்து செய்துவிட்டு, எல்லா வழக்கறிஞர்களுக்கும் பொதுவான ஒரு தேர்வு ஏற்படுத்த வேண்டும். அட்வொகேட் (ஏ.எஸ்.)சுக்கும், அட்வொகேட் (ஓ.எஸ்.) சுக்கும் தேர்வு முறையில் வேறுபாட்டை அகற்ற வேண்டும். பட்டம் பெறுவதற்கு மாணவன் விண்ணப்பம் செய்யும்போது, அட்வொகேட் (ஏ.எஸ்.)

அட்வொகேட் (ஓ.எஸ்.) அல்லது ஒரு சொலி ஸிட்டராகத் தொழில் நடத்த விரும்புகிறாரா என்று முடிவு செய்யும்படி கோரப்படவேண்டும்.

(ii) சட்டக்கல்விக்கு ஒரே ஒரு பொதுவான தேர்வாளர் குழு இருக்கவேண்டும். சட்டப்படிப்பை மேற்பார்வை யிடுவதற்கும், சட்டத்தேர்வு நடத்துவதற்கும் ஒரு சட்டக் கல்விக் கவுன்சில் நிறுவப்படவேண்டும், அக் குழுவில் கீழ்வருபவர்கள் உறுப்பினர்களாக இருக்க வேண்டும்.

1. பல்கலைக் கழகத்தின் பிரதிநிதிகள்.
2. உயர்நீதிமன்ற நீதிபதிகளின் பிரதிநிதிகள்.
3. ‘பார்’ - வழக்கறிஞர்களின் பிரதிநிதிகள்.
4. சட்டக்கல்லூரிகளின் பேராசிரியர்களின் பிரதிநிதிகள்.
5. பொது மக்களின் பிரதிநிதிகள்.

(iii) சட்டக் கல்விக்குச் சான்றிதழ் வழங்குவது, தேர்வில் தேர்ச்சி பெறுவதை மட்டும் அடிப்படையாகக் கொண்டிருக்கக் கூடாது. அது மூன்று நிபந்தனைகளில் தேர்வு பெறுவதைச் சார்ந்திருக்க வேண்டும்.

1. சட்டப்படிப்பில் பட்டம் பெறுவது.
2. ஒரு முதுநிலை வழக்கறிஞரிடம் சேம்பரில் ஓராண்டு உதவியாளராக இருக்கவேண்டும். பின்னர் வாதம் புரியும் சட்டப்பரீட்சையிலும், மற்றும் தொழிலின் நெறிகளிலும் தேர்வு பெறவேண்டும்.

a. அட்வொகேட் (ஓ.எஸ்.) சான்றிதழ் பெற விரும்புகின்ற மாணவன், உயர்நீதிமன்றத்தின் விதிகளின் (ஓரிஜினில் தரப்பு) பற்றிய பரீட்சையில் தேர்வு பெறவேண்டும்.

b. அட்வொகேட் (ஏ.எஸ்) சான்றிதழ் பெற விரும்பும் மாணவன், உயர்நீதிமன்றத்தின் அப்பீல் (மேல் முறையீடு) தரப்புவிதிகள் பற்றிய பரீட்சையில் தேர்வு பெறவேண்டும்.

c. ஒரு நல்ல ஒழுக்கப் பண்புடையவர் என்ற சான்றிதழ் பெறவேண்டும்.

மேற்கண்டவாறு சட்டப்படிப்பில் சீர்திருத்தம் கொண்டு வந்தால், கல்விமுறை எல்லோருக்கும் பொதுவாக்கப்பட்டு, எந்தப் பிரிவு வழக்கறிஞர்களுக்கும் விரிவுபடுத்தப்படும் போது, வேறுபாடுகளுக்கும், முரண்பாடுகளுக்கும் வழியில்லை என டாக்டர் அம்பேத்கர் வலியுறுத்தினார்.

மூத்த வழக்கறிஞரின் சேம்பரில் பயிற்சி பெறும் பிரச்சனையைப் பொறுத்தமட்டில் கீழ்வரும் அம்சங்கள் அவசியம் தேவை:[8]

ஒரு மூத்த வழக்கறிஞரிடம் நடைமுறைப் பயிற்சி பெறும்போது மிக முக்கியமாகச் சில அம்சங்கள் தேவைப் படுகிறது என்று டாக்டர் அம்பேத்கர் சுட்டிக் காட்டி யுள்ளார்.

(i) நடைமுறைப் பயிற்சிக்கான வசதிகள் போதுமானதாகவும், பயன்உள்ளதாகவும் இருக்கவேண்டும்.

(ii) ஒரு மாணவரைத் தனது சேம்பரில் அனுமதிப்பதற்கு ஒரு மூத்த வழக்கறிஞரைக் கட்டாயப்படுத்தப்படுவதற்கு உயர்நீதிமன்றம் தயாராக இருக்கவேண்டும். அப்படி இல்லை என்றால் இந்தச் செயல்திட்டம் தோல்வி அடையும்.

(iii) தொழிலின் தந்திரங்களை உத்தேச எதிராளிக்குக் காட்டாதிருக்கும் வழக்கமும், பயிற்சி பெற்று வரும் மாணவர், வாடிக்கையாளர்களுடன் (கட்சிக்காரர் களுடன்) தொடர்புக் கொண்டு அவர்களில் சிலர் ஓடிவிடுவார்கள் என்ற பயமும் மூத்த வழக்கறிஞர்களின் மனதில் மிகவும் ஆழமாகப் பதிந்துள்ளதால், அவர்கள் மாணவனைத் தமது சேம்பரில் சேர்த்துக் கொள்ள அச்சப்படுகிறார்கள். ஆனால், உயர்நீதிமன்றம் கட்டாயப் படுத்தினாலொழிய ஒருபோதும் சம்மதிக்க மாட்டார்கள்.

(iv) சேம்பரில் பயிற்சி கொடுப்பதற்கான கட்டணங்களை உயர்நீதிமன்றம் நிர்ணயிக்கவேண்டும். இல்லையெனில் இக்கட்டணம் மிகமிக அதிகமாக்குவதற்குச் சாத்தியப் பாடுகள் இருக்கின்றன. மேலும், வழக்கறிஞர் தொழிலைப் பணக்காரர்களின் தனி ஏகபோகமாக்கும் விளைவை ஏற்படுத்திவிடும்.

மதிப்பீடு:

ஜனவரி 1936-ல் டாக்டர் அம்பேத்கர் அவர்களால் வெளியிடப்பட்ட மேற்கண்ட ஆய்வுக் கட்டுரை "அந்தக் காலத்தில் சட்டக்கல்வி பயிலும் மாணவர்களின் நிலையையும், சட்டக் கல்விக்கான முழுமையானதோர் பாடத்திட்டம் எவ்வாறு இருக்கவேண்டும் என்றும், சட்டக்கல்வி பயிலும் மாணவர்கள் மற்ற சில துணைப் பாடங்களையும் படிக்க வேண்டும் என்றும் கூறுகிறது. சட்டம் பற்றி மட்டுமே படிப்பது சட்டத் தொழில் செய்வதற்கு முழுமையான அளவில் தகுதியை அறிவித்து விடாது எனக் கல்வியாளர் என்ற தன்மையில் டாக்டர் அம்பேத்கர் குறிப்பிட்டுள்ளார். சுமார் 72 ஆண்டுகளுக்கு முன்பு சட்டக்கல்வியில் மேற்கொள்ள வேண்டிய சீர்திருத்தங்களைப் பற்றிய டாக்டர் அம்பேத்கரின் முற்போக்குக் கருத்துகளில் பல இன்று இந்திய அளவில் உள்ள சட்டக்கல்லூரிகளில் செயல் வடிவுக்கு வந்துள்ளன.

பம்பாய் சட்டக்கல்லூரியில் ஜனவரி - 1936-ல் வெளி வந்த கல்லூரி இதழில் டாக்டர் அம்பேத்கர்க்குச் சூட்டப் பட்டிருந்த புகழுரையில் சில வரிகள்:

"புகழ்பெற்ற வழக்கறிஞரான டாக்டர் அம்பேத்கர், ஒரு பொருளாதார நிபுணர்; அரசியல் சாசன சட்டத்தில் வல்லுநர், இந்தியாவிலும் இதர நாடுகளிலும் நன்கு பரிச்சய மானவர், அவரைப் பற்றி மேலும் எழுதுவது தேவையற்றது. எங்கள் கல்லூரி முதல்வரிடமிருந்து அதிகம் எதிர்பார்த்து அவருக்குச் சங்கடம் தரலாகாது. பொறுத்திருந்து பார்ப்போம்.[9]

பம்பாய் மாநில சட்டக்கல்வி சீர்திருத்தம்

அடிக்குறிப்புகள்

1. தங்கராசு, அண்ணல் அம்பேத்கர் அரும்பணி – ஓர் ஆய்வு, மறுமலர்ச்சி வெளியிடு, சென்னை – 40, பக்கம். 127.

2. அம்பேத்கர் பேச்சும் – எழுத்தும், தொகுதி – 36, பக்கம் – 6.

3. மேலது, பக்கம் – 9.

4. மேலது, பக்கம் – 11.

4A. மேலது, பக்கங்கள் – 12–13.

5. மேலது, பக்கங்கள் – 16–17.

6. மேலது, பக்கங்கள் – 19–20.

7. மேலது, பக்கங்கள் – 21–22.

8. மேலது, பக்கம் – 23.

9. மேலது, பக்கம் – 2.

5. பம்பாய் மாநிலச் சட்டமன்ற அமைப்பு

பம்பாய் சட்டமன்ற அமைப்புப் பற்றிய கருத்துகள் 1930-40 ஆகிய ஆண்டுகளில் டாக்டர் அம்பேத்கர் அவர்களின் அரசியலமைப்புச் சட்ட அறிவு நுட்பத்தை வெளிப்படுத்தக் கூடியவை. இந்தக் கருத்துரைகள் இந்திய அரசியல் அமைப்புச் சட்ட வளர்ச்சி வரலாற்றை அறிய ஆர்வமுள்ளவர்களுக்கும், இந்தியாவில் வளர்ந்து வந்த அரசியல், சமூகவியல், பொருளியல் சிந்தனைகளை அறிவதற்கும் பயன்படக்கூடியவை.

மாநில வட்டார அமைப்பில் மாற்றம்:

பம்பாய் மாநிலத்தில், மராட்டியம், குஜராத், கர்னாடகம், சிந்து ஆகிய நான்கு மொழி பேசும் வட்டாரங்கள் அடங்கியிருந்தன. கர்னாடகம் பம்பாய் மாநிலத்தின் பகுதியாக சுமார் 110 ஆண்டுகளாக இருந்து வந்தது. சுமார் 85 ஆண்டுகளாகச் சிந்து வட்டாரம் இத்துடன் இணைக்கப்பட்டது. மொழி, பண்பாடு அரசியல் ரீதியாகத் தாங்கள் கவனிக்கப்படவில்லை என்பதால், பம்பாய் மாநில அமைப்பிலிருந்து, கர்னாடகமும், சிந்துவும் தனியே பிரிந்து செல்ல விரும்பின.

இந்தியாவில், தொடர்ந்து பற்பல வரலாற்று நிகழ்ச்சிகள் நடைபெற்றதால் வெவ்வேறு இன மக்கள் பரவிக் கிடக்கிறார்கள், சமுதாய அடிப்படையில் மாநிலங்கள் அமைப்பதால், தேசிய உணர்வுகள் தளர்ந்து போகும் என்று டாக்டர் அம்பேத்கர் கருதினார். "வகுப்புவாத உணர்வுகள் மிதமிஞ்சி இருக்கும் இச்சமயத்தில், தேசிய உணர்வுகள் தளர்ந்து பலவீனமுற்றிருக்கும் இந்த வேளையில், மத அடிப்படை கொண்ட இத்தகைய மாநிலங்களை உருவாக்குவதற்கு நாம் சம்மதிக்க வேண்டுமா," என்றார் டாக்டர் அம்பேத்கர். இந்துக்களும், முஸ்லிம்களும் தம்முடைய மத உணர்வுகளை மறந்து, தாங்கள் முதலிலும் முடிவிலும்

எப்போதுமே இந்தியர்கள் என்ற உணர்வைப் பெற்றிருக்கும் போது, இத்தகைய மாநிலங்களை அமைப்பதுதான் பொருத்தமாயிருக்கும். தாங்கள் முதலில் இந்தியர்கள், பின்னர்தான் இந்துக்கள், முஸ்லிம்கள், சிந்துக்கள், கன்னடக்காரர்கள் என்று அவர்கள் உணரத் தொடங்கும் வரையிலும், இந்த மாநில அமைப்புப் பிரச்சினை காத்திருக்க வேண்டும் என்று டாக்டர் அம்பேத்கர் கருத்து தெரிவித்து அறிக்கை அளித்தார்.

மேலும், மாநில நிர்வாகச்சபை, மாநிலச் சட்டமன்றம் மாநில சுயாட்சி, அரசுப் பணித்துறைகள் ஆகியவற்றைப் பற்றிய தமது பரிந்துரைகளை அரசுக்குத் தெரிவித்தார். அதன் சுருக்கம் கீழே கொடுக்கப்பட்டுள்ளது.

மாநில நிர்வாகத் துறைக்கு முழுப் பொறுப்பளிக்க வேண்டும். ஆனால், சட்டமன்ற உறுப்பினர்கள் இதனை ஒதுக்கப்பட்ட துறையாக ஆக்குவதெனத் தீர்மானத்தால் அவர்கள் தீர்மானம் செயல்படுத்தப்படவேண்டும்.

நிர்வாகத்துறையில் வகுப்புவாரிப் பிரதிநிதித்துவம் கூடாது. நிர்வாகத்துறையில் கூட்டுப்பொறுப்பு நிலவ வேண்டும். நிர்வாகத் துறைக்குப் பிரதமர்தான் தலைவராக இருக்கவேண்டுமே தவிர, ஆளுநர் தலைவராக இருக்கக் கூடாது. அமைச்சர்கள் மீது குற்றச்சாட்டுகள் கொண்டு வருவதற்கு அரசியல் சட்டத்தில் வகை செய்யப்பட வேண்டும். அமைச்சர்கள் சட்டவிரோத நடவடிக்கைகளில் ஈடுபட்டால், அவர்கள் நீதிமன்ற விசாரணைக்கு உட்படவேண்டும். ஆளுநர் அரசியல்சட்ட ரீதியான தலைவராக மட்டுமே இருக்கவேண்டும். அவசர அதிகாரங்கள் எவற்றையும் அவருக்கு அளிக்கக்கூடாது.

வயது வந்தோருக்கு வாக்குரிமை இருக்கவேண்டும். (சமுதாய வாழ்க்கை நிலைபெற்று முன்னேறுவதற்கும் நல்லது நடப்பதற்கும் தேவையான நிலைமைகளை வகுப்பதில் நேரடியாகவும், தீவிரமாகவும் பங்கெடுப்பது தான் வாக்குரிமை.) 21 வயதுக்கு மேற்பட்ட ஆண், பெண் இருபாலருக்கும் வாக்குரிமை வழங்கப்படவேண்டும்.

சட்டமன்றம் முற்றிலும் தேர்ந்தெடுக்கப்பட்டதாக இருக்கவேண்டும்.

மாநிலத்தில் இரண்டாவது அவை ஒன்றை அமைக்கக் கூடாது.

"நம்பிக்கையில்லாத் தீர்மானம்" கொண்டுவருவதற்குச் சட்டமன்றத்திற்கு உரிமை இருக்கவேண்டும். சில நிபந்தனைகளுக்கு உட்பட்டு அரசியல் சட்டத்தை மாற்றுதற்குச் சட்டமன்றத்திற்கு அதிகாரம் இருக்கவேண்டும்.

முழு மாநில சுயாட்சி இருக்க வேண்டும்.

மத்திய, மாநில அரசாங்கங்களுக்கிடையே பணிகள் பிரிவினையை மறுபரிசீலனை செய்யவேண்டும். ஒரு தனியான மாநில சிவில் சர்வீஸ் உருவாக்கப்பட வேண்டும்.

அரசுப் பணித்துறைகளை இந்தியமயமாக்குவதை இன்னும் விரைவாகச் செய்யவேண்டும்.

அரசுப்பணித் துறைகளை இந்தியமயமாக்கும் பணி நடைபெற்றுவரும் போது, பிற்பட்ட வகுப்புகளது கோரிக்கைகளை நிறைவேற்ற ஏற்பாடு செய்யவேண்டும்.

மதிப்பீடு:

பம்பாய் மாநிலச் சட்டமன்ற அமைப்புப் பற்றிய டாக்டர் அம்பேத்கர் கருத்துக்கள் இன்றைய செயல்பாட்டிற்கு முன்னோடியாக அமைந்துள்ளன என்பதைக் காணமுடிகிறது. வயது வந்தவர்களுக்கு வாக்குரிமை, சட்டமன்றத்தில் கீழ் அவை அவசியமின்மை, பணியாளர்கள் தேர்வு முறை போன்ற கருத்துக்கள் இன்று செயல்முறைக்கு வந்துள்ளதனைக் காணும்போது டர்க்டர் அம்பேத்கர் பம்பாய் மாநிலத்திற்கு மட்டும் அல்லாமல் ஏக இந்தியாவிற்குத் தேவையான கருத்துக்கள் 70 ஆண்டுகளுக்கு முன்பே வெளிப்படுத்தியுள்ளார் என்பதை அறியமுடிகிறது.

அடிக்குறிப்பு

1. அம்பேத்கர் பேச்சும் – எழுத்தும், தொகுதி – 4– லிருந்து எடுக்கப்பட்டவை.

6. கிரிப்ஸ் தூதுக்குழு திட்டம்

பிரிட்டன் அரசின் ஆணையின்படி, 22-03-1942 - அன்று தன் குழுவினருடன் டெல்லி வந்தடைந்தார் கிரிப்ஸ் பிரபு. 23-3-1942 முதல் 7 நாட்கள் இந்தியத் தலைவர்களைச் சந்தித்துப் பேசினார். 30-6-1942 அன்று கிரிப்ஸ் தமது அறிக்கையை வெளியிட்டார். அதுவே 'கிரிப்ஸ் திட்டமாகும்'[1]

கிரிப்ஸ் திட்டம் – சுருக்கம்:[2]

(i) இரண்டாம் உலகப்போர் முடிவடைந்ததும் இந்திய மாநிலங்கள் அனைத்திற்கும் தேர்தல் நடைபெறும், அரசியல் நிர்ண சபை உறுப்பினர்கள் தேர்ந்தெடுக்கப் படுவர்.

(ii) சுதேச அரசுகளும், இந்திய மாநிலங்களின் பிரதி நிதிகளும் அதில் கலந்துக் கொள்ளலாம்.

(iii) இந்திய மாநிலங்கள் விரும்பினால், புதிய அரசியல் அமைப்பைத் தயாரித்து அதனை ஏற்று நடைமுறைப் படுத்தலாம். இந்திய அரசியல் நிர்ணயக்குழு, பிரிட்டனுடன் உடன்பாட்டினைச் செய்து கொள்ளலாம்.

(iv) புதிய அரசியலமைப்பை ஏற்கத் தயாராக இல்லாத பிரிட்டிஷ் இந்தியாவைச் சேர்ந்த எந்த ஒரு மாநிலமும் தனது இப்போதைய அரசியல் சட்டத்தை தக்க வைத்துக் கொள்ள உரிமை அளிக்கப்படவேண்டும்.

(v) போர் முடியும் வரையும், அரசியல் அமைப்பை ஏற்படுத்தும் வரையும், இந்தியாவின் பாதுகாப்பைப் பிரிட்டன் அரசு ஏற்கும்; பிரிட்டனின் மேலாண்மைக்கு உட்பட்ட சுயவுரிமை பெற்ற நாடுகளில் (British Common Wealth) இந்தியா உறுப்பு நாடாகும்.

(vi) தேர்ந்தெடுக்கப்பட்ட மாநிலச் சட்டமன்ற உறுப்பினர்கள் அந்தந்த மாநிலத்தின் மொத்த உறுப்பினர்கள் 1/10 பகுதியினரைத் தேர்வு செய்து அரசியல் நிர்ணயக் குழுவிற்கு அனுப்பலாம். சுதேச சமஸ்தானங் களிலிருந்து வரும் உறுப்பினர்களை அந்தச் சமஸ்தான மன்னர்கள் நியமிப்பர்.

கிரிப்ஸ் திட்டம் தோல்வி:[3]

கிரிப்ஸ் திட்டத்தை இந்தியர்கள் அனைவரும் எதிர்த் தார்கள். இந்தியாவின் முழு விடுதலைப் பற்றியோ, தேசிய அரசு அமைப்பதுப் பற்றியோ பிரிட்டன் அரசு உறுதியளிக்கவில்லை. நாட்டைப் பாதுகாக்கும் பொறுப்பு இந்தியரிடம் தரப்படவில்லை. சுதேச நாடுகளிலிருந்து செல்லும் அரசியல் நிர்ணயக்குழு உறுப்பினர்களை அந்நாட்டு மன்னர்களே நியமிப்பார்கள் என்பது மக்களாட்சிக் கோட்பாட்டிற்கு முரண்பாடானது. இதனால் காங்கிரஸ் கிரிப்ஸ் திட்டத்தை நிராகரித்தது. திரு. காந்தி அவர்கள் "காலாவதியான வங்கியின் முன்தேதியிட்ட காசோலை" (A Post dated cheque on a failure Bank) என்று கூறி, கிரிப்ஸ் திட்டத்தை எதிர்த்தார். தங்களின் தனி நாடு கோரிக்கையைப் பற்றி ஏதும் குறிப்பிடாததையும், அரசியல் நிர்ணயக்குழு உறுப்பினர்களைத் தேர்ந்தெடுப்பதற்கெனத் தனி வாக்காளர் தொகுதிகள் ஏற்படுத்தாததையும் இனம், சமயம் ஆகியவற்றின் அடிப்படையில் சிறுபான்மையினருக்குப் பாதுகாப்பு அளிப்பதைப் பற்றி ஏதும் கிரிப்ஸ் திட்டத்தில் அறிவிக்கப் படவில்லை என்பதால், முஸ்லீம் லீக் அதனை எதிர்த்தது. சாதி அடிப்படையிலான கோட்பாடு, அறிக்கையில் கூறப்பட்டுள்ள தால், இந்திய தேசிய ஒற்றுமைக்கு எதிரானது என்று கூறி, இந்து மகாசபையும், இந்தியாவிலிருந்து பஞ்சாப் பிரிந்து, பாகிஸ்தானுடன் சேர்ந்துவிடுமோ என சீக்கியர்கள் அச்சம் தெரிவித்து, கிரிப்ஸ் திட்டத்தை எதிர்த்தார்கள்.

கிரிப்ஸ் திட்டமும் – டாக்டர் அம்பேத்கரும்:[4]

1942- மார்ச் 30-ல் டாக்டர் அம்பேத்கர், ராவ்பகதூர், எம்.சி. ராஜாவுடன் கிரிப்சைச் சந்தித்தார். தாழ்த்தப்பட்டோர் முன்னேற்றத்தைப் பற்றி ஏதும் கிரிப்ஸ் திட்டத்தில் குறிப்பிட

வில்லை. கிரிப்ஸ் திட்டத்தால், தீண்டப்படாதவர்களுக்குப் பெருங்கேடு விளையும் என்று அவ்வகுப்புத் தலைவர்கள் கருதினார்கள். இந்து ஆட்சியின் கீழ்த் தீண்டப்படாதவர்களை அடிமைப்படுத்தி முற்காலத்தில் அவர்கள்மீது நடத்தப்பட்டக் கொடுமைகளை மீண்டும் தொடர வழிவகுக்கும் என்று தாழ்த்தப்பட்டோர் கருதினார்கள். தீண்டப்படாதோர்கள் ஒப்புதல் அளிக்காத ஓர் அரசியல் சட்டத்தை அவர்கள் மீது திணித்தால் அதை ஒரு நம்பிக்கைத் துரோகச் செயலாகவே தீண்டப்படாதவர்கள் கருதுவார்கள் என்பதைப் பிரிட்டிஷ் பேரரசிடம் தெரிவிக்குமாறு கிரிப்சைக் கேட்டுக்கொண்டனர்.

'கிரிப்ஸ் திட்டம்' தன்னிலை தடுமாறிய தன்மையுடையது, கொள்கை என்பதை அறவே புறகணித்த ஒன்று. இது ஒரு நம்பிக்கை மோசடியாகும்; ஏற்கனவே கொண்டிருந்த கொள்கைக்கு நேர் எதிரானதாகும் என்றும், பிரிட்டிஷ் அரசானது தன்னைக் காப்பாற்றிக் கொள்வதற்காக மற்ற பிரிவினர்களின் கோரிக்கையை நிறைவு செய்திட வேண்டித் தீண்டப்படாதவர்களின் நலன்களைப் பலியிடும் போக்கினையே தொடர்ந்து கடைப்பிடித்து வருவதாக டாக்டர் அம்பேத்கர் கருத்து தெரிவித்து, முழுமையாக கிரிப்ஸ் திட்டத்தை நிராகரித்தார்.[5]

மதிப்பீடு:

கிரிப்ஸ் திட்டம், இரண்டாம் உலகப் போரில் இந்தியாவின் ஒத்துழைப்பைப் பெறும் நோக்கத்தோடு மட்டுமே வெளியிடப்பட்டது. இந்தியாவின் விடுதலைப் பற்றி ஏதும் திட்டத்தில் இல்லை. இத்திட்டத்தில் இந்தியர்களுக்கு எந்தவிதமான நன்மைகளும் குறிப்பிடாததால் அனைத்து பிரிவினராலும் எதிர்க்கப்பட்டது.

வலிமை பெறுவதற்காக நேர்மை பலியிடப்பட்டிருப்பதையே கிரிப்ஸ் திட்டம் காட்டுகிறது. இது மூனிச் மனோபாவமே தவிர வேறல்ல; தங்களைப் பாதுகாத்துக் கொள்வதற்காக மற்றவர்களைப் பலியிடுவதே இந்த மனோபாவத்தின் சாரமாகும். இந்த போக்கோ இந்த திட்டத்தில் ஆதிக்கம் செலுத்துகிறது. இவற்றைத் திரும்பப் பெறவேண்டும் என்று பிரிட்டிஷ் அரசுக்கு டாக்டர் அம்பேத்கர் யோசனை தெரிவித்தார்.[5] 12-04-1942-ல் தோல்வியுடன் கிரிப்ஸ் குழுவினர் பிரிட்டன் திரும்பினார்கள்.

கிரிப்ஸ் தூதுக்குழு திட்டம்

அடிக்குறிப்புகள்

1. டாக்டர் G. பாலன் – டாக்டர் D.தட்சிணாமூர்த்தி, இந்திய அரசியலமைப்பின் வளர்ச்சியும் விடுதலை இயக்க வரலாறும், பக்கம் 236, வானதி பதிப்பகம், முதற் பதிப்பு, சென்னை – 17.

2. R.K. Majumdar - A.N. Srivastva, History of Modern India, PP. 309-310. Surjeet Book Depot, Delhi - 110006. 1980.

3. B.C. Rai, Constitutional History of India and National Movement, Pages 218-220, Published by Prakashan Kendra, Lucknow, 1981.

4. டாக்டர் அம்பேத்கர் வாழ்க்கை வரலாறு, தமிழாக்கம் க. முகிலன், பக்கங்கள் – 503– 504.

5. பாபாசாகேப், டாக்டர் அம்பேத்கர் நூல் தொகுப்பு – தொகுதி – 16, பக்கம் 559.

7. இந்திய அரசாங்கம் (ஆரம்ப ஷரத்துக்கள்) சட்டம்

இந்திய அரசியல் வரலாற்றில் 'பாகிஸ்தான்' பிரச்சனை எல்லோருடைய கவனத்தையும் ஈர்த்தது. அது ஒரு பெரிய அரசியல் சமூக பிரச்சனையாக மாறியது![1]

பாகிஸ்தானின் தந்தை என்று ஒருநாள் புகழப்பட விருக்கும் திரு. ஜின்னா என்ற அந்த மனிதருக்கு 'பாகிஸ்தான்' பற்றிய யோசனையை முதன்முதலில் 1933-ஆம் ஆண்டு லண்டனில் உள்ள வால்டோர்ஸப் ஓட்டலில் நடந்த ஒரு விருந்து நிகழ்ச்சியில், விருந்தளித்த ரஹ்மத் அலி என்ற பட்டதாரி மாணவர்தான் தெரிவித்தார். 'பாகிஸ்தான்' என்பது "ஈடேறாத கனவு" (an impossible dream) என்று ரஹ்மத் அலியிடம் ஜின்னா அப்போது கூறினார். அந்தக் காலக் கட்டத்தில் திரு. ஜின்னா அவர்கள் பிரிட்டிஷாருக்கு எதிரான போராட்ட அணியில் காங்கிரசில் இருந்து கொண்டு இந்துக்களையும், முஸ்லிம்களையும் ஒற்றுமைப்படுத்தும் பணியைப் பத்தாண்டு காலம் செய்தார். காங்கிரசில் திரு. காந்தியின் அதிகாரம் ஏற்பட்டபோது அதிலிருந்து விடுவித்துக் கொண்டார். 1937- தேர்தலுக்குப் பிறகு, திரு. ஜின்னாவின் அரசியல் வாழ்க்கையில் திருப்புமுனை ஏற்பட்டது. சிறுபான்மையினரான முஸ்லிம் மக்கள் அதிகம் வாழும் இந்திய மாநிலங்களில்கூட அவருடனும் முஸ்லிம் லீக்குடனும் அதிகாரத்தைப் பகிர்ந்துகொள்ள காங்கிரஸ் தவறிவிட்டது. காங்கிரஸ் ஆளும் இந்தியாவில் தாமோ முஸ்லிம்லீகோ நியாயமான பங்கினை ஒருபோதும் பெற முடியாது என்று திரு. ஜின்னா கருதினார். இந்து - முஸ்லிம் ஒற்றுமையின் பிரச்சாரராக இருந்த திரு. ஜின்னா தனி "பாகிஸ்தான்" என்ற திட்டம் "ஈடேறாத கனவு" என்று சரியாக நான்கு ஆண்டுகளுக்கு முன் கூறிய அவர் இப்போது பாகிஸ்தானுக்காக வாதாடுவதில் பிடிவாதம் காட்டினார்.

இந்திய மக்களை திரு. ஜின்னா இழிவாகக் கருதினார். உருதுவில் ஒருசில வாக்கியங்களுக்கு மேல் பேச இயலாத திரு. ஜின்னா இந்தியாவில் உள்ள முஸ்லிம்களின் பெரும் பாலோரின் நம்பிக்கையைப் பெற்று அவர்களின் மாபெரும் தலைவராக உயர்ந்தார். பின்னாளில், "பாக்கிஸ்தான் ஈடேறாத கனவு" என்பதை மாற்றி, அதனை அடைந்தே தீர்வதென்ற நிலையிலிருந்து திரு. ஜின்னாவை மீட்க எந்த வாதத்தாலும் முடியவில்லை. (There was no argument that could move him from his consuming determination to realise the impossible dream of Pakistan.)

மார்ச் 23, 1940-ல் கூடிய முஸ்லிம்லீக் மாநாட்டில் அதிர்ச்சிதரும் தீர்மானங்கள் நிறைவேற்றப்பட்டன. இந்த ஆண்டே இந்திய அரசியல் வரலாற்றில் ஒரு திருப்புமுனையை உருவாக்கியது.

இந்த தீர்மானங்கள் "லாகூர் தீர்மானம் அல்லது பாகிஸ்தான் தீர்மானம்" எனலாம்.[2]

புவியியல் அடிப்படையில் முஸ்லிம்கள் பெரும்பான்மை யினராக வாழும் வடமேற்கு மற்றும் கிழக்கு பகுதிகளை 'சுதந்திர அரசுகளாக' இணைக்கப்படவேண்டும். அப்பகுதிகள் தன்னாட்சி உரிமையும் அரசுரிமையும் படைத்தவையாக இருக்கவேண்டும். இந்தப் பகுதிகளில் உள்ள சிறுபான்மை யினரின் சமய, கலாச்சார, பொருளாதார அரசியல் நிர்வாக உரிமைகளையும், ஏனைய உரிமைகளையும், நலன்களையும் நிலைநாட்டுவதற்கு அவர்களுடன் கலந்தாலோசித்து, சட்டரீதியான பாதுகாப்பு வழங்கப்படவேண்டும். இந்த அடிப்படைக் கொள்கைகளுக்கு இணங்க, பாதுகாப்பு, அயல்நாட்டு விவகாரம், போக்குவரவு, சுங்கவரி மற்றும் அவசியமான இதர துறைகளில் அனைத்து அதிகாரங்களையும் ஏற்கும் வகையில் ஓர் அரசியல் அமைப்புச் சட்டத்தை வகுப்பதற்கு செயல்கமிட்டிக்கு அதிகாரம் அளித்தல்.

வடமேற்கில் உள்ள பஞ்சாப், வடமேற்கு எல்லைப்புற மாகாணம், பலுசிஸ்தானம், சிந்து ஆகியவையும் கிழக்கில்

உள்ள வங்காளமும், பிரிட்டிஷ் இந்தியாவின் மாநிலங்களாக இருப்பதற்குப் பதிலாக அவற்றைப் பிரிட்டிஷ் இந்தியாவிற்கு வெளியே சுதந்திர அரசுகளாக ஆக்கப்படவேண்டும் என்பதே தீர்மானத்தின் நோக்கமாகும்.[3]

இந்தக் காலக்கட்டத்தில் முஸ்லிம்லீக் அரசியலுக்கு எதிர்ப்பு, இந்து மகா சபையிலிருந்து கிளம்பியது. இந்து மகா சபை, முஸ்லிம்லீக்கின் நிர்வாகத்திற்கு எதிரான நடவடிக்கை களையே தொடங்கி வந்தது. இந்துக்கள் ஒரு தனி நாடு என சாவர்கார் கருதினார். இஸ்லாமியர்கள் தன்நாட்டு மக்கள் என்பதைச் சாவர்கார் ஒத்துக் கொண்டாலும், அவர்களுக்கென தனி நாடு கோரும் உரிமையை அவர் மறுத்தார். 1927-ஆம் ஆண்டிலிருந்தே இந்து-முஸ்லிம் கலக அலைகள் நாடு முழுவதும் பரவின. ஒரு வகுப்பினர் மற்றொரு வகுப்பினர் மீது கொலை முயற்சியில் ஈடுபட்டனர். 1920 முதல் - 1940-வரையிலான காலக்கட்டங்களிலிருந்து இந்து - முஸ்லிம் உறவினை ஆராயும்போது, இவர்களுக்கிடையேயான ஒரு யுத்தம் என்ற முடிவிற்கு வரவேண்டியிருக்கும். இந்த யுத்தம், அவ்வப்போது ஆயுதப்படையினரால் தடுக்கப்பட்டு வந்தது. “சைமன் கமிஷன்” வகுப்புக் கலவரங்கள் என்பது இந்தியாவின் அரசியல் எதிர்காலம் குறித்து இருவகுப்பின ரிடையே ஏற்படும் கவலைகள் மற்றும் எதிர்ப்புகளின் உருவமேயாகும் என்று குறிப்பிட்டது[4] இந்த வகுப்புக் கலவரங்களுக்கிடையே, திரு. காந்திஜி எப்பொழுதுமே இந்து - முஸ்லிம் ஒற்றுமையை ஆதரித்துப் பேசிக் கொண்டிருந்தார்.

இச்சூழ்நிலையில் பாகிஸ்தானை உருவாக்கும் திட்டம் கவனத்தில் கொள்ளப்பட வேண்டிய ஒருதிட்டம் என்பதில் ஐயமில்லை. இந்த திட்டம் பரிசீலனைக்கு எடுத்துக் கொள்ளப்படவேண்டும். பாகிஸ்தான் பிரச்சினையினுடனான மோதலை இந்துக்கள் எவ்வகையிலும் தவிர்க்க முடியாது. இந்தியா முழுவதிலும் மேலாதிக்கம் செலுத்தக்கூடிய ஒரே மத்திய அரசாங்கம் அமைக்கப்படுவதை எதிர்ப்பதே பாகிஸ்தான் கோரிக்கையின் சாராம்சமாகும். பாகிஸ்தானுக்கு ஒன்றும், இந்துஸ்தானுக்கு ஒன்றுமாக இரண்டு மத்திய அரசாங்கங்கள் அமைக்கப்பட வேண்டுமென்று முஸ்லிம்கள்

கோருகின்றனர். பாகிஸ்தான் கோரிக்கையை இப்போதைக்குக் குழி தோண்டிப் புதைத்து விட்டால், மீண்டும் ஒருபோதும் தலை தூக்காது என்று நினைப்பது மடமையாகும். கடைந்தெடுத்த அறிவீனமாகும். இப்போதைக்கு ஏதேனும் ஒரு தற்காலிக ஏற்பாடு செய்து கொண்டு, பிரிவினைப் பிரச்சினைக்கு நிரந்தரத் தீர்வு காணுவதைப் பின்னொரு நாளைக்கு ஒத்திப்போடுவது அறிவுடைமையாகாது. இந்தியாவில் மத்திய அரசாங்கமே இல்லாதிருப்பதுதான் இந்துக்களின் கொடுங்கோல் மத்திய ஆட்சியிலிருந்து முஸ்லிம்கள் தப்புவதற்கான வழியாகும் என்று இஸ்லாமியர்கள் கருதினார்கள். எனவே, "பாகிஸ்தான்" தற்போது மிகவும் சூடான பிரச்சினையாக இல்லாவிட்டாலும் கூட இந்தியாவின் அரசியல் எதிர்காலத்தில் அது விசவரூபம் எடுக்கும் என்பது நிச்சயம். எனவே, புதிய அரசியலமைப்புச் சட்டம் வகுக்கப்படும் முன்னர் பாகிஸ்தான் பிரச்சினைக்கு ஓர் தீர்வு காண்பது இன்றியமையாததாகிறது என்று டாக்டர் அம்பேத்கர் கருதினார்.[6]

இந்தியாவில் இந்து-முஸ்லிம் ஒற்றுமையின்மை அவர்களுக்கிடையே கலவரங்கள் இதன்மூலம் "பாகிஸ்தான்" பிரிவினை கோரிக்கை இவைகளுக்கெல்லாம் தீர்வு காணுவதற்கு டாக்டர் அம்பேத்கர், "பாகிஸ்தான் அல்லது இந்தியப் பிரிவினை" என்ற புத்தகத்தை 28 - 12- 1940-ல் எழுதி வெளியிட்டார். இந்தியா இடர்ப்பாடற்ற தெளிந்த பாதையில் செல்வதற்கு இந்நூல் மிகவும் அவசியமாகியது. டாக்டர் அம்பேத்கர், இருபது, முப்பது, நாற்பது ஆண்டுகளில் இந்திய அரசியல் சமூக வரலாற்றின் நிகழ்வுகளை இந்நூலில் தொகுத்தளித்துள்ளார்.[6]

டாக்டர் அம்பேத்கரின் "பாகிஸ்தான்" பற்றிய நூல், மூன்று பகுதிகளாக அமைந்தது.[7]

(i) பாகிஸ்தான் பிரிவினைக்கு ஆதரவாக முஸ்லிம்கள் வைக்கும் காரணம்.

(ii) பாகிஸ்தான் பிரிவினைக்கு எதிராக இந்துக்கள் வைக்கும் காரணம்.

(iii) பாகிஸ்தான் இல்லை என்றால் அதன் மாற்று ஏற்பாடு என்ன?

பாகிஸ்தான் உருவாக்கப்படவேண்டும் என்ற முஸ்லிம் களின் கோரிக்கை கீழ்கண்ட காரணங்களின் அடிப்படையில் நியாயப்படுத்தப்படலாம் என்று டாக்டர் அம்பேத்கர் கருத்து தெரிவித்தார்.⁸

(i) இனரீதியாக நிர்வாகப் பகுதிகள் தோற்றுவிக்க வேண்டும்.

(ii) முஸ்லிம்கள் பெரும்பான்மை கொண்ட நிர்வாகப் பகுதிகள் தனி அரசுகளாக அமைக்கப்பட வேண்டும்.

(iii) முஸ்லிம்கள் தங்களுக்கென ஒரு தேசிய தாயகத்தை உருவாக்கிக்கொள்ள விரும்பினார்கள்.

(iv) இந்தியாவில், முஸ்லிம்களை இரண்டாந்தர குடி மக்களாக நடத்துவதற்கு இந்துக்கள் தங்களின் பெரும்பான்மையைப் பயன்படுத்திக் கொள்ள விரும்பு வதால் தனித்தேச கோரிக்கையை முஸ்லிம்கள் வலியுறுத்தினர்.

பழைய முஸ்லிம் ராச்சியத்தை மீண்டும் உயிர்ப்பிக்கும் ஒரு முயற்சியாக பாகிஸ்தான் பிரிவினை கோரிக்கை அமைந்திருந்தது எனலாம். மேற்கில் உள்ள முஸ்லிம் அரசு, கிழக்கிலுள்ள முஸ்லிம் அரசு என்ற இரண்டு முஸ்லிம் அரசுகளைத் தோற்றுவிக்க முஸ்லிம்லீக் திட்டமிட்டது. ஆனால் அவ்வரசுகளுக்குப் பெயர் வைக்க தவறிவிட்டது. இச்சிக்கலுக்கு தீர்வு காண இரு - தேசக் கோட்பாட்டிற்கு அடிப்படையாகக் கொண்டு, நாட்டுப் பிரிவினையை "பாகிஸ்தான்" என்ற பெயரால் அழைக்கலாம் என்றார் டாக்டர் அம்பேத்கர். வடமேற்கிலும், வடகிழக்கிலும் உள்ள இரண்டு முஸ்லிம் அரசுகளை முறையே, "மேற்கு பாகிஸ்தான்" மற்றும் "கிழக்கு பாகிஸ்தான்" என்றும் குறிப்பிடலாம் என்று டாக்டர் அம்பேத்கர் நினைத்தார்.⁹

முஸ்லிம்கள் ஒரு "தேசமாக வாழும்" உறுதியை வளர்த்துக் கொண்டனர். இயற்கை அவர்களுக்கு இத்தகைய ஒரு பிரதேசத்தை வழங்கியிருக்கிறது. அப்பிரதேசத்தை அவர்கள் தங்களுடையதாக்கிக் கொண்டு அதனை ஒரு

அரசாகவும், புதியதாகப் பிறந்த முஸ்லிம் தேசத்தின் கலாசாரத் தாயகமாகவும் ஆக்கிக் கொள்ளமுடியும் என்று கருதினார்கள்.[10]

600 ஆண்டுகள் வரை முஸ்லிம்கள் இந்துக்களின் எசமானர்களாக இருந்தனர். பிரிட்டிஷ் ஆட்சி முஸ்லிம்களை இந்துக்களின் நிலைக்குத் தாழ்த்திவிட்டது. முஸ்லிம்கள் கண்ணோட்டத்தில், இந்துக்களால் ஆளப்படுவோராக மாறுவது இழிவானதாகவும், இந்தச் சகிக்கவொண்ணாத, பொறுக்கமுடியாத நிலையிலிருந்து விடுபடுவதற்காகத் தனித்தேசிய அரசுகள் அமைக்கப்படவேண்டும். ஓர் அமைதியான தாயகத்தை உருவாக்கித் தரக்கூடியதும், ஆளும் இனத்துக்கும் ஆளப்படும் இனத்துக்குமிடையேயான சச்சரவுகள் தங்கள் வாழ்க்கையைச் சிதைக்காமல், சீர்குலைக்காமல் இருக்கக் கூடியதுமான தனித் தேசிய அரசுகள் தோற்றுவிக்கப்பட வேண்டும் என்று முஸ்லிம்கள் கருதினார்கள். இது எவ்வகையிலும் நியாயமற்றது இல்லை. இயற்கைக்கு மாறானது இல்லை என்று முஸ்லிம்கள் கேட்டு பாகிஸ்தான் பிரிவினைக்கு காரணங்களை தெளிவுபடுத்தி னார்கள் என்று டாக்டர் அம்பேத்கர் குறிப்பிட்டார்.[11]

பாகிஸ்தான் தனி நாடாகப் பிரிப்பதற்கு எதிராக இந்துக்கள் கூறும் மூன்று காரணங்கள்.

(i) பிரிவினையால் இந்தியாவின் ஒருமைப்பாடு சிதறும்.

(ii) இந்தியாவின் பாதுகாப்புக்கு ஊறு விளையும்.

(iii) பிரிவினையால் முதவாதச் சிக்கலுக்கு தீர்வு காண முடியாது.

மேற்கண்ட மூன்று காரணங்களுக்கும் டாக்டர் அம்பேத்கர் மறுப்பு தெரிவித்தார்.[12]

இயற்கை மனிதரை கட்டுப்படுத்துவதில்லை. எனவே, பாகிஸ்தானுக்கும், இந்தியாவுக்கும் இடையே புவியியல் அடிப்படையில் ஒருமைப்பாடு காணமுடியாது. நடை, உடை, பழக்கவழக்கங்கள், இந்துக்களுக்கும் - முஸ்லிம்களுக்கும் வெவ்வேறானவை. எனவே, புறத்தன்மை சார்ந்த

ஒருமைப்பாடு காண முடியாது. இயற்கையாகவே இருக்கும் நிர்வாக ஒருமைப்பாடு மாறுதன்மையானது. உதாரணம், 1826-ல் அரகான், தெனாசரிசம் பகுதிகள் இந்தியாவுடன் இணைக்கப்பட்டன. 1852-ல் மார்த்தபன் இணைக்கப் பட்டது. 1886-ல் மேல் பர்மா இணைக்கப்பட்டது. இந்தியாவிற்கும், பர்மாவிற்கும் 110 ஆண்டுகளுக்கு மேல் நடைமுறையில் இருந்த நிர்வாக ஒருமைப்பாடு 1937-ல் பர்மா பிரிந்தப்போது உடைந்தது. அதனால் யாரும் வருத்தப்பட வில்லை. இக்கோணங்களில் பார்க்கும்போது பாகிஸ்தான் - இந்தியா ஒருமைப்பாடு என்பது வெற்று கற்பனையாக உள்ளது.[13]

இந்தியாவிலிருந்து - பர்மா பிரிக்கப்பட்டதை எதிர்க்காத இந்துக்கள் அரசியல் நோக்கில் பிரிக்கக் கூடியதும், சமுதாய நோக்கில் பகைமையுணர்வு மிக்கதும், சமய நோக்கில் அந்நியமானதுமாகிய பாகிஸ்தான் போன்ற தொரு பகுதியை மட்டும் பிரிக்கக்கூடாதெனக் கோருதல் மிகவிந்தையானது என்று டாக்டர் அம்பேத்கர் கூறினார்.

பாகிஸ்தான் - உருவாதலினால் இந்தியாவின் பாதுகாப்பு எந்த வகையிலும் பாதிக்கப்படாது. எல்லைகள், ஆதாரவளங்கள் மற்றும் போர்ப்படைகள் ஆகிய மூன்று முக்கிய கோணங்களில் ஆராயும்போது, இந்தியாவின் பாதுகாப்பு வலிமை குன்றாது. எல்லைகள் அறிவியல் அடிப்படையில் அமைவதில்லை. தற்போதைய நவீனக் காலத்தில், இயற்கை அரண்களைவிட, செயற்கையரண்கள் பலன்உள்ளதாக உள்ளது. இந்தியாவில் உள்ள வளங்களை காணும்போது, வலிமையான அரண்களை உருவாக்க முடியும். நிலப்பரப்பு, மனிதவளம், வருவாய் ஆகிய எந்த வகையில் எடுத்துக் கொண்டாலும், பாகிஸ்தான் - பிரிவதால், இந்தியாவின் வலிமை குன்றும் என்று எண்ணுவது தவறானது என்று டாக்டர் அம்பேத்கர் குறிப்பிட்டார்.

இந்திய அரசின் வருவாயில் பெரும்பகுதி இந்துஸ்தானத் திலிருந்து கிடைக்கிறது. பாகிஸ்தான் பகுதி மாநிலங்களின் அரசு செயல்பாடுகள் இந்துஸ்தான் மாநிலங்களிலிருந்து கிடைக்கும் வருவாயைக் கொண்டுதான் நடத்தப்படுகின்றன.

இதனால் பாகிஸ்தான் பிரிவினைப்படுவதினால் இந்துஸ் தானுக்கு கிடைக்கும் வருவாய் எந்தவகையிலும் தடைப் படாது.[14]

இந்துக்களிடமிருந்து திரட்டப்பட்ட பெரும் பகுதியான வருவாய் பாகிஸ்தான் பகுதியிலிருந்து தேர்ந்தெடுக்கப்பட்ட முஸ்லிம் படைக்காக செலவிடப்படுகிறது. இதனை உடனடியாக நிறுத்த வேண்டுமானால், பாகிஸ்தான் பிரிந்து போவதே நல்லது. பாகிஸ்தான் பிரிவினையை எதிர்ப்பது இந்தியாவின் அழிவுக்கான ஆயுதத்தை நாமே விலை கொடுத்து வாங்குவதற்கு சமமாகும். எனவே, பாதுகாப்பான எல்லை என்பதைவிட பாதுகாப்பான படையை நாடுவதே நன்மையான காப்பு நெறியாகும் என்றார் டாக்டர் அம்பேத்கர்.[15]

பாகிஸ்தான் பிரிவினை வகுப்பு நல்லிணக்கத்துக்கு வழி வகுக்குமா என்பதைப்பற்றி டாக்டர் அம்பேத்கர் கீழ் கண்டவாறு குறிப்பிட்டுள்ளார்:

“முஸ்லிம் சிறுபான்மையினர் மீது இந்து பெரும் பான்மையினர் ஆட்சி, இந்து சிறுபான்மையினர் மீது முஸ்லிம் பெரும்பான்மையினர் ஆட்சி எனும் இரண்டு விளைவுகளை எதிர்நோக்க வேண்டியிருக்கும். பெரும்பான்மை யோர், சிறுபான்மையோர் என இருசாரர் கொண்ட கலப்பு மக்கள் சமுதாயம் அமையுமானால், முஸ்லிம் மக்கள் மட்டும் வாழும் பகுதிகளைக் கொண்டு பாகிஸ்தான் எல்லை வகுக்கலாம். பல இடங்களில் எல்லைகளை மாற்றியும், சில இடங்களில் மக்களை இடம் பெறச் செய்தும் ஒரே முஸ்லிம் மக்களடங்கியதான பாகிஸ்தானுக்கு எல்லை வகுக்கலாம்.[16]

மேலும், பாகிஸ்தான் பிரிவினையால், வகுப்புப் பிரச்சனை முழுமையாகத் தீர்ந்துவிட்டது. ஆனால், மிகப் பெருத்த எண்ணிக்கையிலான முஸ்லிம்களுடன் தொடர்ந்து பூசலிட நேரும் நிலையிலிருந்து விடுப்பட்டு மிகச் சிறுபான்மை யோராய் எஞ்சும் முஸ்லிம்களுடன் எளிதில் வகுப்பு நல்லமைதியை உருவாக்கும் வாய்ப்பு பாகிஸ்தான் பிரிவினை

இந்துக்களுக்கு நல்குகிறது. அதே நேரத்தில் பாகிஸ்தான் பிரிவினைக்காக மாநிலங்களின் எல்லைகளை திருத்தியமைக்க முஸ்லிம்கள் ஒப்புக்கொள்ள கடமைப்பட்டவர்களே.[17]

இந்து – முஸ்லிம் ஒற்றுமை:

இந்து - முஸ்லிம் ஒற்றுமையை ஏற்படுத்த திரு. காந்தி அவர்கள் கடினமாக உழைத்தார். ஆனால், இந்து - முஸ்லிம் ஒற்றுமையைப் பற்றி அந்த ஆண்டுகளின் போது இரு சமூகங்களுக்கு இடையே நிலவிய உறவைப் பற்றி ஆராய்வது அவசியம். 1920 - முதல் 1940 வரை இந்து - முஸ்லிம் கலவரங்கள் தொகுத்து கீழே சுருக்கமாக கொடுக்கப்படுகின்றன.

(1) 1920- மலபாரில் மாப்ளா கலவரம் - பிரிட்டிஷ் அரசாங்கத்திற்கு எதிரான கலகம் என்ற முறையில் அது புரிந்துக் கொண்டாலும், மாப்ளாக்களின் வெங் கொடுமைகளுக்கு இந்துக்கள் உள்ளானார்கள். படுகொலைகள், கட்டாய மதமாற்றம், கோயில்களின் புனிதத்தை கெடுத்தல், இந்து பெண்கள் மீது புரிந்த பாதகச் செயல்கள், கொள்ளை, சூறையாடல், சுருங்க சொன்னால் கொடூரத்தின் ஒட்டுமொத்த உருவமாக, தங்குதடையற்ற காட்டுமிராண்டித்தனத்தை இந்துக்கள் மீது மாப்ளாக்கள் கட்டவிழ்த்து விட்டனர்.

(2) 1921-22-ஆம் ஆண்டில் வங்காளத்திலும், பஞ்சாப்பிலும் முகரம் கொண்டாட்டத்தின்போது மிக மோசமான கலவரங்கள் நடைபெற்றன.

(3) 1924 - செப்டம்பர் - 9, 10 தேதிகளில் "கொஹாத்" நகரில் முஸ்லிம் - இந்து கலவரம் கொஹாத் நகரிலிருந்து இந்துக்கள் ஒட்டுமொத்தமாக வெளியேறினார்கள்.

(4) 1924-1925 - ஆண்டு முழுவதும் இந்து - முஸ்லிம் மக்களிடையே இந்தியாவில் பல்வேறு பகுதிகளில் கலவரங்கள் நாகபுரி, லாகூர், லட்சுமணபுரி, மொராதா பாத், பாகல்புரி, ஷாஜகான்பூர், கன்கினாரா, அலகாபாத் ஆகிய இடங்களில் கவலை அளிக்கும் கலவரங்கள் நடைபெற்றன.

(5) 1925-26 இந்துக்களுக்கும் - முஸ்லிம்களுக்கும் இடையிலான பகைமை மேலும் பரவலாயிற்று. கல்கத்தா, பம்பாய், குஜராத், ராம்லீலா விழாவின் போது அலிகாரில் கவலையளிக்கும் விதத்தில் நடை பெற்ற பெரும் கலவரங்கள். இந்து கோவில்கள் மீது முஸ்லிம்கள் தாக்குதல் - மசூதி மீது இந்துக்கள் தாக்குதல் - 110 பேர் இறந்தனர். 925 பேர் காயமடைந்தனர். 110 தீவிபத்துக்கள், 12 முறை துப்பாக்கிச் சூடு.

(6) 1926 - 27-ல் கல்கத்தா, வங்காளம், ஹௌரா போன்ற இடங்களில் நடந்த இந்து - முஸ்லிம் கலவரத்தில் 239 இறந்தனர். 1912 - பேர் காயமுற்றனர்.

(7) 1927 - 28 ஆண்டுகளில் ஏற்பட்ட இந்து - முஸ்லிம் கலவரங்களில் 103பேர் கொல்லப்பட்டனர். 1084 பேர் காயமடைந்தனர்.

ராமாயணத்தின் கதாநாயகனான ராமரின் மனைவி சீதை ஒரு விபசாரி என்று முஸ்லிம் ஒருவர் எழுதிய “சீதாகசீனாலா” என்று துண்டு பிரசுரத்திற்குப் பதிலளிக்கும் வகையிலேயே “ரங்கிலா - ரசூல்” என்னும் துண்டுப்பிரசுரம் வெளியிடப்பட்டது. இதனால் மோசமான அக்கிரமங்கள் அரங்கேறின.

(8) 1928 - 29 கலவரங்களின் எண்ணிக்கை 22. பம்பாய் கலவரத்தில் 204 பேர் கொல்லப்பட்டனர். ஏறத்தாழ ஆயிரம் பேர் காயமடைந்தனர். பக்ரித், முகரம் கொண்டாட்டங்களின் போது பெரு கலவரங்கள் ஏற்பட்டு, உயிர்ச் சேதத்தை ஏற்படுத்தின.

(9) 1929 - 30 ஆண்டுகளில் 12 கலவரங்கள் ஏற்பட்டன. 35 பேர் கொல்லப்பட்டனர். 200 பேர் காயமடைந்தார்.

(10)1930 - 31 கலவரங்கள் - மிக மோசமான வகுப்பு கலவரங்கள் சிந்துவில் உள்ள சுக்கூரிலும் அதனை சுற்றியுள்ள பகுதிகளிலும் ஆகஸ்டு 4 - முதல் 11 வரை நடைபெற்றன. மேலும், ஜூலை 12-15 இடையில் வங்காளத்தின் மைமன்சிப் கிஷோர் கஞ்ச் பகுதியில் கலவரம் நடைபெற்றது.

ஆகஸ்ட் - 3 -ல் நாகபுரி, செப்டம்பர் 6, 7-ல் பம்பாய், பிப்ரவரி - 12 - அமிர்தசரஸ் தவிர நாட்டின் பிற பகுதிகளில் இந்து - முஸ்லிம் இடையில் கலவரங்கள் ஏற்பட்டன.

(11)1933 - 40 ஆண்டுகளில் மிக மோசமான கலவரங்கள் ஏற்பட்டன.

ஹோலிபண்டிகையின் போது, காசி, கான்பூர் - பஞ்சாப், லாகூர், பெசவாரில் வகுப்பு கலவரங்கள் நடைபெற்றன. மற்றும் முகரம், ஈத், பக்ரித் போன்ற திருவிழாக்களின் போது, அயோத்தி, பீகார், ஒரிசா, சிந்து, வங்காளம் போன்ற இடங்களில் இந்து - முஸ்லிம் கலவரங்கள் ஏற்பட்டன.

குருத்துவாராவுக்கு முன்பாகக் கலவரம் ஏற்பட்டது. 1935 ஆகஸ்டு 25-ல் செகந்தராபாத்தில் இனக் கலவரம். 1936- ஏப்ரல் 14-ல் ஆக்ரா - பிரோஜாபாத்தில் மிக பயங்கரமான இனக்கலவரம் நிகழ்ந்தது. வீடுகளுக்கும், ஆலயங்களுக்கும் தீவைக்கப்பட்டது. 11- இந்துக்கள், 3- குழந்தைகள் தீயில் வெந்து மாண்டனர்.

1936-ஏப்ரல் 24 - நாளில் புனேவில் முஸ்லிம் கலவரம் வெடித்தது.

ஏப்ரல் 27-ல் மோங்கீர் மாவட்டத்தில் ஜாமல்பூரில் இந்து - முஸ்லிம் கலவரம் நிகழ்ந்தது.

1936 - அக்டோபர் 15-ல் பம்பாயில் அந்த ஆண்டின் நான்காவது இந்து முஸ்லிம் கலவரம் நிகழ்ந்தது.

1937- ஆண்டு முழுவதும் வகுப்புக் குழப்பங்கள் நிறைந்த ஆண்டாக இருந்தது.

1937-மார்ச் - 27-ல் பானிப்பட்டில் ஹோலி பண்டிகை ஊர்வலத்தில் இந்து - முஸ்லிம் கலவரம் வெடித்தது. 14 பேர் கொல்லப்பட்டனர்.

1937-ல் சிந்துவில், ஷிகார்பூரில் கலவரம். ஜூன் 18-ல் அமிர்தசரசில் கலவரம்.

1938- மார்ச் - 26ல் அலகாபாத்திலும், ஏப்ரலில் பம்பாயிலும் இந்து - முஸ்லிம் கலவரம் வெடித்தது.

1939 - ஜனவரி - 21-ல் அடன்சாலில் 18பேர் காயமடைந்தனர்.

பிப்ரவரியில் 11-ல் கான்பூரில் 42-பேர் கொல்லப் பட்டனர். 200 பேர் காயமடைந்தனர்.

மார்ச் - 4ல் காசி, மார்ச் 5-ல் கல்கத்தா ஆகிய இடங்களில் இந்து - முஸ்லிம் கலவரம் நடைபெற்றது.

ஜூன் 19-ல் கான்பூரில் ரதயாத்திரை ஊர்வலத்தில் இனக்கலவரம் ஏற்பட்டது.

நவம்பர் - 20-ல் மன்ஸில்கா-வில் இனக்கலவரம் நடைபெற்றது.

1929- முதல் 1938 - ஏப்ரல் வரையில் இந்து - முஸ்லிம் ரத்தவெறி கலவரம் 210 நாட்கள் நடைபெற்றது.

550 பேர் கொல்லப்பட்டனர். 4500 பேர் காயமடைந்தனர்.

1920 - லிருந்து - 1940 வரை இந்தியாவில் இந்து - முஸ்லிம் உறவுகள் இவ்வாறு தான் இருந்தன.

ஒவ்வொரு தரப்பிலும், நிலவிய கலவரம் - போரிடும் இருநாடுகளின் கோபவேகத்தை ஒத்திருந்தது. படுகொலைகள், கொள்ளைகள், வழிபாட்டுத் தலங்களின் புனிதத்தன்மை மாசுபடுத்துதல், வீடுகள் தீயிட்டுக் கொளுத்துதல் போன்ற அட்டூயங்கள் இந்து - முஸ்லிம் மக்களிடையே மிக அதிக அளவு ஈவிரக்கமின்றி மேற் கொள்ளப்பட்டன.

இந்து - முஸ்லிம் ஒற்றுமையை ஏற்படுத்துவதற்காக திரு. காந்தியார் மேற்கொண்ட தீவிர முயற்சிகளை இந்த கொடுமைகளின் அருகில் வைத்துப் பார்க்கும்போது அந்த முயற்சிகள் படுதோல்வி அடைந்துவிட்டன என்ற உண்மையை அறியமுடிகிறது.[1]

பாகிஸ்தான் பிரிவினை அவசியம்:

(i) 1925-ல் லாகூரில் நடைபெற்ற ஒரு கூட்டத்தில் டாக்டர் கிச்சுலு பின்வருமாறு பேசினார்.[19]

"என்னுடைய அன்பான இந்து சகோதரர்களே! நான் சொல்வதை மிகக் கவனமாகக் கேளுங்கள். எங்களது டான்ஸிம் இயக்கப் பாதையில் தட்டுத்தடைகளை ஏற்படுத்துவீர்களேயானால், எங்களுக்குள்ள உரிமை களை வழங்க மறுப்பீர்களேயானால், ஆப்கானிஸ் தானுடனோ, அல்லது வேறு எந்த முஸ்லிம் நாட்டுடனோ நெருங்கிய உறவு பூண்டு, அவர்களது ஒத்துழைப்புடன் இந்த நாட்டில் எங்கள் ஆட்சியை நிறுவுவோம்."

(ii) 1939 - ஜனவரி 27-ஆம் தேதி சில்ஹட்டில் மௌலானா ஆஸாத் சோபானி நிகழ்த்திய உரையின் சிலவரிகள். [20]

"முஸ்லிம்லீக்கின் போராட்டம் பெரும்பான்மை யினராக உள்ள 22 கோடி இந்து பகைவர்களுடன் தான். வருங்காலத்தில் ஆங்கிலேயர்கள் இந்தியாவை விட்டுச் சென்று விடுவார்கள். இஸ்லாமின் மிகப் பெரிய விரோதிகளான இந்துக்களை எதிர்த்து இப்போதே போராட்டத்தைத் தொடங்கி அவர்களைப் பலவீனப்படுத்தவில்லை என்றால், அவர்கள் இந்தியாவில் ராமராச்சியத்தை நிறுவிவிடுவார்கள். அவர்களைப் பலப்படுத்துவதும் அல்லது பலவீனப் படுத்துவதும் 9 கோடி இந்திய - முஸ்லிம்களின் கையில்தான் இருக்கிறது. முதலில் முஸ்லிம் லீகின் துணைக்கொண்டு இந்துக்களுடன் ஏதேனும் ஓர் உடன் பாட்டிற்கு வரவேண்டும். பின்னர் ஆங்கிலேயர்களை விரட்டிவிட்டு, இந்தியாவில் முஸ்லிம் ஆட்சியை நிலைநாட்ட முடியும். 22 கோடி இந்துப் பகைவர்களின் கால்களில் முஸ்லிம் உலகம் ஒருபோதும் பாதுகாப்பாக இருக்கமுடியாது. இந்தியா சுதந்திரமடைவதற்கு முன்னதாக இந்துக்களுடன் வலுக்கட்டாயமாகவோ, நேசபூர்வமான முறையிலோ இந்துக்களுடன் ஏதேனும் ஓர் உடன்பாட்டிற்கு வரவேண்டும். இல்லை யென்றால் 700 ஆண்டுக்காலம் முஸ்லிம்களிடம் அடிமைகளாக இருந்து வந்த இந்துக்கள் முஸ்லிம்களை அடிமைப்படுத்தி விடுவார்கள்."

திருமதி அன்னி பெசண்ட் கருத்து[21]

"ஆப்கானியர்கள் இந்தியாவின் மீது படையெடுத்து வந்தால், தங்கள் சக மதத்தினருடன் சேர்ந்துக்கொண்டு தாயகத்திற்கு எதிராக இந்துக்களின் தலைகளை கொய்தெறிவோம் என்று முஸ்லிம் தலைவர்கள் பிரகடனம் செய்தார்கள்." இந்திய சமஸ்தானங்களிலுள்ள முஸ்லிம்களின் துணைக்கொண்டு, பிரிட்டிஷ் இந்தியா விலுள்ள முஸ்லிம்கள் இங்கு முஸ்லிம் ஆட்சியை நிறுவுவார்கள். இஸ்லாமிய ஆட்சி என்றால் என்ன, என்பதை மலபார் நமக்கு காட்டியுள்ளது. இந்தியாவில் 'கிலாபத் ஆட்சியின்' மற்றொரு சுயரூபத்தைக் காண நாம் விரும்பவில்லை. முஸ்லிம்கள் என்ன செய்ய வேண்டும் என்று அவர்களது சமயம் போதிப்பதாக அவர்கள் நம்புகிறார்களோ அதையே அவர்கள் செய்திருக்கிறார்கள் என்று திரு. காந்தியே கூடக் கூறியிருக்கிறார். இது உண்மை என்றே அஞ்சுகிறேன். தீவிர சமயவெறி கொண்ட முஸ்லிம்கள் ஆட்சி செய்யும் ஒரு நாட்டில் முஸ்லிம் சமய உட்பிரிவினர் பாதுகாப்பாக இருக்குமுடியாது. சுதந்திர இந்தியாவைப் பற்றிச் சிந்திக்கும்போது முகமதியர்கள் ஆளும் அபாயத்தையும் கருத்தில் கொள்வது அவசியம் என்று திருமதி அன்னிபெசண்ட் கருத்து தெரிவித்துள்ளார்.

திரு. சி.ஆர் தாஸூக்கு லாலா லஜபதிராய் எழுதிய கடிதத்திலும் இதே போன்ற அச்சத்தை வெளியிட்டுள்ளார்.[22]

"இஸ்லாமிய சட்டத்தை நான் சரியாக புரிந்து கொண்டிருக்கிறேன் என்றால் கீழ்கண்ட முடிவுக்கு நான் வரவேண்டியுள்ளது." ஆங்கிலேயரை எதிர்ப்பதில் முஸ்லிம்களும் - இந்துக்களும் ஒன்றுபட்டாலும், பிரிட்டிஷ் விதிமுறைகளில் இந்துஸ்தானை ஆள்வதில் ஜனநாயக முறையில், இந்துஸ்தானில் ஆட்சி நடத்துவதில் நாம் ஒன்றுபடமுடியாது. இந்தியாவிலுள்ள 7 கோடி முஸ்லிம்களைப் பற்றி நான் அஞ்சவில்லை. ஆனால், இந்த ஏழு கோடியுடன் ஆப்கனிஸ்தான், மத்திய ஆசியா, அரேபியா, மெசபட்டோமியா, துருக்கி

போன்ற நாடுகளின் ஆயுதப்படைகளும் சேர்ந்து கொண்டால் மிகபெரிய வலிமை பெற்றுவிடுமே என்று அஞ்சுகிறேன். இந்து - முஸ்லிம் ஒற்றுமை அவசியமானது - விரும்பத்தக்கது. ஆனால், குரான் மற்றும் ஹாதிஸ்களின் கட்டளைகளை முஸ்லிம் தலைவர்கள் மீறமுடியாது. அப்படியானால் நம்கதி அதோகதி தானா? அவ்வாறு நடைபெறாது என்றே நம்புகிறேன். நன்கு கற்றறிந்தவர்களும், விவேக மிக்கவர்களும் இந்த இக்கட்டிலிருந்து விடுபட ஏதேனும் வழி காணுவார்கள் என்றே நம்புகிறேன்"

1924ல் ஒரு வங்காளி இதழின் ஆசிரியர், புகழ்பெற்ற கவிஞரான டாக்டர் ரவீந்திரநாத் தாகூரைப் பேட்டி கண்டார். அந்தப் பேட்டியில் கூறப்பட்டிருப்பதின் சுருக்கம்:[23]

"இந்து - முஸ்லிம் ஒற்றுமையை கிட்டத்தட்ட அசாத்தியமாக்கும் மற்றொரு முக்கியமான காரணம், முகமதியர்கள் தங்கள் தேச பக்தியை எந்த ஒரு குறிப்பிட்ட நாட்டுடனும் நிலைநிறுத்திக் கொள்ளமுடியாத தேயாகும். எந்த ஒரு முகமதிய நாடாவது இந்தியாவின் மீது படையெடுக்குமாயின், தாய்நாட்டைப் பாது காப்பதற்கு இந்து சகோதரர்கள் தோளோடு தோள் இணைந்து போரிடுவீர்களா என்று பல முகமதியர்களை ஒளிவுமறைவுயின்றி, மனம் திறந்து கேட்டதாகவும், முஸ்லிம்களிடமிருந்து கிடைத்த பதில் திருப்பதியளிக்கக் கூடியதாக இல்லை. எந்தச் சந்தர்ப்பத்திலும் ஒரு முகமதியன் அவன் எந்த நாட்டைச் சேர்ந்தவனாயினும் இன்னொரு முகமதியனை எதிர்த்து நிற்பது என்பது அனுமதிக்க முடியாதது என்று முகமது அலி போன்றவர்களே தம்மிடம் கூறினார்கள் என்பதைத் தம்மால் நிச்சயமாகக் கூறமுடியும்" என்று கூறிப்பிட்டார்.

1923-ல் இந்திய தேசிய காங்கிரஸ் மாநாட்டு கூட்டத்திற்கு திரு. முகமது அலி தலைமை தாங்கினார். அப்போது அவர்தம் உரையில் திரு. காந்தியைக் குறிப்பிட்டு கீழ்கண்டவாறு பேசினார்.[24]

"ஏசு வருவதற்கு முன்னர் யூதேயாவின் நிலைமை எவ்வாறு இருந்ததோ அவ்வாறேதான் மகாத்மா வருவதற்கு முன்னர் இந்தியாவின் அரசியல் நிலைமைகளும் இருந்தன. இதே போன்றே, யூதேயா மக்களுக்கு ஏசு கிருத்து வழிகாட்டிய முறையிலேயே காந்தியும் இந்தியாவை பீடித்துள்ள நோய்களுக்குப் பரிகாரம் கூறினார். துன்புறுத்துவரின் மூலம் ஆத்ம சுத்தி, அரசாங்கத்துக்குள்ள பொறுப்புகள் குறித்த ஒரு தார்மிகத் திட்டம், சுயராச்சியத்துக்கு முன் நிபந்தனை யான சுயக்கட்டுப்பாடு இடையே மகாத்மாவின் கோட்பாடாகவும், பற்றுறுதியாகவும் இருந்தன; மனித குலத்தின் ஒரு மாபெரும் பகுதியினரின் எண்ணங் களிலும், உணர்வுகளிலும், செயல்பாடுகளிலும் அவர் எத்தகைய துரிதமான, பிரமிக்கத்தக்க மாற்றங்களைக் கொண்டு வந்திருக்கிறார் " என்று பாராட்டினார்.

இதற்கு ஓராண்டிற்குப் பிறகு அலிகாரிலும், ஆஜ்மீரிலும் பேசும்போது திரு. முகமதுஅலி, திரு. காந்தியைப் பற்றி குறைத்து மதிப்பிட்டுள்ளார்.

"காந்தியின் குணப்பண்பு எவ்வளவு தான் தூய்மை யானதாக இருந்தாலும் சமயக் கண்ணோட்டத்திலிருந்து பார்க்கும்போது, பண்பே இல்லாத எந்த ஒரு முசல் மானைவிடவும் கீழானவராகவே எனக்கு தோன்றுகிறார்."

மேலும், திரு. முகமது அலி, எத்தகைய தயக்கமின்றி, மனச்சாட்சி உறுத்தலுமின்றி, திரு. காந்தியைப் பற்றி பின்வருமாறு கூறினார்.

"என்னுடைய மதத்தின்படி, என்னுடைய சித்தாந்தத்தின் படி, ஓர் ஒழுக்கங்கெட்ட, இழிவடைந்த முசல்மானை திரு. காந்தியைவிட மேம்பட்டவனாகவே கருதுகிறேன்."

1925-க்கும் 1926-க்கும் இடையே மீண்டும் இந்து - முஸ்லிம் கலவரம் மூண்டது. பெருநெருப்பாக உக்கிர வடிவம் எடுத்தது. தீவிரத்திலும், கொலையிலும், கொள்ளையிலும் என்றும் கண்டிராத அகோரத்

தன்மையையும், படுபயங்கரத்தையும் அடைந்தது. இந்து - முஸ்லிம் ஒற்றுமையை உருவாக்க “ஒற்றுமை மாநாடு” 1927 - ஆகஸ்ட் 30-ம் நாள் சிம்லாவில் கூடியது. பசுவதை, மசூதிகளின் முன்னால் வாத்திய இசை வாசித்தல் போன்ற பிரச்சனைகளால் மாநாடு கூடிக் கலைந்தது. சிம்லா மாநாடு தோல்விக்குப் பிறகு 1927-அக்டோபர் 27, 28 தேதிகளில் இந்து - முஸ்லிம் அடங்கிய மாநாடு கல்கத்தாவில் திரு. சீனிவாச அய்யங்கார், காங்கிரஸ் மகா சபை தலைவர் தலைமையில் நடைபெற்றது. “கல்கத்தா ஒற்றுமை மாநாடு” என இதற்குப் பெயர். இந்து மகாசபையும், முஸ்லிம் லீக்கும் இந்த மாநாட்டில் கலந்துக் கொள்ளாததால், மாநாடு வலுவிழந்து போயின.[25]

இந்து - முஸ்லிம் ஒற்றுமை முயற்சிகள் தோல்வி அடைந்து விட்டன என்பதையும், முஸ்லிம் சித்தாந்தம் முற்றிலும் ஒரு புரட்சிகரமான மாற்றத்தை அடைந்துள்ளது என்பதையும் ஒப்புக்கொள்வது அவசியமாகிறது என்று டாக்டர் அம்பேத்கர் கருதினார்.

இந்து - முஸ்லிம் ஒற்றுமை முயற்சி தோல்வியடைந்த தற்கான உண்மையான காரணம் இந்துக்களுக்கும் - முஸ்லிம்களுக்கும் இடையே உள்ள பிரச்சினை வெறும் கருத்து வேறுபாடு சம்பந்தப்பட்டதல்ல. அதேபோன்று பகைமை சம்பந்தப்பட்டதா என்பதை உணர்ந்து கொள்ள தவறியதில் தான் அடங்கியுள்ளது. இதன் மூலகாரணம் வரலாறு, சமய, கலாசார, சமூக முரண்பாட்டில் வேர் கொண்டுள்ளது. அரசியல் முரண்பாடு என்பது இதன் ஒரு பகுதி மட்டுமே. இந்நிலையில் இந்துக்களுக்கும், முஸ்லிம் களுக்கும் இடையேயான வெறுப்புணர்வு, முரண்பாடு நீங்கி, இந்து முஸ்லிம் ஒற்றுமை ஏற்படும் என்று எதிர்பார்க்க முடியாது.[27] என்று டாக்டர் அம்பேத்கர் கருத்துத் தெரிவித்தார்.

இந்து மதத்திலும், இஸ்லாம் மதத்திலும் வேறுசில குறைபாடுகளும் இருக்கின்றன. இவ்விரண்டு சமூகங்களுக் கிடையே உள்ள புண், ஆறாமல் இருப்பதற்குக் காரணம் உள்ளது. அதாவது, இந்து மதம் மக்களைப் பிரிக்கிறது

என்றும், இஸ்லாம் மக்களை ஒன்றிணைக்கிறது என்றும் கூறப்படுகிறது. ஆனால், அது ஓரளவுதான் உண்மை. இஸ்லாம் ஒரு நெருங்கிய கூட்டுரிமைக்கழகம். முஸ்லிம் களையும், முஸ்லிம்அல்லாதவர்களையும் அது மிகவும் ஒத்திசைவற்ற முறையில் பிரித்துக் காண்கிறது. இஸ்லாமின் சகோதரத்துவம் அனைவரையும் உள்ளடக்கிய சகோதரத்துவம் அல்ல. அது முஸ்லிம்களுக்கான முஸ்லிம் சகோதரத்துவம் மட்டுமே.

இஸ்லாமில் தோழமை உணர்வு, நிலவுகிறது என்பதில் ஐயமில்லை. ஆனால் அதன் அனுகூலத்தை அந்த மதத்தின் கட்டுக்கோப்புக்குள் இருப்பவர்கள் மட்டுமே அனுபவிக்க முடியும். இந்தக் கட்டுகோப்பிற்கு வெளியே இருப்பவர் களுக்குப் பகைமையும், அவமதிப்பும், இகழ்ச்சியும், புறக் கணிப்பும்தான் காத்திருக்கின்றன. மேலும், இஸ்லாமின் அடுத்த குறைபாடு "ஸ்தல தன்னாட்சி முறையிலிருந்து மாறுபட்ட ஒரு சமூகத் தன்னாட்சி முறையாக அமைந்திருப்பது தான்." தான் வாழும் நாட்டின் மீதன்றி, தான் கடைபிடிக்கும் சமயத்தின் மீது விசுவாசம் கொண்டிருக்கிறான். முஸ்லிமுக்கு இபிபெனே, இபி பத்ரியா நினைத்துப் பார்க்க முடியாத ஒன்று. எங்கெல்லாம் இஸ்லாம் ஆட்சி நடை பெறுகிறதோ, அவையெல்லாம் அவர்களது சொந்தநாடு. வேறுவிதமாக சொன்னால், ஓர் உண்மையான முஸ்லிம் இந்தியாவை தனது தாயகமாக கொள்ளவும், இந்துக்களை உற்றார் உறவினர்களாகக் கருதவும் இஸ்லாம் ஒருபோதும் அனுமதிக்காது. ஒரு மாபெரும் இந்தியராகவும் உண்மையான முஸ்லிமாகவும் திகழ்ந்தவருமான மௌலானா முகமது அலி இந்திய மண்ணைவிட ஜெருசலேமில் தன்னை அடக்கம் செய்யவேண்டும் என்று விரும்பியதற்கு இதுவே காரணமாக இருக்கலாம்.

மேலும், மத விஷயத்தில் முஸ்லிம்களையும், இந்துக் களையும், இஸ்லாமும், இந்து மதமும் பிரித்து வைத்திருப்பது மட்டுமல்ல, அவர்களது சமூக ஒருங்கிணைப்பையும் அவை தடுக்கின்றன. இந்துக்களுக்கும், முஸ்லிம்களுக்கும் இடையே கலப்புத் திருமணங்கள் நடைபெறுவதை இந்து மதம்,

இஸ்லாமும் தடை செய்துள்ளது. இதனால் பன்னெடுங் காலமாகச் சமூக முடக்கத்தை ஒழுங்குபடுத்த வாய்ப்பில்லாத நிலை ஏற்படுகிறது.[28] எனவே இந்து - முஸ்லிம் ஒற்றுமை என்பது தேசிய அளவில் ஒரு ஏமாற்றமே எனலாம். இந்நிலையில் பாகிஸ்தான் பிரிவினை அவசியமாகிறது என கருத வேண்டியுள்ளது என்றார் டாக்டர் அம்பேத்கர்.

இந்து – முஸ்லிம் ஒற்றுமை பற்றிய டாக்டர் அம்பேத்கரின் கருத்துரைகள்:[29]

"கடந்த 30 ஆண்டுக்கால வரலாற்றைத் திரும்பிப் பார்க்கும் போது, இந்து - முஸ்லிம் ஒற்றுமை சாதிக்கப்பட வில்லை. அவர்களிடையே பெரிய பிளவுதான் காணப்படுகிறது. எண்ணிப்பார்க்க முடியாத ஒற்றுமையின்மைதான் நிலவுகிறது. இந்து - முஸ்லிம் ஒற்றுமை முயற்சி என்பது வெறும் கானல் நீர்தான். கடந்தக்கால முயற்சிகள் தோல்வி அடைந்த நிலையில், அவை வீணான பயனற்ற முயற்சிகளாகும். அந்த ஒற்றுமை முயற்சியைக் கைவிட்டு, வேறு ஏதேனும் அடிப்படையில் உடன்பாடு காணலாம். இந்துக்களுக்கும், முஸ்லிம்களுக்கும் இடையே ஒற்றுமை ஏற்படுத்த எல்லா சாத்தியமான முயற்சிகளும் எடுத்துக் கொள்ளப்பட்டபோதிலும், அவை யாவும் தோல்வி அடைந்துவிட்டன. முஸ்லிம் கண்ணோட்டம் முற்றிலும் புரட்சிகரமாக மாறியிருக்கிறது. இரு தேச சித்தாந்தம் இப்போது வலியுறுத்தப்படுகிறது. பாகிஸ்தானை உருவாக்குவது தான் இந்து - முஸ்லிம் பிரச்சனைக்குத் தீர்வு காணுவதற்கான ஒரே பரிகாரம் என்று தற்போது அழுத்தம் திருத்தமாக கூறப்படுகிறது. ஆரம்ப காலக் கருத்துக்களிலிருந்து விடுபட்டு, புரட்சிக் கருத்துக்கள் இப்போது வெளிவருகிறது. அதில் முதலிடம் பெறுபவர் திரு. ஜின்னா அவர்கள். இந்து - முஸ்லிம் ஒற்றுமையை ஏற்படுத்த வேண்டும் என்று திரு. காந்தியார் அவர்கள் 1920 - 40 ஆண்டுகளில் கடினமாக உழைத்து வந்தார். அந்த முயற்சிகள் அத்தனையும் படுதோல்வி அடைந்து விட்டன. ஒரு காலத்தில் இந்து - முஸ்லிம் ஒற்றுமை கானல் நீர் போல இருந்தாலும்கூட காணக்கூடிய தூரத்தில் இருந்தது. ஆனால் இன்று பார்வைக்கு அப்பால் மனத்திற்கு அப்பால் இருக்கிறது. திரு. காந்தியும் கூட அது

இயலாத காரியம் என்று உணர்ந்து கைவிட்டு விட்டார்.[30] இந்து - முஸ்லிம்களின் கடந்தகால உறவுமுறைகளைப் பார்க்கும் போது, இவர்களது பிரச்சனை நிரந்தரமாகி விட்டது எனலாம். எதிர்வரும் காலங்களில் ஒற்றுமையாக இருப்பார்கள் என்ற அடிப்படையில் அவர்களின் பிரச்சனைக்குத் தீர்வு காண முயல்வது எத்தகைய பலனும் தராத, வறண்ட தரிசு நிலத்தில் பயிரிட எத்தனிப்பதற்கு ஒப்பாகும்.[31]

இந்துக்களுக்கும் முஸ்லிம்களுக்கும் இடையே ஒற்றுமை ஏற்படுத்த எல்லாச் சாத்தியமான முயற்சிகளும் எடுத்துக் கொள்ளப்பட்ட போதிலும், அவை யாவும் தோல்வி அடைந்துவிட்டன. இந்தியாவின் ஒற்றுமையைவிட இந்தியாவின் சுதந்திரத்தையே விரும்பவேண்டும்.

பாகிஸ்தான் நிச்சயமாக வேண்டும் என்று முஸ்லிம்கள் கோரும் பட்சத்தில் அவர்களது கோரிக்கைக்கு இணங்குவதே அறிவார்ந்த பாதையாக இருக்குமென்பது டாக்டர் அம்பேத்கரின் கருத்தாகும்.[32]

அதன் அடிப்படையில் இந்தியாவைப் பாகிஸ்தான் என்றும் இந்துஸ்தான் என்றும் பிரிக்க வேண்டிய நிலை ஏற்பட்டால், கீழ் கண்ட மூன்று பிரச்சனைகளில் அதிக கவனம் செலுத்த வேண்டும் என்று டாக்டர் அம்பேத்கர் கருதினார் அதுவே அவரின் முடிவாகும்.[33]

(i) இப்போதைய இந்திய அரசாங்கத்தின் சொத்துக்களையும், கடன் பொறுப்புகளையும் ஒதுக்கீடு செய்தல்.

(ii) நிலப்பகுதிகளை வரையறுத்தல்.

(iii) பாகிஸ்தானிலிருந்து இந்துஸ்தானுக்கும் இந்துஸ்தானிலிருந்து பாகிஸ்தானுக்கும் மக்களைப் பரிமாறிக் கொள்ளுதல்.

பாகிஸ்தான் பிரச்சனைக்கு இந்துத்தரப்பு என்றும் முஸ்லிம் தரப்பு என்றும் இருதரப்புகள் உள்ளன. இதனைத் தவிர்க்க முடியாது. பாகிஸ்தான் என்ற லட்சியமும் அதற்கு ஒரு நிரந்தரத் தீர்வும் காணப்படுவரை இந்திய சுதந்திரம்

காலவரையின்றி ஒத்திவைக்கப்படுவதை இந்தியர்கள் கடுமையாக எதிர்க்கின்றனர். பாகிஸ்தான் என்பது ஒரு பிரச்சினை. அது ஒரு மனநிலை அல்ல என்றால் அதிலிருந்து தப்புவதற்கு வழி கிடையாது. அதற்கு ஒரு தீர்வு காணப்பட வேண்டும். தவிர்க்க முடியாததைச் சந்தித்தே ஆக வேண்டும். முடிவு ஏற்படுவதற்கு வெகுகாலத்திற்கு முன்னரே ஒருவர் முடிந்தால் அதற்கான தீர்வுடன் தயாராக இருக்கவேண்டும். ஆற்றைக் கடக்க வேண்டிய கட்டாயம் நேரிடும் என்று ஒருவருக்குத் தெரிந்திருந்தால், அதற்காக ஒரு பாலத்தை கட்டுவதே அறிவுடமை என்றார் டாக்டர் அம்பேத்கர்.[34]

எனவே, பாகிஸ்தான் பிரச்சினைக்குச் சரியான தீர்வு காணவும், அதனைத் தெளிவுபடுத்தவும், அவற்றை ஒரு நாடாளுமன்றச் சட்டத்தின் வடிவில் முன்வைத்தால், அது நமது நோக்கத்திற்கு பயன்படும் என்று கருதி, டாக்டர் அம்பேத்கர் தனது முடிவுகளை உள்ளடக்கிய மாதிரி சட்ட முன் வடிவம் ஒன்றை வெளியிட்டார்.[35] அதுதான் "இந்திய அரசாங்கம் (ஆரம்ப ஷரத்துகள்) சட்டம் (Skeleton Act of the Government of India Preliminary Provision Act) ஆகும். அதன் நகல் பின்வருமாறு:

இந்திய அரசாங்கம் (ஆரம்ப ஷரத்துக்கள்) சட்டம்:

இப்போது கூடியுள்ள நாடாளுமன்றத்தில், மாட்சிமை பொருந்திய மன்னராலும், ஆன்மீக மற்றும் இம்மைக்குரிய பிரபுக்களாலும், காமன்ஸ சபையினாலும் பின்வருமாறு சட்டமியற்றப்படுகிறது:

I. (1)இந்தச் சட்டம் இயற்றப்பட்ட தேதியிலிருந்து ஆறு மாதத்திற்குள், வடமேற்கு எல்லைப்புற மாகாணம், பஞ்சாப், சிந்து, வங்காளம் ஆகிய மாகாணங்களின் சட்டமன்றங்களில் உள்ள பெரும்பான்மை முஸ்லிம் உறுப்பினர்கள், முஸ்லிம்கள் அதிகமாக வாழும் பகுதிகளைப் பிரிட்டிஷ் இந்தியாவிலிருந்து பிரிக்க வேண்டும் என்ற ஒரு தீர்மானத்தை நிறைவேற்ற வேண்டும். இச்சட்டத்தின் ஷரத்துக்களுக்கேற்ப இந்தமாகாணங்கள் மற்றும் பலுசிஸ்தானின்

முஸ்லிம், முஸ்லிம் அல்லாத வாக்காளர்கள் மத்தியில் இப்பிரச்சனை குறித்து ஒரு கருத்துக் கணிப்பை நடத்த மாட்சிமை பொருந்திய மன்னர் உத்தரவிட வேண்டும்.

II.(2) இந்த மாகாணங்களில் பின்வரும் வடிவத்தில் வாக்காளர்களுக்குக் கேள்விகள் வழங்கப்பட வேண்டும்:

(i) பிரிட்டிஷ் இந்தியாவிலிருந்து பிரிக்கப்படுவதை நீங்கள் ஆதரிக்கிறீர்களா?

(ii) நீங்கள் பிரிவினையை எதிர்க்கிறீர்களா?

3) 1) கருத்துக்கணிப்பின் முடிவுகள், முஸ்லிம் வாக்காளர்களில் பெரும்பான்மையினர் பிரிவினைக்கு ஆதரவாகவும், முஸ்லிம் அல்லாதவர்களின் பெரும்பகுதியினர் பிரிவினைக்கு எதிராகவும் இருப்பதாகக் காண்பித்தால், பெரும்பான்மை யினராக முஸ்லிம்கள் வசிக்கக்கூடிய இந்த மாகாணங்களில் உள்ள அத்தகைய மாவட்டங் கள் மற்றும் பகுதிகளின் ஒரு பட்டியலைத் தயாரிப்பதற்காக ஒரு எல்லை வரையறுக்கும் கமிஷனை நியமிக்கும் ஆணையை மாட்சிமை தாங்கிய மன்னர் பிறப்பிக்கவேண்டும். அத்தகைய மாவட்டங்களும் பகுதிகளும் ஒதுக்கப்பட்ட மாவட்டங்கள் என்று அழைக்கப்படும்.

2) ஒதுக்கப்பட்ட மாவட்டங்கள் கூட்டாகப் பாகிஸ்தான் என்றும் மீதமுள்ள பிரிட்டிஷ் இந்தியா இந்துஸ்தான் என்றும் குறிப்பிடப்படும். வடமேற்குப் பகுதியில் உள்ள ஒதுக்கப்பட்ட மாவட்டங்கள் மேற்குப் பாகிஸ்தான் என்றும் வடகிழக்கில் உள்ள பகுதிகள் கிழக்குப் பாகிஸ்தான் என்றும் அழைக்கப்படும்.

III) 1) எல்லை வரையறுப்புக் கமிஷனின் பரிந்துரைகள் உடன்படிக்கையின் மூலமோ அல்லது நடுவர்

தீர்ப்பின் மூலமோ இறுதியான பின்னர், ஒதுக்கப் பட்ட மாவட்டங்களின் வாக்காளர் களிடையே மற்றுமொரு கருத்துக் கணிப்பு நடத்த மாட்சிமை பொருந்திய மன்னர் உத்தரவிட வேண்டும்.

2. வாக்காளர்களுக்குச் சமர்ப்பிக்கப்படும் கேள்விகள் பின்வரும் வடிவத்தில் அமைந்திருக்கும்:

(i) நீங்கள் பிரிவினையை உடனடியாக ஆதரிக்கிறீர்களா?

(ii) நீங்கள் பிரிவினையை எதிர்க்கிறீர்களா?

iv) 1. பெரும்பான்மையினர் பிரிவினைக்கு ஆதரவாக இருப்பார்களேயானால், பாகிஸ்தானுக்கு ஒன்றும் இந்துஸ்தானத்திற்கு மற்றொன்றுமாக இரு தனித்தனி அரசியல் சட்டங்களை வகுப்பதற்கான ஏற்பாடுகளைச் செய்வது மாட்சிமை தங்கிய மன்னரின் சட்டப் படியான நடவடிக்கையாக இருக்கும்.

2. மாட்சிமை பொருந்திய மன்னரின் ஆணை மூலமாக குறிக்கப்பட்ட நாளிலிருந்து புதிய அரசுகளான பாகிஸ்தான் மற்றும் இந்துஸ்தான் தனித்தனி நாடுகளாகச் செயல்படத் தொடங்கும்.

3. பெரும்பான்மையானவர்கள் உடனடியாகப் பிரிவினையை எதிர்பார்ப்பார்களேயானால், ஒட்டு மொத்தமாக பிரிட்டிஷ் இந்தியாவுக்கு ஒரே அரசியல் சட்டத்தை உருவாக்கும் எற்பாடுகளைச் செய்வது மாட்சிமை பொருந்திய மன்னரின் சட்டப்படியான நடவடிக்கையாக இருக்கும்.

V. கடந்த முந்தைய பிரிவில் கூறப்பட்டது போன்று நடைபெற்ற கருத்துக் கணிப்பில் பெரும்பான்மை யானவர்கள் உடனடியாகப் பிரிவினையை எதிர்ப் பார்பார்களேயானால் பாகிஸ்தானின் பிரிவினைக் கான மசோதாவும், கடந்த முந்தைய பிரிவில் கூறப்பட்டது போன்று நடைபெற்ற கருத்தக் கணிப்பில் பெரும்பான்மையானவர்கள் உடனடி யாகப் பிரிவினையை ஆதரிப்பார்களேயானால்

பாகிஸ்தானை இந்துஸ்தானத்துடன் இணைக்கவுமான மசோதாவும், பிரிட்டிஷ் இந்தியாவுக்கான புதிய அரசியல் சட்டத்தை அல்லது பாகிஸ்தானுக்கும் இந்துஸ்தானுக்குமான இரு தனித்தனி அரசியல் சட்டங்களை நடைமுறைப்படுத்துவதற்காக மாட்சிமை பொருந்திய மன்னர் குறிப்பிட்ட நாளிலிருந்து பத்தாண்டுகள் முடியும்வரை, ஏற்கப்படக்கூடாது.

Vi. 1. இரு தனித்தனியான அரசியல் சட்டங்கள் செயல்பாட்டிற்கு வரும் பட்சத்தில் (நான்காவது பிரிவில் கூறப்பட்டது போன்று) குறிப்பிட்ட நாளுக்குப் பின்னர் உடனடியாக, பிரிட்டிஷ் இந்தியா முழுவதற்குமான ஓர் அரசியல் சட்டத்தை ஏற்படுத்தும் கண்ணோட்டத்துடனும், பாகிஸ்தான், இந்துஸ்தானின் சட்ட மன்றங்கள் மற்றும் அரசாங்கங்களுக்கிடையில் இசைவான செயல் பாடுகளை ஏற்படுத்தும் கண்ணோட்டத்துடனும், பிரிட்டிஷ் இந்தியா முழுவதையும் பாதிக்கும் விஷயங்கள் சம்பந்தமாக பரஸ்பரம் செயல் தொடர்பையும் ஒரேசீரான தன்மையையும் வளர்க்கவும், பிரிட்டிஷ் இந்தியா முழுவதும் ஒரே மாதிரியாக நிர்வகிக்கப்பட வேண்டும் என்று இரு நாடாளுமன்றங்களும் பரஸ்பரம் ஒப்புக் கொள்ளும் சேவைகளின் நிர்வாகத்தை வழங்கவும், அல்லது இச்சட்டத்தின் படியே நிர்வாகம் செய்யவுமான கண்ணோட்டத்துடன் ஒரு இந்தியக் கவுன்சிலை ஏற்படுத்துவது மாட்சிமை தங்கிய மன்னருக்குச் சட்டப்படியான நடவடிக்கையாக இருக்கும்.

2. இனிவரும் விஷயமாக, இந்தியக் கவுன்சில், மாட்சிமை பொருந்திய மன்னரின் ஆணைகளுக்கிணங்க நியமிக்கப்பட்ட ஒரு தலைவரும் நாற்பது இதர உறுப்பினர்களையும் கொண்டிருக்கும், அவர்களில் இருபது உறுப்பினர்கள் பாகிஸ்தானைப் பிரதிநிதித்துவப்படுத்துபவர்களாகவும், மீதமுள்ள இருபது பேர் இந்துஸ்தானத்தைப் பிரதிநிதித்துவப் படுத்துபவர்களாகவும் இருப்பர்.

3. இந்தியக் கவுன்சிலின் உறுப்பினர்கள் ஒவ்வொரு தரப்பிலும் பாகிஸ்தான் அல்லது இந்துஸ்தானின் நாடாளுமன்றத்தினுடைய கீழ்ச் சபைகளினுடைய உறுப்பினர்களாக இருப்பர்.

4. இந்தியக் கவுன்சிலின் உறுப்பினர்களைத் தேர்வு செய்வதுதான் பாகிஸ்தான் மற்றும் இந்துஸ்தானின் சட்டமன்றங்களுடைய முதலாவது அலுவலாக இருக்கும்.

5. கவுன்சிலின் உறப்பினர் ஒருவர், பாகிஸ்தான் அல்லது இந்துஸ்தானின் சட்டமன்ற உறுப்பினராக இருந்து அவரது பதவிக்காலம் முடிந்துவிட்டால் கவுன்சிலிலும் அவரது பதவிக் காலம் முடிந்துவிடும். பாகிஸ்தான் அல்லது இந்துஸ்தானின் சட்டமன்றம் கலைக்கப்படுமானால், கவுன்சிலின் உறுப்பினர்களாக இருக்கக் கூடிய நபர்கள், ஒருபுதிய தேர்தல் நடை பெறும்வரை கவுன்சிலின் உறுப்பினர்களாகத் தொடர்ந்து பதவி வகிப்பார்கள். அவர்கள் மீண்டும் தேர்ந்தெடுக்கப்படாவிடில் அப்போது ஓய்வு பெறுவார்கள்.

6. தாம் கலந்து கொள்ளும் கவுன்சிலின் ஒவ்வொரு கூட்டத்திற்கும் கவுன்சிலின் தலைவரே தலைமை வகிப்பார். இரு தரப்பிலும் சம அளவிலான வாக்குகள் இருந்தால் மட்டுமே அவருக்கு வாக்களிக்கும் உரிமை உண்டு. அவ்வாறில்லை எனில் அவர் வாக்களிக்க முடியாது.

7. கவுன்சிலின் முதலாவது கூட்டம் தலைவர் நிர்ணயிக்கும் நேரத்திலும் இடத்திலும் நடைபெறும்.

8. கவுன்சில் உறுப்பினர்களின் எண்ணிக்கை குறைந் தாலும் கவுன்சில் செயல்படும், கவுன்சில் கூட்டத் திற்குத் தேவையான குறைந்தபட்ச உறுப்பினர் எண்ணிக்கை 15ஆக இருக்கும்.

9. மேற்கூறியதற்கு உட்பட்டு, கமிட்டிகளுக்கு அதிகாரத்தை பகிர்ந்தளிப்பது உள்ளிட்ட தனது

நடவடிக்கைகளை கவுன்சில் ஒழுங்குபடுத்திக் கொள்ளலாம்.

10. பாகிஸ்தானின் சட்டமன்றமும் இந்துஸ்தானின் சட்டமன்றமும் நிறைவேற்றிய ஒரே மாதிரியான சட்டங்கள் மூலம் இந்தியக் கவுன்சிலின் சட்ட திட்டங்கள் அவ்வப்போது மாறுபடலாம். அந்தச் சட்டங்கள் இந்தியக் கவுன்சிலின் உறுப்பினர்கள் அனைவரும் அல்லது உறுப்பினர்களில் எவரேனும் நாடாளுமன்ற வாக்காளர்களினால் தேர்ந்தெடுக்கப் படுவதற்கு வகைசெய்யும். பல தேர்வுரிமை பெற்ற உறுப்பினர்களைத் தேர்ந்தெடுக்கவிருக்கும் தொகுதி களைத் தீர்மானிக்கவும், பலதொகுதிகளிலிருந்து தேர்ந் தெடுக்கப்பட வேண்டிய உறுப்பினர்களின் எண்ணிக்கையைத் தீர்மானிக்கவும் தேர்தல் முறையைத் தீர்மானிக்கவும் அந்தச் சட்டங்கள் வகை செய்யும்.

VII 1. பாகிஸ்தான் மற்றும் இந்துஸ்தானின் சட்ட மன்றங்கள் ஒரேமாதிரியான சட்டங்கள் மூலம் பாகிஸ்தான் மற்றும் இந்துஸ்தானின் சட்ட மன்றங்கள் மற்றும் அரசாங்கங்களின் எந்த அதிகாரங்களையும் இந்தியக் கவுன்சிலிடம் ஒப்படைக்கலாம். அத்தகைய சட்டங்கள் அவ்வாறு ஒப்படைக்கப்பட்ட அதிகாரங்களைப் பிரயோகிக்கும் விதத்தையும் தீர்மானிக்கும்.

2. புதிய அரசியல் சட்டத்தைச் செயல்படுத்து வதற்காகக் குறிக்கப்பட்ட நாளிலிருந்து ரயில் வேக்கள் மற்றும் நீர்வழிப் பாதைகள் சம்பந்தமான சட்டங்களை இயற்றும் அதிகாரம், பாகிஸ்தான் அல்லது இந்துஸ்தானத்தின் வசம் உள்ள அதிகாரங்களாக அல்லாமல் இந்தியக் கவுன்சிலின் அதிகாரங்களாக மாறும். நிர்மாணிக்கப்பட வேண்டிய பணிகள் மொத்தமாக பாகிஸ்தானிலோ அல்லது இந்துஸ்தானிலோ அமைந்திருந்தாலும்,

இருப்புப்பாதைகள், நீர்வழிப் பாதைகள் ஆகிய வற்றின் நிர்மாணம், விஸ்தரிப்பு அல்லது மேம்பாட்டுக்கு அனுமதியளிக்கும் சட்டங்கள் உருவாக்குவதிலிருந்து பாகிஸ்தான் அல்லது இந்துஸ்தானின் சட்டமன்றத்தைத் தடுக்கும் அதிகாரம் எதுவும் இந்த உபபிரிவில் இராது.

3. பாகிஸ்தான் மற்றும் இந்துஸ்தானின் வளவாழ்வை எந்த வகையிலேனும் பாதிக்கக்கூடிய எந்தப் பிரச்சினைகள் தோன்றினாலும் கவுன்சில் ஒரு தீர்மானத்தின் மூலம் அவர்கள் சரியானது என்று கருதும் விதத்தில் யோசனைகள் வழங்க முடிவு செய்யலாம். ஆனால் அவ்வாறு வழங்கப்பட்ட யோசனைகளுக்கு எந்தவிதமான சட்டரீதியான அதிகாரம் இராது.

4. அவற்றைத் தனித்தனியாகப் பாகிஸ்தான் அல்லது இந்துஸ்தானின் நிர்வகிக்கும் தேவையைத் தவிர்க்கும் கண்ணோட்டத்துடன் எந்த ஒரு அகில இந்திய விஷயத்தையும் நிர்வகிக்கும் அதிகாரத்தை இந்தியக் கவுன்சிலுக்கு ஒப்படைப்பது சம்பந்தமான ஒரேமாதிரியான சட்டங்களை இயற்றும் ஆலோசனை குறித்து பாகிஸ்தான் மற்றும் இந்துஸ்தானின் சட்டமன்றங்களுக்குப் பரிந்துரை செய்வது இந்தியக் கவுன்சிலின் சட்டரீதியான கடமையாக இருக்கும்.

5. மேற்கூறப்பட்டவாறு தற்காலிகமாகக் கவுன்சிலுக்கு ஒரேமாதிரியான சட்டங்கள்மூலம் வழங்கப்பட்ட எந்த அதிகாரங்களையும் இரு சட்ட மன்றங்களும் திரும்பப் பெற்றுக் கொள்வது சட்ட ரீதியானதாக இருக்கும். அவ்வாறு செய்ததற்குப் பின்னர் சம்பந்தப்பட்ட அதிகாரங்களை இந்தியக் கவுன்சில் பிரயோகப் படுத்துவது நின்றுபோகும். அவற்றைப் பாகிஸ்தான் மற்றும் இந்துஸ்தானின் அரசாங்கங்களும் சட்டமன்றங்களும் தத்தமது ஆளுகைக்குட்பட்ட பிரிட்டிஷ் இந்தியாவின்

பகுதிகளில் பிரயோகிக்கக் கூடியவையாக இருக்கும். இந்த அதிகாரங்களை மாற்றித் தருவதற்குத் தேவையான, தம்வசமுள்ள அல்லது தம்கட்டுப்பாட்டிலுள்ள நிதிகளைச் சரிப்படுத்திக் கொள்வது உள்ளிட்ட நடவடிக்கைகளை கவுன்சில் மேற்கொள்ளும்.

VIII *1.* பிரிவு IV *(3)* இல் குறிப்பிடப்பட்டது போன்று பிரிட்டிஷ் இந்தியாவுக்கான ஓர் அரசியல் சட்டம் நடைமுறைக்கு வந்து பத்தாண்டுகள் முடிந்த பின்னர், மாகாண மற்றும் மத்திய சட்டமன்றங் களில் உள்ள ஒதுக்கப்பட்ட மாவட்டங்களைப் பிரதிநிதித்துவப்படுத்தும் பெரும்பான்மை முஸ்லிம் உறுப்பினர்கள் இந்துஸ்தானிலிருந்து பாகிஸ்தானைப் பிரிப்பது சம்பந்தமான ஒரு கருத்துக்கணிப்பு நடத்த வேண்டுமென்று மாட்சிமை பொருந்திய மன்னருக்கு ஒரு விண்ணப்பம் சமர்ப்பித் தால், மாட்சிமை பொருந்திய மன்னர் அவ்வாறே ஒரு கருத்துக் கணிப்பு நடத்த ஆணையிடுவார்.

2. வாக்காளர்களுக்குச் சமர்ப்பிக்கப்படும் கேள்வி களின் படிவம் பின்வருமாறு அமைந்திருக்கும்:

(i) இந்துஸ்தானிலிருந்து பாகிஸ்தான் பிரிக்கப் படுவதை நீங்கள் ஆதரிக்கிறிர்களா?

(ii) இந்துஸ்தானிலிருந்து பாகிஸ்தான் பிரிக்கப்படு வதை நீங்கள் எதிர்க்கிறீர்களா?

IX. கருத்துக்கணிப்பின் முடிவுகள் பிரிவினைக்கு ஆதரவாக இருக்குமானால், குறிப்பிட்ட ஒரு நாளிலிருந்து பாகிஸ்தான் பிரிட்டிஷ் இந்தியாவின் ஒரு பகுதியாக இருப்பது முடிவுக்கு வரும். இந்தியக் கவுன்சில் கலைக்கப்படும் என்று கவுன்சிலில் ஓர் உத்தரவின் மூலம் மாட்சிமை பொருந்திய மன்னர் பிரகடனப்படுத்துவது சட்டரீதியானதாக இருக்கும்.

X *1.* பிரிவு iv இல் குறிப்பிட்டது போன்ற சூழ்நிலை களில் இரு அரசியல் சட்டங்கள் நடப்பிற்கு வரும்போது பாகிஸ்தான் தனி அரசாக இரா்து. இந்துஸ்தானின் ஒரு பகுதியாகவே இருக்கும்

என்பதை கவுன்சிலின் ஓர் உத்தரவு மூலம் மாட்சிமை பொருந்திய மன்னர் பிரகடனம் செய்வது சட்டரீதியானதாக இருக்கும். பாகிஸ்தானுக்கென்று தனியாக அரசியல் சட்டம் தொடங்கியதிலிருந்து பத்தாண்டுகள் முடியும் வரை இத்தகைய உத்தரவு பிறப்பிக்கப்பட மாட்டாது.

பிரிவு X- (2) இல் கூறப்பட்டிருப்பது போன்று நாடாளுமன்ற சட்டங்களைப் பாகிஸ்தான் மற்றும் இந்துஸ்தானின் தேர்ந்தெடுக்கப்பட்டச் சட்ட மன்றங்கள் இயற்றும் வரை இத்தகைய பிரகடனங்கள் எதுவும் செய்யப்படமாட்டாது.

2. முந்தைய பிரிவின் மூன்றாவது பாராவில் கூறப்பட்டிருப்பது போன்று (நாடாளுமன்றச் சட்டங்கள் என்று இனி அது குறிக்கப்படும்) பாகிஸ்தான் மற்றும் இந்துஸ்தானின் மக்களால் தேர்ந்தெடுக்கப்பட்ட சட்டமன்றங்கள், ஒரே மாதிரியான சட்டங்கள் மூலம் அறுதிப் பெரும் பான்மையான உறுப்பினர்கள் ஒப்புக் கொண்ட படி இந்தியக் கவுன்சிலுக்குப் பதிலாக ஐக்கிய இந்தியாவுக்கான ஒரு சட்டமன்றத்தை ஏற்படுத்தும். அதற்குத் தேவையான உறுப்பினர்களின் எண்ணிக்கையையும் அந்த உறுப்பினர்கள் நியமிக்கப்பட வேண்டிய அல்லது தேர்ந்தெடுக்கப்படவேண்டிய முறைகளையும் தேர்வுரிமை பெற்ற பல உறுப்பினர்களைத் தேர்ந்தெடுப்பதற்கான தொகுதிகளையும், பல தொகுதிகளிலிருந்து தேர்ந்தெடுக்கப்பட வேண்டிய உறுப்பினர்களின் எண்ணிக்கையையும், நியமனத்திற்கான அல்லது தேர்தலுக்கான வழிமுறைகளையும் ஒன்று மற்றொன்றுடன் இரு சபைகளின் உறவுகளுக்கு வகை செய்வதையும் தீர்மானிக்கும்.

XI 1. பாகிஸ்தானும் இந்துஸ்தானும் இணையும் நாளன்று இந்தியக் கவுன்சில் காலாவதியாகிவிடும். அப்போது அதுவரை இந்தியக் கவுன்சில் பிரயோகித்து வந்த எல்லா அதிகாரங்களும் சட்டமன்றம் மற்றும் இந்திய அரசாங்கத்திற்கு மாற்றித் தரப்படும்.

2. பாகிஸ்தான் மற்றும் இந்துஸ்தானின் சட்ட மன்றங்கள் மற்றும் அரசாங்கத்தின் எல்லா அதிகாரங்களும் கடமைகளும், வரிவிதிப்பு சம்பந்த மான எல்லா அதிகாரங்கள் உள்ளிட்ட பிரிட்டிஷ் இந்தியாவின் சட்டமன்றத்துக்கும் மற்றும் அரசாங்கத் திற்கும் மாற்றப்படும், அப்போது அந்த சட்ட மன்றங்களும் அரசாங்கமும் செயலற்றுப்போகும்.

XII 1. ஒரு சட்டமன்றத்தில் சேவைபுரிய ஓர் உறுப்பினரைத் தேர்ந்தெடுப்பதற்கு வாக்காளர் களிடையே நடத்தப்படும் தேர்தலைப் போன்று கூடுமானவரை அதே முறையில் இச்சட்டத்தின் கீழ் வாக்குச்சீட்டு மூலம் ஒரு தேர்தல் நடத்தப்படும். அத்தேர்தலை நடத்துவதற்குத் தேவையான தேர்தல் சட்டங்களை ஏற்றுக் கொள்வதற்கு மாட்சிமை பொருந்தியமன்னர் விதி முறைகளை வகுத்தளிப்பார்.

2. ஒன்றுக்கு மேற்பட்ட இடத்தில் பதிவு செய்திருந்த போதிலும்கூட தேர்தலில் ஒரு வாக்காளர் ஒருமுறை தான் வாக்களிக்க முடியும்.

3. வாக்காளர் என்றால் வடமேற்கு எல்லைப்புற மாகாணம், பஞ்சாப், சிந்து, வங்காளம் மற்றும் பலுசிஸ்தான் ஆகிய மாகாணங்களில் வசிக்கும் ஒவ்வொரு வயதுவந்த ஆண், பெண் என்று அர்த்தமாகும்.

XIII 1. இந்தச் சட்டத்தை இந்திய அரசியல் சட்டம் (ஆரம்ப ஷரத்துக்கள்) விதி 194 என்று அழைக்கலாம்.

மேற்கண்ட டாக்டர் அம்பேத்கரின் மாதிரி சட்டம் தான் 7 ஆண்டுக்கு பிறகு மௌண்ட்பேட்டனின் "பாகிஸ் தான் பிரிவினை" சட்டத்திற்கு முன் மாதிரியாகவும், வழிக் காட்டியாகவும் அமைந்தது எனலாம்.

மௌண்ட் பேட்டன் திட்டம் (Mount Batton Plan- Partition of Pakistan and India)

24-3-1947-ல் மௌண்ட்பேட்டன் பிரபு வைஸ்ராயாக இந்தியா வந்தார். அப்போது, அமைச்சரவையிலும்,

அரசியல் நிர்ணயச்சபையிலும், காங்கிரஸ் - முஸ்லிம் லீக் ஒன்றுப்பட்டுச் செயல்படாததால், இந்தியா முழுவதும் கலவரங்கள் நிகழ்ந்தபடி இருந்தன. மௌண்ட் பேட்டன் இந்தியா வருவதற்கு 6 மாதத்திற்கு முன்னர் 16-8-1946-ல் முஸ்லிம் லீக் "பாகிஸ்தான்" கோரி நேரடிப் போராட்டத்தை அறிவித்தது. இந்தியா எங்கும் வன்முறைகள் நடைபெற்றன. கல்கத்தா வீதிகளில் இரத்த ஆறு ஓடியது. கல்கத்தாவில் மட்டும் 50 ஆயிரம் பேர் கொல்லப்பட்டனர். இந்து - முஸ்லிம் மக்களிடையே போரும், பெரும் அழிவும், குழப்பங் களும் ஏற்பட்டன. இச்சம்பவங்கள் மேலும் ஏற்படாமல் தடுக்க ஒரே மாற்றுவழி பிரிவினை தான் என்பதை காங்கிரஸ் உணர்ந்தது. "பாகிஸ்தான் பிரிவினை எனது பிணத்தின் மீதுதான் அமலுக்குக் கொண்டு வரமுடியும்" என்று கூறிய திரு. காந்தியார் அவர்கள் கருத்துக்கு, நேரு, பட்டேல், இராசேந்திர பிரசாத், கிருஷ்ணமேனன் ஆகியோர் எதிர்ப்பு தெரிவித்தார்கள். 10-06-1947-ல் டெல்லியில் கூடிய முஸ்லிம் லீக் பிரிவினையை ஏற்றது. முஸ்லிம்லீக் வைஸ்ராயிடம் "பாகிஸ்தான்" தனி நாடாகப் பிரித்து ஒப்படைக்குமாறு வேண்டியது. இறுதியாக 14-06-1947-ல் டெல்லியில் கூடிய காங்கிரஸ் செயற் குழுவில், பிரிவினைத் தீர்மானத்திற்கு ஆதரவாக 157 பேரும், 29 பேர் எதிராகவும், வாக்களித்தனர். 32 பேர் நடுநிலை வகித்தனர். "வேறு வழியின்றி தேச விடுதலைக்காகப் பிரிவினையை ஏற்கிறேன்' என்று திரு. காந்தியார் அவர்கள் கருத்து வெளியிட்டு ஒப்புதல் வழங்கினார். எனவே, தேசப் பிரிவினை வேறு வழியின்றி ஏற்றுக்கொள்ள வேண்டிய அவசியத்திற்குத் தள்ளப்பட்டது.[36]

பிரிவினைக்கு முடிவு காணாமல், இந்திய தேச விடுதலைக்கு வழியில்லை என்ற டாக்டர் அம்பேத்கரின் கருத்துகள் தீர்க்கதரிசனமாக அமைந்தன எனலாம்.

இச்சூழ்நிலையில், காங்கிரஸ் - முஸ்லிம் லீக் ஒன்றுபட்டு செயல்படமுடியாது என்று வைஸ்ராய் உணர்ந்தார். இந்தியாவில் ஏற்படும்இனக்கலவரங்களைத் தடுக்க ஒரே வழி "பிரிவினைதான்" என முடிவெடுத்தார். பிரிவினைத் திட்டத்தை 3-6-1947 அன்று பிரிட்டன்

அரசுக்குச் சமர்பித்தார். 30-06-1947-ல் மௌண்ட் பேட்டன் "பிரிவினை" திட்டத்திற்கு அமைச்சரவை ஒப்புதல் அளித்தது. 5-7-1947-ல் பிரிட்டன் பாராளுமன்றத்தில் சட்டத்திற்கான முன்வடிவு அறிமுகப்படுத்தப்பட்டு விவாதம் நடைபெற்றது. 16-7-1947-ல் இரு அவைகளாலும் மசோதா நிறைவேற்றப்பட்டது. 18-7-1947-ல் பிரிட்டன் அரசியாரின் கையொப்பத்திற்குப்பின் "இந்தியச் சுதந்திர மசோதா சட்டமாக்கப்பட்டது. அச்சட்டத்தின் படி, இந்தியாவை இந்தியா மற்றும் பாகிஸ்தான் என்ற இரண்டு நாடுகளாக பிரிக்கப்பட்டு, விடுதலை வழங்கப்பட்டது. 14-08-1947 வியாழக் கிழமையன்று பாகிஸ்தான் தனி சுதந்திர நாடாக அறிவித்து திரு. ஜின்னாவிடம் பொறுப்பு ஒப்படைக்கப்பட்டது. 14-08-1947 இரவு 12 மணிக்கு இந்தியா சுதந்திர நாடாக அறிவிக்கப்பட்டது. திரு. நேரு அவர்கள் பிரதமராகப் பொறுப்பேற்றுக் கொண்டார்.[37] இந்தியா தன் சுதந்திர தினவிழாவினை ஆகஸ்ட் 15-ல் கொண்டாடி வருகிறது.

இந்தியா பிரிவினைப் பற்றிய டாக்டர் அம்பேத்கரின் முடிவுகளை விளக்குவதற்கு, அவரால் வெளியிடப்பட்ட "இந்தியா அரசாங்கம் (ஆரம்ப ஷரத்துக்கள்) சட்டம் என்ற மாதிரி சட்டத்தின் அடிப்படையில், வகுக்கப்பட்டதுதான் "மௌண்ட்பேட்டன்" சட்டம் எனலாம். டாக்டர் அம்பேத்கரின் உத்தேச சட்டத்தின் உள்ளடக்கமே மௌண்ட்பேட்டன் திட்டம் என்றால் அது மிகவும் சரியானதாகும்.

மதிப்பீடு:

"இந்திய அரசாங்கம் (ஆரம்ப ஷரத்துக்கள்) சட்டம்" இந்த அத்தியாயம், டாக்டர் அம்பேத்கரின் "பாகிஸ்தான் அல்லது இந்தியா பிரிவினை" என்ற நூலில் உள்ளதாகும். 'பாகிஸ்தான்' பிற்காலத்தில் உருவாகும் என கருதிய டாக்டர் அம்பேத்கர், அதற்கான மாதிரி சட்டமுன் வடிவத்தை வெளியிட்டார். டாக்டர் அம்பேத்கரின் கருத்தும் எண்ணமும் இந்திய அரசியல் சட்ட வரலாற்றில் மெய்ப்பிக்கப்பட்டுவிட்டது.

வலிமையான மைய அரசு அமைய வேண்டுமாயின் இந்தியாவை இரண்டாகப் பிரித்திடவேண்டும். அவ்வாறு பிரிக்காவிட்டால் அதன் விளைவுகள் மிகவும் கொடுமையானவைகளாக இருக்கும். வலிந்து திணிக்கப்படும் ஒற்றுமை,

முன்னேற்றத்திற்கு முட்டுக் கட்டையாக இருக்கும்; சுதந்திர வேட்கையின் நம்பிக்கைகள் சிதறுண்டு போகும். "இந்தியா பிரிக்கப்படாத, ஒன்றுபட்ட நாடாகவே" இருக்க வேண்டும் என்று வற்புறுத்தினால், இந்திய நாட்டின் எதிர்காலக் கனவுகள் அனைத்துமே சீரழிந்து சிதைந்து போகும். கட்டாயத்தில் ஒரே நாடாக வைக்கப்படும் இந்தியா, உயிரோட்டமானதாகத் திகழாது, மேலும் இதன் தொடர்புடைய மூன்றாவது நாடான பிரிட்டனின் பிரச்சினையும் இதனால் தீராது. இந்திய தேசம், பாகிஸ்தான், இந்துஸ்தான் என பிரிக்கப்படவில்லை யென்றால், இந்தியா தன் வலிமையை இழந்து, நலிவடையும், உயிருள்ள பிணமாக, இறந்த பின்னும் புதைக்கப்படாத உடலாக காட்சி தரும் என்று தன்னுடைய நூலில் டாக்டர் அம்பேத்கர் எச்சரித்தார்.[38]

"டாக்டர் அம்பேத்கரின் "பாகிஸ்தான் அல்லது இந்தியப் பிரிவினை" என்ற நூல் நடுநிலை வழுவாததாக, தகுதி சான்றாக, அறிவு செறிந்ததாக, துணிவும் சிறப்பும் நிறைந்ததாகத் திகழ்ந்தது. ஈடு இணையற்றதாக, இந்நூல் அமைந்திருந்தது. இந்நூலில் டாக்டர் அம்பேத்கரின் பரந்த படிப்பறிவும், உயர்ந்த சிந்தனை ஆற்றலும், சீரிய முறையில் இணைந்து மிகச் சிறப்பான தன்மையில் வெளிப்பட்டிருந்தன. அதனால் பார்ப்போரைக் கவர்ந்திருந்தது; மேலும் படிக்க வேண்டுமென்ற ஆவலைத் தூண்டியது. சொற்செறியும், விறுவிறுப்பும் கொண்டிருந்தது. அறிவியல் முறையில் பிரச்சாரம் செய்வது எப்படி என்பதற்கு இந்நூல் மிக சரியானதோர் எடுத்துக் காட்டாகத் திகழ்ந்தது. திரு. இராசகோபாலாச்சாரியின் "பாகிஸ்தான்" பிரிவினைப் பிரச்சாரத்திற்கு வலிமை யூட்டுவதாக அமைந்தது. மேலும், இந்நூல் மிகக் கடுமையான தாக்கத்தை ஏற்படுத்தியது. இந்து அரசியல் வாதிகள் பலருடைய சிந்தனையைச் சிதறடித்தது. இந்தியாவின் அன்றைய அரசியல் சமூக வரலாற்றின் பிழிவே இந்நூல் என்றும் புகழப்பட்டது. பத்தாண்டுக் காலத்திற்கு மேல் இந்நூல் இந்திய அரசியலை உலுக்கியது. முஸ்லிம்கள் தங்களின் பிரிவினைக் கோரிக்கைக்குக்

கிடைத்த வலிமையான ஆதாரமே இந்நூல் என எண்ணிக் களித்தனர்.[39]

டாக்டர் அம்பேத்கரின் இந்நூலை மறுத்து, அந்நூலில் இருந்தது போன்ற வாதத்திறமையும், ஆழ்ந்த அறிவுடைமையும், துணிவும், மதிநுட்பமும் கொண்ட ஒரு மறுப்பு நூலை முன்னணியில் இருந்த இந்துத் தலைவர்கள் எவரும் எழுதவில்லை என்பது இரங்கத்தக்கதோர் உண்மையாகும்[40]

1947-ஜூன் 3-ஆம் நாள் இந்தியா, "பாகிஸ்தான் - இந்துஸ்தான்" என்று இரண்டாக பிரிக்கப்படும் என்று மௌண்ட்பேட்டன் அறிக்கை வெளியிட்டார்.[41] நாட்டில் அமைதி ஏற்பட்டது. நாடும் இரண்டாக பிரிக்கப்பட்டது. டாக்டர் அம்பேத்கரின், "பாகிஸ்தான் (அல்லது) இந்திய பிரிவினை" என்ற நூலுக்கு வெற்றி கிடைத்தது. டாக்டர் அம்பேத்கர் தெரிவித்தக் கருத்துக்கள் தீர்க்க தரிசனமாய் நடைபெற்றது.

இந்தியா - பாகிஸ்தான் பிரிவினைக்குப் பின்னர் பாகிஸ்தானும் - இந்தியாவும் இரு நேச நாடுகளாக, ஒன்று மற்றதன்பால் நல்லெண்ணத்துடனும், பகைமை உணர்வு இன்றியும் தொடரவேண்டும் என்பதே டாக்டர் அம்பேத்கரின் குறிக்கோளாக இருந்தது.[42]

ஆனால், இந்தியாவும் - பாகிஸ்தானும் நேச உறவுடன் இன்றுவரை செயல்படுகிறதா? காஷ்மீர் பிரச்சினைக்கு மட்டுமே இந்தியா 1947, 1965, 1971 ஆகிய ஆண்டுகளில் பாகிஸ்தானோடு போரிட நேரிட்டது.[43] முதல் போர் நேருவின் காலத்தில் நடைபெற்றது. ஐக்கிய நாட்டு ஸ்தாபனத்தின் கருத்துப்படி "காஷ்மீர்" இந்தியாவிற் குரியதே, இந்தியாவின் ஒரு பகுதியாகும் என்று இந்தியா கருத்து வெளியிட்டது. 1972- சிம்லா உடன்பாட்டின் படி, இருநாடுகளும் சமாதானமாக, பிரச்சினையை தங்களுக்குள் பேசி தீர்த்துக்கொள்ளும் படி ஐக்கிய நாட்டு ஸ்தாபனம் கருத்து வெளியிட்டது.[44] 1971-ல் இந்தியா - பாகிஸ்தான் போரின் விளைவாக "பங்களாதேஷ்" உருவானது. 'தாஷ்கண்டு' ஒப்பந்தம் செயல்படுத்தப்படவில்லை. 'கார்க்கில்' போரின் விளைவு - வருத்தத்திற்குரியது. பாகிஸ்தான் -

இந்தியாவை தங்களின் 'முதல் எதிரி' என பிரச்சாரம் செய்து வருகிறது.[44]

தற்போது 22-05-2008-ல் இந்தியா - பாகிஸ்தான் தீவிர வாதத்தை ஒடுக்க இந்தியா - பாகிஸ்தான் உடன்பாடு செய்துக் கொண்டது. இதில், போர் நிறுத்த ஒப்பந்தம் தொடர்ந்து நீடிக்கப்படுவதுடன் பதட்டநிலை குறைக்கப் படவேண்டும் என்று முடிவு செய்யப்பட்டது ஐ.நா. தீர்மானத்தின் அடிப்படையில் காஷ்மீர் மக்களையும் பேச்சு வார்த்தையில் பங்கேற்கச் செய்யவேண்டும் என்ற பாகிஸ்தான் வற்புறுத்தியது.

மனிதாபிமான அடிப்படையில், இருதரப்பிலும் கைதிகளை விடுதலை செய்வது தொடர்பாக தூதரகம் மூலமாக நடவடிக்கை மேற்கொள்வது என்று ஒப்பந்தம் நிறைவேற்றப்பட்டது. டெல்லி மற்றும் இஸ்லாமாபாத்தில் உள்ள இருநாட்டு தூதர்களும் இதில் கையெழுத்திட்டனர். இந்தியா தரப்பில் மற்ற பிரச்சனைகளுடன் சேர்ந்தே காஷ்மீர் பிரச்சினை பற்றியும் விவாதிக்கப்படவேண்டும் என்று இந்தியா தற்போது வற்புறுத்தியுள்ளது.[46]

2003-ல் சர்வதேச எல்லை மற்றும் காஷ்மீரில் உள்ள எல்லைக்கட்டுப் பாட்டுக் கோட்டுப்பகுதிகளில் போர் நிறுத்தம் செய்வது என பாகிஸ்தான் - இந்தியா ஒப்பந்தம் செய்துக்கொண்டது. அதனை பாகிஸ்தான் பலமுறை மீறி இந்தியாமீது தாக்குதல் நடத்தியுள்ளது. 31-7-2008-ல் காஷ்மீர் எல்லைகட்குட்பட்டு பகுதியில் பாகிஸ்தான் பீரங்கி தாக்குதல் நடத்தியது.[47]

இந்தியா - பாகிஸ்தான் இருநாடுகளாக உருவாகி 60 ஆண்டுகள் முடிந்த பிறகும், இருநாட்டின் பிரச்சினை தொடர்ந்து வருகிறது என்றால், இரு சமுதாய மக்களும் ஒரே நாட்டில் வாழ்ந்து வந்தால் நிலைமை என்னவாகும்? "இந்தியதேசம், பாகிஸ்தான் - இந்துஸ்தான் என பிரிக்கப் படவில்லை என்றால், இந்தியா தன் வலிமையை இழந்து, நலிவடைந்து, உயிருள்ள பிணமாக, இறந்த பின்னும் புதைக்கப்படாத உடலாக காட்சிதரும்" என்று டாக்டர் அம்பேத்கர் தன் நூலில் குறிப்பிட்டுள்ளதை 60 ஆண்டுகள் கடந்த நிலையிலும் எண்ணிப் பார்க்க வேண்டியுள்ளது.

இந்திய அரசாங்கம் (ஆரம்ப ஷரத்துக்கள்) சட்டம்

அடிக்குறிப்புகள்

1. Larry Collins and Dominique Labiarre - Freedom at Midnight, Pages 101-103, Vikas Publishing House, Delhi - 110032.
2. H.H. Dodwell, The Cambridge History of India, Pages 832-833, Vol-vi, S. Chand & Company, Ramnagar, New Delhi - 110055.
3. அம்பேத்கர் பேச்சும் – எழுத்தும், தொகுதி – 15, பக்கம் –33.
4. W.N. Kuber - Dr. Ambedkar, A Critical Study, Pages 198-199.
5. அம்பேத்கர் பேச்சும் – எழுத்தும், தொகுதி – 15, பக்கங்கள் 14–25.
6. W.N. Kuber - Dr. Ambedkar, A Critical Study, Page - 200.
7. H.H. Dodwell, The Cambridge History of India, Page - 840.
8. அம்பேத்கர் பேச்சும் – எழுத்தும், தொகுதி – 15, பக்கம் – 29.
9. மேலது, பக்கம் – 35.
10. மேலது, பக்கம் – 59.
11. மேலது, பக்கம் – 73.
12. மேலது, பக்கம் – 75.
13. மேலது, பக்கங்கள் – 95–96.
14. மேலது, பக்கம் – 102.
15. மேலது, பக்கங்கள் – 142–143.
16. மேலது, பக்கங்கள் – 157–160.
17. மேலது, பக்கங்கள் – 169–173.
18. மேலது, பக்கங்கள் – 236, 268.
19. மேலது, பக்கம் – 397.
20. மேலது, பக்கங்கள் – 398–400.
21. மேலது, பக்கம் – 401.
22. மேலது, பக்கங்கள் – 403–404.
23. மேலது, பக்கம் – 405.

24. மேலது, பக்கங்கள் – 446–449.
25. மேலது, பக்கங்கள் – 464–466.
26. மேலது, பக்கம் – 492.
27. மேலது, பக்கம் – 494.
28. மேலது, பக்கங்கள் – 495–496.
29. மேலது, பக்கங்கள் – 467–468.
30. மேலது, பக்கம் – 269.
31. மேலது, பக்கம் – 453.
32. மேலது, பக்கம் – 550.
33. மேலது, பக்கம் – 551.
34. மேலது, பக்கங்கள் – 575–576.
35. மேலது, பக்கங்கள் – 576–584.
36. டாக்டர் G. பாலன் – டாக்டர் D.தட்சிணாமூர்த்தி, இந்திய அரசியலமைப்பின் வளர்ச்சியும் விடுதலை இயக்க வரலாறும், பக்கங்கள்– 249–252.
37. மேலது, பக்கம் – 253.
38. தமிழாக்கம் க. முகிலன் ,டாக்டர் அம்பேத்கர் வாழ்க்கை வரலாறு, பக்கம் – 492.
39. மேலது, பக்கம் – 494.
40. மேலது, பக்கம் – 495.
41. H.H. Dodwell, The Cambridge History of India, Vol - vi - Page - 867.
42. டாக்டர் அம்பேத்கர் பேச்சும் – எழுத்தும், தொகுதி – 15பக்கம் – 600.
43. தமிழில் கே. சுப்ரமணியன் – இந்திய வரலாற்றில் பகவத் கீதை, பக்கம்–747, விடியல் பதிப்பகம், கோவை, பிப்ரவரி – 2003.
44. Dr. Masood Ali, India - Pakistan Relations, Prospects of Reapproachment cyber Tech. Publications, New Delhi - 2. Page - 132.
45. H.H. Dodwell, The Cambridge History of India, Vol-vi, Page- 1015.
46. தினத்தந்தி – நாள் – 22–05–2008.
47. தினத்தந்தி – நாள் – 31–07–2008.

8. மொழி வழி மாநிலச் சீரமைப்புச் சட்டம்

மொழிவழி மாநிலங்கள் அமைவதற்கான சூழல்கள் இந்தியாவில் பெருமளவில் இருந்துள்ளன. 150 ஆண்டுகள் இந்தியாவை ஆண்டுவந்த பிரிட்டிஷ் அரசு மொழிவழி மாநிலம் அமைப்பது குறித்து எண்ணியதே இல்லை. நிலையான நிர்வாகம், சட்டம், ஒழுங்கு இவை மட்டுமே அவர்களது குறியாக இருந்தது. பிரிட்டிஷ் அரசு மொழிவழி மாநில உருவாக்கம் பற்றிச் சிந்திப்பதற்கு நீண்ட காலத்திற்கு முன்னரே 1920-ல் திரு. காந்தியாரின் தலைமையில் காங்கிரஸ் கட்சி தனது அரசியல் கட்டமைப்பை மொழிவழி அடிப் படையில் வகுத்துக் கொண்டது. 1920-ல் ஏற்றுக் கொண்ட பொறுப்பை அமல்படுத்த வேண்டிய நிர்பந்தம் காங்கிரசுக்கு 1945-ம் ஆண்டுவரை ஏற்படவில்லை. 1946-ல் பதவி ஏற்றபின் தான் அப்பொறுப்பின் சுமையை உணர்ந்தது. இந்திய மாநிலங்கள் மொழிவழியாக அமைதல் வேண்டும் என்கிற தீர்மானம் ஒன்றை நாடாளுமன்ற உறுப்பினர் ஒருவர் கொண்டு வந்தபோது தான் இப்பிரச்சனை வலுப்பெற்றது. தீர்மானம் நாடாளுமன்றத்தில் விவாதிக்கப்பட்டபோது, ஆந்திர மாநிலம் உருவாக்கப்படும் என்கிற உறுதி மொழியைப் பிரதமர் நேரு அளித்தார். அவர் தந்த உறுதி மொழியின் பேரில் மொழிவழி மாநிலத் தீர்மானம் வாபஸ் வாங்கப்பட்டது. பிரச்சினை அத்துடன் நின்றது. டாக்டர் அம்பேத்கர் "அரசியல் அமைப்பின்" வரைவுக் குழுத் தலைவராக இருந்தபோது, மீண்டும் இதே பிரச்சினை எழுந்தது. அப்போது அரசியல் அமைப்பு நிர்ணய சபைத் தலைவராக இருந்த டாக்டர் இராசேந்திர பிரசாத், உத்தரப்பிரதேச வழக்கறிஞர் திரு. தார் அவர்களின் தலைமையில் மொழிவழி மாநிலச் சீரமைப்புப் பற்றி

ஆராய்ந்து அரசுக்கு அறிக்கை சமர்பிக்க ஒரு குழு அமைத்தார். நேரு, பட்டேல், பட்டாபி சீத்தாராமையா ஆகியோர் அடங்கிய குழு ஒன்று தார் குழு அறிக்கையை ஆய்வு செய்து இப்பிரச்சினைக்குத் தீர்வு ஒன்றைத் தெளிவு செய்தது.

மொழிவழி மாநிலங்கள் அமைப்பது பற்றி டாக்டர் அம்பேத்கர் 1948-ல் மொழிவாரி மாநிலப் பொறுப் பாண்மைக் குழுவிற்கு ஓர் அறிக்கை அளித்தார். 1953 ஏப்ரல் 23-ல் 'டைம்ஸ் ஆப் இந்தியா' நாளிதழுக்கு மொழி வழி மாநிலங்கள் குறித்து கட்டுரை ஒன்றை எழுதினார். 1955-ல் "மொழிவழி மாநிலங்கள் பற்றிய சிந்தனைகள்" என்ற நூல் வெளியிட்டார். இவைகளின் சுருக்கமும், சாரம்சமும்தான் கீழே கொடுக்கப்படுகின்றன:

மாநிலங்கள் மறுசீரமைப்புப் பொறுப்பாண்மைக்குழு:

(State Reorganisation Commission)

மாநிலங்கள் மறுசீரமைப்புப் பொறுப்பாண்மைக் குழுவின் அறிக்கை வெளியான பிறகுதான் பிரச்சினையின் முழுவிவரமும் முதல்முறையாக டாக்டர் அம்பேத்கர் பார்வைக்கு வந்தது. மொழிவழி மாநிலங்கள் அமைப்பது அவசியம் என்பதில் அய்யப்பாடில்லை. இன்றியமை யாதது என்பதிலும் சந்தேகமில்லை. ஆனால், எத்தகைய அடாவடித் தனத்தாலும் இதனை முடிவு செய்ய முடியாது. அதேபோல் கட்சி நலனுக்குச் சாதகமான முறையிலும் இதற்குத் தீர்வு கண்டுவிடக்கூடாது. முற்றிலும் விவேகமான முறையில்தான் இதற்கு தீர்வு காணவேண்டும். இதன் அடிப்படையில்தான் டாக்டர் அம்பேத்கர் தன் கருத்தினை விளக்கியுள்ளார்.

மொழிவழி மாநிலங்கள் ஏற்படுவதால் உண்டாகும் அனுகூலங்கள்:

மொழிவழி மாநிலங்கள் அமைப்பதால், இந்தியாவின் ஒற்றுமையை அது பாதிக்கிறது என்ற அளவில் உண்மையே என்றாலும், மொழி அடிப்படையில் மாகாணங்களை திருத்தி அமைப்பதனால் சில திட்டவட்டமான அரசியல்

அனுகூலங்கள் ஏற்படும் என்று டாக்டர் அம்பேத்கர் கருதினார்.

பலமொழி மாநிலங்களில் காணப்படுவதைக் காட்டிலும், மொழிவழி மாநிலங்களில் ஜனநாயகம் மேலும் சிறப்பாகச் செயலாற்ற முடியும்.

ஜனநாயகத்திற்குத் தேவையான சமூக ஓரினத்தன்மையை மொழிவழி மாநிலங்கள் உருவாக்குகின்றன. பொதுவான மரபு, நம்பிக்கை, பொதுமொழி, இலக்கியம், வரலாறு, சமூகப் பழக்கவழக்கங்கள், பொது உணர்வு ஆகியவற்றின் பெருமையை ஓரினத்தன்மை பெற்றிருக்கிறது. மக்கள் தொகை ஓரினத்தன்மை இல்லாதிருக்கும் மாநிலத்தில் ஜன நாயகம் செயல்பட முடியாது. மக்கள் தொகையில் ஓரினத் தன்மை கொண்டிருக்கும் மாநிலம் உண்மையான ஜனநாயக முடிவுகளுக்காகச் செயலாற்ற முடியும். ஏனெனில், அரசியல் அதிகாரத்தை துஷ்பிரயோகம் செய்வதற்கு வழிகோலும் சமூக எதிர் உணர்வுகள் என்ற செயற்கை இடையூறுகள் அங்கு இல்லை. ஜனநாயக அரசியல் சட்டம் சரியாக, முறையான வழியில் செயல்படவேண்டுமென்றால், ஒவ்வொரு மாநிலமும் மொழியை அடிப்படையாகக் கொண்டிருக்கவேண்டும் என்பதே டாக்டர் அம்பேத்கரின் கருத்தாகும்.

மேலும், மொழிவழி மாநிலம், இனப்பாசத்தை உருவாக்கு கிறது. இனப்பாசம் என்னும் அடித்தளத்தின் மீது ஓர் அரசு நிர்ணயிக்கப்படுகிறது. இதனால் ஒரே இனத்தவர் என்ற ஓர் ஒருங்கிணைந்த உணர்வை இது குறிக்கிறது. இத்தகைய உணர்வைப் பெற்றவர்கள் தங்களை உற்றார் உறவினர்களாகக் கருதுகின்றனர். இத்தகைய ஒரு தோழமை உணர்வுதான், பாச உணர்வுதான் ஓர் உறுதியான ஜனநாயக அரசுக்கு வலுவான அஸ்திவாரம் ஆகும்.

"ஒரு மொழி, ஒரு மாநிலம்" என்ற விதியை பின்பற்றுவதன் அவசியத்தை டாக்டர் அம்பேத்கர் கீழ் கண்டவாறு குறிப்பிடுகிறார்.

"ஒரு மாநிலத்தைச் சேர்ந்த மக்களிடையே தோழமை உணர்வு இருந்தால்தான், ஜனநாயகம், சுமுகமாக தட்டுத் தடைகள் இல்லாமல், சிக்கலில்லாமல் இயங்க முடியும்."

இன, கலாச்சார மோதல்கள், பிணக்குகள் இன்றி வாழமுடியும்.

எனவே, மொழிவழி மாநிலங்கள் வேண்டுமென்றும், அவசியம் என்றும் கருதுவதின் அடிப்படைக் காரணம் ஜன நாயகத்திற்கான பாதையைச் செப்பனிடுவதும், இன, கலாச்சாரப் பதற்ற நிலையை அகற்றுவதுமே என்று டாக்டர் அம்பேத்கர் கருதினார்.³

மொழிவழி மாநிலங்கள் அமைப்பதற்கான – கோட்பாடுகள்:⁴

டாக்டர் அம்பேத்கர் மொழிவழி மாநிலங்களை அமைப்பதற்கான சில கோட்பாடுகளை கூறினார். அவைகள்:

(i) கலப்பு மாநிலம் அமைக்கும் யோசனை அறவே கைவிடப்படவேண்டும்.

(ii) ஒவ்வொரு மாநிலமும், ஒரு மொழி பேசும் மாநிலமாக இருக்கவேண்டும்.

(iii) ஒரு மொழி, ஒரு மாநிலம் என்பது ஒரே மொழியைப் பேசும் அனைத்து மக்களையும் பரப்பளவு, மக்கள் தொகை, அந்த மொழியைப் பேசும் மக்களிடையே நிலவும் ஏற்றத்தாழ்வுகள் முதலியவற்றைக் கணக்கிலெடுத்துக் கொள்ளவேண்டும்.

(iv) ஒரே மொழி பேசும் மக்கள் பிரிந்து பல மாநிலங்களை அமைத்துக் கொள்ளலாம்.

(v) மாநிலங்கள் சிறியவைகளாக இருப்பதே உகந்தது.

மொழிவழி மாநிலங்களை உருவாக்குவதால் ஏற்படும் சிக்கல்கள்:

(i) தம்முடைய இனம், மொழி இலக்கியம் ஆகியவற்றில் பெருமைகொள்ளும் எத்தனை குழுக்கள் உள்ளனவோ அத்தனை நாடுகள் உருவாக பாதை அமைக்கும்.

(ii) சட்டசபை, பாராளுமன்றம் ஒரு சர்வதேச சங்கம் போல ஆகிவிடும்.

(iii) அரசியல் ரீதியில் அடங்கிக் கீழ்ப்படியாத மனப் போக்கு ஏற்படும்.

(iv) பெரும்பான்மை என்ற மனப்பாங்கு வளரும். அந்நிலையில் மத்திய அரசாங்கம் செயல்படுவதை எளிதில் அசாத்தியமாக்கிவிடும்.

(v) ஒவ்வொரு மாநிலமும், தன்னுடைய சொந்த மொழியைத் அதிகாரபூர்வ மொழியாக வைத்துக் கொண்டால், எத்தனை மொழிவழி மாநிலங்கள் உள்ளனவோ அத்தனை அதிகாரப் பூர்வ மொழிகளில் மத்திய அரசாங்கத்திற்குக் கடிதப்போக்குவரத்து நடத்த வேண்டியிருக்கும். இது ஒரு சாத்தியமற்ற பணி.

(vi) நீதிமன்ற அமைப்பின்மீது மொழிவாரி மாநிலங்கள் எத்தகைய விளைவுகளை ஏற்படுத்தும் என்பதையும் கருத்தில் கொள்ளவேண்டும். உச்சநீதிமன்றத்தில் மேல் முறையீடு அந்த மாநில மொழியிலேயே செய்யவேண்டி வரும் போது, உச்ச நீதிமன்றம் செயல்படாமல் மூடிவிட வேண்டிய நிலை ஏற்படும். தொழில்புரியும் வழக்கறிஞர்களுக்கும் பிரச்சினை ஏற்படும்.

மொழிவழி மாநிலங்கள் உருவாகும் போது மேற்கண்ட சிக்கல்கள் எழக்கூடும் என்று டாக்டர் அம்பேத்கர் குறிப்பிட்டார். அதே நேரத்தில் அச்சிரமங்களைத் தீர்ப்பதற்கு வழிமுறைகளையும் கூறினார்.

சிரமங்களுக்குத் தீர்வு காணுதல்:

(i) மொழிவழி, மாநிலக் கோட்பாட்டை அங்கீகரிக்கும் அதே வேளையில், இந்தியாவின் ஒற்றுமைக்குப் பங்கம் ஏற்படாமல் பார்த்துக் கொள்ளவேண்டும்.

(ii) மொழி அடிப்படையில் மாகாணங்கள் மாற்றி அமைப்பதை ஏற்றுக்கொள்ளும் அதே சமயம், ஒவ்வொரு மாகாணத்தின் அதிகார பூர்வ மொழியும் இருக்கவேண்டும். அதிகார பூர்வ மொழி அரசாங்க அலுவல்களுக்கு மட்டுமே

பயன்படுத்தப்படும். மத்திய அரசின் அதிகார பூர்வ மொழியாக ஆங்கிலம் உள்ளது.

(iii) மாநிலங்கள் மொழியின் அடிப்படையில் தனித் தனிப் பிரதேசங்களாக மாற்றிவிடும் நோக்கம் தங்களுக்கு இல்லை என்றும், மொழிவழி மாநிலம் வேண்டும் என்பவர்கள் விடாப்பிடியாக வாதாடி வருபவர்கள் பிற்காலத்தில் மாறிவிடுவார்கள் என்ற எண்ணம் இல்லையெனினும், பிற்காலத்தில் தீய வடிவம் எடுப்பதைத் தடுக்கும் பொருட்டு, ஆரம்பத்திலிருந்தே திட்டவட்டமான நடவடிக்கை எடுக்கவேண்டியது முற்றிலும் இன்றியமையாதது. எனவே, ஒரு திசையில் பிணைப்புகளைத் தளர்த்துவதும், அதே சமயம் மற்றொரு திசையில் அவற்றை இறுக்கிச் சேர்ப்பதும் நடைபெறவேண்டும்.

(iv) மொழிவழி மாநிலம் எப்படி அமைந்தாலும், அதற்கென வரையறைகள் கட்டுப்பாடுகள் இருக்க வேண்டும்.

(v) வகுப்புவாரிப் பெரும்பான்மை தனது அதிகாரத்தைப் பயன்படுத்தி, சிறுபான்மை வகுப்பினரை அடக்கியாளக் கூடாது. மொழிவழி மாநில அமைப்பு என்கிற போர்வையில் அத்தகைய அதிகார துஷ்பிரயோகத்திற்கு இடமளிக்கக் கூடாது.

(vi) மொழிவழி மாநிலம் உருவாக்கும் போது, பெரும் பான்மையினர் - சிறுபான்மையினர் என்ற இரு பிரிவினரையும் கவனத்தில் கொள்ளவேண்டும். நாட்டில் எந்தப் பகுதியிலும் மிகப்பெரிய மாநிலம் அமைக்கப்படக்கூடாது. மாநிலத்தின் பரப்பு அதிகரிக்கும்போது, பெரும்பான்மை மக்களுக்கும், சிறுபான்மை மக்களுக்கும் இடையே விகிதாச்சாரம் குறையும். இதனால் சிறு பான்மையினரின் நிலைமை உறுதியற்றதாகிறது. அதே சமயம் சிறுபான்மையினரைப் பெரும்பான்மையினர் கொடுமைப்படுத்தக் கூடிய வாய்ப்பு அதிகரிக்கும்.

எனவே, சிறு சிறு மாநிலங்களை அமைப்பது சிறுபான்மை இன மக்களுக்கு ஒரு நல்ல பாதுகாப்பாக அமையும்.

(vii) வாக்கெடுப்பு பெரும்பாலும் வகுப்புவழி அடிப்படையிலேயே நடைபெறும்.[7] பெரும்பான்மைச் சமூகமே சம்பந்தப்பட்ட இடத்தைக் கைப்பற்றும். பெரும் பான்மைச் சமூகத்தைச் சேர்ந்த வேட்பாளருக்கு வாக்களிக்கும்படி சிறுபான்மைச் சமூகத்தினர் நிர்ப்பந்திக்கப்படுகின்றனர். அப்போது தேர்தல் களில் சாதி முறையில் பல வேண்டப்படாத விளைவுகள் ஏற்படும். சிறுபான்மைச் சமூகத்தினர் நசுக்கப்படுவர். அப்படி நசுக்கப்படவில்லை என்றாலும், கொடிய அடக்கு முறைக்கும், வன் நெஞ்சக் கொடுமைக்கும் சிறுப்பான்மையினர் ஆளாக்கப்படுவர். பொது வாழ்க்கையில் சமத்துவ வாய்ப்பு வழங்கப்பட மாட்டாது. இதனை மொழி வாரி மாநிலங்கள் உருவாகும் போது நினைவில் வைத்துக் கொள்ளவேண்டும்.

வடக்கும் தெற்கும்:

இந்தியாவின் வடக்கு , தெற்கு மாநிலங்கள் குறித்து டாக்டர் அம்பேத்கர் கீழ்க்கண்டவாறு கருத்து தெரிவித்துள்ளார்.

வடக்கு இந்தி பேசும் பகுதி; தெற்கு இந்தி அல்லாத மொழிகள் பேசும் பகுதி. இந்தி பேசும் மக்களின் எண்ணிக்கை எவ்வளவு என்று பலருக்குத் தெரியாது. இந்தியாவின் மக்கட்தொகையில் இந்தி பேசுவோர் ஏறத்தாழ 48 சதவீதத்தினர் ஆவர். இந்த உண்மையைக் கவனத்தில் கொண்டு பார்க்கும்போது, மறுசீரமைப்புப் பொறுப் பாண்மைக் குழு மேற்கொண்டுள்ள நடவடிக்கை வடக்கே வலுப்படுத்துவதிலும், தெற்கு துண்டு போடுவதிலும் தான் முடியும் என்று யாரும் சொல்லாமல் இருக்கமுடியாது.

வடக்குக்கும் - தெற்குக்கும் இடையே மிகப்பெரிய வேறுபாடு உள்ளது. வடக்கு மிதவாத மனோபாவம்

கொண்டது. தெற்கு முற்போக்கு எண்ணம் கொண்டது. வடக்கு மூட நம்பிக்கையில் மூழ்கிப் போயிருப்பது. தெற்கு பகுத்தறிவுப் பாசறையாக இருப்பது. தெற்கு கல்வித் துறையில் முந்தி நிற்பது. வடக்கு இத்துறையில் பிந்தியிருப்பது. தென்னிந்திய கலாசாரம் புதுமையானது. வட இந்திய கலாசாரம் பழமையானது.

இந்தி தேசிய மொழி:[9]

'இந்தி' தேசிய மொழியாக ஏற்கும் பிரச்சினை குறித்து இந்தியாவின் நகல் அரசியல் சட்டம் காங்கிரஸ் கட்சிக் கூட்டத்தில் விவாதிக்கப்பட்டது. அரசியல் சட்டத்தில் இந்தப் பிரச்சினை சம்பந்தப்பட்ட 115வது விதியைப் போல் வேறு எந்த விதியுமே பெரிய சர்ச்சைக்கு இடமானது இல்லை. வேறு எந்த விதிக்கும் இவ்வளவு கடுமையான எதிர்ப்பு இருந்ததில்லை. வேறு எந்த விதியுமே இத்தனை காரசாரமான விவாதத்திற்கும் உள்ளானதில்லை. அனலும், கனலும் பறக்கும் நீண்ட நெடுநேர விவாதத்திற்குப் பிறகு இந்தப் பிரச்சினை குறித்து வாக்கெடுப்பு நடைபெற்றது. இந்தியைத் தேசிய மொழியாக ஏற்கவேண்டும் என்பதற்கு ஆதரவாக 78 வாக்குகளும், எதிராக 78 வாக்குகளும் பதிவாயின. இவ்விதம் சமவாக்குகள் பதிவானமையால் எந்த ஒரு முடிவுக்கும் வரமுடியவில்லை. பின்னர் நீண்ட நேரம் கழித்துப் பிரச்சினை மீண்டும் கட்சிக் கூட்டத்தில் முன் வைக்கப் பட்டது. இப்போது இந்திக்கு ஆதரவாக 78 வாக்குகளும், எதிராக 77 வாக்குகளும் பதிவாயின. ஒரே ஒரு வாக்கு வித்தியாசத்தில் தேசிய மொழித் தகுதியை இந்தி பெற்றது. நகல் தயாரிப்புக் குழுவின் தலைவர் என்ற முறையில் டாக்டர் அம்பேத்கர் காங்கிரஸ் கட்சிக் கூட்டத்தில் கலந்து கொண்டதாலேயே அங்கு நடைபெற்ற செய்தியை இங்கே குறிப்பிட்டார். எனவே, வடக்கைத் தெற்கு எந்த அளவுக்கு வெறுக்கிறது என்பதை இதிலிருந்து தெரிந்து கொள்ளலாம்.

இந்தியாவிற்கு இரண்டாவது தலைநகரம் அவசியம்:

இந்தியாவிற்கு இரண்டாவது தலைநகரம் அவசியம் குறித்து டாக்டர் அம்பேத்கர் யோசனை தெரிவித்தார். அவரின் கருத்துக்கள் கீழே கொடுக்கப்பட்டுள்ளன.

பிரிட்டிஷ் அரசு இந்தியாவிட்டு வெளியேறியதி லிருந்து "டெல்லி" இந்தியாவின் தலைநகரமாக உள்ளது.

பிரிட்டிஷ் ஆட்சி இந்தியாவில் அமைவதற்கு முன்பு, மொகலாயரின் ஆட்சிக் காலத்தில் இந்தியாவிற்கு இரண்டு தலைநகரங்கள் உண்டு.

மொகலாயர் ஆட்சிக்காலத்தில், இந்தியாவிற்கு "டெல்லி" ஒரு தலைநகரமாகவும், காஷ்மிரில் உள்ள "ஸ்ரீநகர்" மற்றொரு தலைநகரமாகவும், பருவ நிலைக்கு ஏற்ப் ஏற்படுத்திக் கொண்டார்கள். அதைப்போல,

பிரிட்டிஷ் ஆட்சியாளர், கல்கத்தாவை ஒரு தலை நகரமாகவும், சிம்லாவை மற்றொரு தலைநகரமாகவும் வைத்துக் கொண்டார்கள். பிறகு கல்கத்தாவை விட்டு, டெல்லிக்கு சென்றார்கள். மொகலாயர்களும் சரி, பிரிட்டிஷாரும் சரி, தொடர்ந்து 12 மாதங்கள் டெல்லியிலோ கல்கத்தாவிலோ தங்கியிருக்கமுடியவில்லை.

மொகலாயர்கள் கோடைக்காலத்தில், "ஸ்ரீநகரை" தலைநகராகக் கொண்டார்கள்.

பிரிட்டிஷார் கோடைக்காலத்தில் 'சிம்லாவை' தலைநகராகக் கொண்டார்கள். இரண்டு தலைநகரங்கள் ஏற்படுத்திக் கொண்டதற்கு அடிப்படைக் காரணம் பருவ நிலைகளே ஆகும். மேற்கண்ட இரண்டு ஆட்சிளும், மன்னர்கள்கீழ் இருந்தன. மக்கள் அரசாங்கம் இருக்கவில்லை. ஆனால், நாம் இப்போது மக்கள் அரசாங்கத்தைப் பெற்றிருக்கிறோம். இதனால், மக்களின் வசதி ஒரு முக்கியமான அம்சமாகிவிட்டது.

டெல்லியில் தலைநகர் இருப்பது தென்னிந்திய மக்களுக்கு மிகவும் வசதி குறைவாக இருக்கிறது. ஒரு புறம் கடும் குளிராலும், இன்னொரு புறம் நெடுந்தொலைவாலும் அவர்கள் அவதிப்படுகிறார்கள்.

நாட்டின் தலைநகரத்திலும் அதன் சுற்று புறத்திலும் வாழ்வதால் வடஇந்திய மக்கள் குறைபட்டுக் கொள்வ தில்லை.

ஆகவே, இந்தியாவிற்கு இரண்டாவது தலைநகரும் அவசியம் என்பதற்கு டாக்டர் அம்பேத்கர் மூன்று காரணங்களை குறிப்பிட்டுள்ளார்.

1. பருவ நிலை, 2. தேச பாதுகாப்பு, 3. தென்னிந்திய மக்களின் உணர்வு.

தலைநகர் "டெல்லி" கோடையில் அதிக வெய்யிலும், குளிர்க்காலத்தில் அதிக குளிராகவும் உள்ளன. இதனால் மிகவும் சிரமம் ஏற்படுகிறது.

நாட்டின் தலைநகரம் தங்கள் இருப்பிடத்திலிருந்து வெகு தொலைவில் இருப்பதாகவும், வடநாட்டு மக்களால் தாங்கள் ஆளப்படுவதாகவும், தென்னிந்தியர் உணருகின்றனர்.

டெல்லி வெளித்தாக்குதலுக்கு எளிதாக உள்ளாகக் கூடிய இடமாக இருக்கிறது. அண்டை நாடுகள் சுலபமாகக் குண்டு வீசித் தாக்கும் தொலைவில் டெல்லி உள்ளது. இந்தியா தனது அண்டை நாடுகளுடன் சமாதானமாக வாழவே முயன்று வருகிறது.

எனினும், இந்தியா எதிர்காலத்தில் போரை எதிர்நோக்க வேண்டிய நிலைமை ஏற்படாது என்று கருதுவது தவறு. போர் மூண்டால், இந்தியா டெல்லியை விட்டு வேறு இடத்துக்குச் செல்லவேண்டிய அவசியம் ஏற்படும். இந்தியாவிற்கும், சீனாவிற்கும் மோதல் ஏற்படும் வாய்ப்பு எப்போதும் இருக்கவே செய்கிறது. இந்நிலையில் திபெத்திலிருந்து குண்டு வீசித்தாக்கும் தொலைவில் கல்கத்தா உள்ளது எனவே, 'டெல்லி' தலைநகரைக் கல்கத்தாவிற்கு மாற்ற இயலாது.

அடுத்து இரண்டாவது தலைநகரமாக 'பம்பாய்' பரிசிலனை செய்யலாம். ஆனால், 'பம்பாய்' ஒரு துறைமுகம். மத்திய அரசாங்கம் இங்கு மாறிவந்தால், அதனைப் பாதுகாக்கக் கூடிய நிலைமையில் நமது கப்பற்படை இல்லை. அடுத்தபடியாக ஹைதராபாத், செகந்திராபாத், பொலாரம் ஆகிய மூன்றையும் தலைமை ஆணையர் மாநிலமாக (Chief Commissioner's Province) உருவாக்கி, அதனை இரண்டாவது தலைநகரமாக பரிசிலனை செய்யலாம் என டாக்டர் அம்பேத்கர் யோசனைத் தெரிவித்தார்.

'ஹைதராபாத்' இந்தியாவில் இரண்டாவது தலைநகரமாக இருப்பதற்கான அனைத்துத் தேவைகளையும் பெற்றிருக்கிறது. ஹைதராபாத் எல்லா மாநிலங்களிலிருந்தும் கிட்டத்தட்ட சரிசமத் தொலைவில் இருக்கிறது.

இதனைக் கீழே உள்ள அட்டவணையிலிருந்து தெளிவாகத் தெரிந்துக் கொள்ளலாம்.

இடம்	டெல்லியிலிருந்து	ஹைதராபாத்திலிருந்து
பம்பாய்க்கு	798	440
கல்கத்தாவுக்கு	868	715
சென்னைக்கு	1198	330
கர்னூலுக்கு	957	257
திருவனந்தபுரத்துக்கு	1521	660
பாட்டியாலாவுக்கு	124	990
சண்டிகருக்கு	180	1045
லக்னோவுக்கு	275	770

பாதுகாப்புக் கண்ணோட்டதிலிருந்து பார்க்கும் போது, மத்திய அரசாங்கத்திற்கு 'ஹைதராபாத்' ஒரு சிறந்த பாதுகாப்பு இடமாக இருக்கும். இந்தியாவில் எல்லாப் பகுதிகளிலிருந்தும் 'ஹைதராபாத்' சரிசமத் தொலைவில் உள்ளது. தலைநகர் தங்களுக்கு அருகில் உள்ளது என்ற திருப்தி தென்னக மக்களுக்கு ஏற்படும். எனவே, குளிர் காலங்களில் அரசாங்கம் டெல்லியிலும், ஏனைய மாதங்களில் ஹைதராபாத்திலும் செயல்படலாம். மேலும், டெல்லியை விட ஹைதராபாத் பலவகையிலும் சிறந்த நகரமாகும். டெல்லிக்குள்ள அத்தனை கம்பீரத்தையும், பேரழகையும், ஹைதராபாத்தும் பெற்றுள்ளது. டெல்லியில் இருப்பதை விட ஹைதராபாத்தில் மிக அழகான உயர்தரமான கட்டிடங்கள் இருக்கின்றன.

இந்நகரில் உள்ள ஒரே குறை, இங்கு நாடாளுமன்ற மாளிகை இல்லை. இதனை அரசு எளிதாகக் கட்டிவிட முடியும். வருடத்தில் எந்தப் பருவத்திலும் இங்கு நாடாளு மன்றக் கூட்டத்தை நடத்தலாம். ஆனால், டெல்லியில் இவ்வாறு செய்யமுடியாது. இவ்வாறிருக்கும் போது ஹைதராபாத்தை இந்தியாவின் இரண்டாவது தலைநகர

மாக்குவதற்கு எந்தத் தடையும் இல்லை. மாநிலங்களை நாம் மறுசீரமைத்துக் கொண்டிருக்கும் இந்நிலையில், இரண்டாவது தலைநகரம் அமைப்பது குறித்தும் பரிசிலனை செய்யலாம். எனவே, ஹைதராபாத், செகந்தரபாத், பொலாரம் ஆகியவற்றை இணைத்து இந்தியாவின் இரண்டாவது தலைநகரமாக ஆக்கலாம். இதனால் வடக்குக்கும், தெற்குக்கும் உள்ள பதற்ற நிலைமையத் தணிக்கலாம் என்ற கருத்தினை டாக்டர் அம்பேத்கர் வெளியிட்டார்.

மொழிவழி மாநிலச் சீரமைப்புச் சட்டம்:

டாக்டர் அம்பேத்கரின் கருத்துக்களை உள்ளடக்கி 1955- ஆகஸ்ட் - 31-ஆம் நாள் மொழிவழி மாநிலச் சீரமைப்புச் சட்டம் வெளியிடப்பட்டது. வளர்ந்து வரும் பன்னாட்டு அரசியல் அரங்கில் பிரதேச மனப்பான்மையும், மொழி சமய வேறுபாடுகளும் பிற்போக்குச் சக்திகள் எனக் கருதப்பட்டுவருகிறது. அரசியல், பண்பாடு, உறவுகள் வளர்ச்சிக்குரிய காலநிலைகள் மாறிவருகின்றப்போது, மொழி, மத வேறுபாடுகள் அர்த்தமற்றவை ஆகிவிடுகின்றன. மொழி, மதம், இனம் எனப் பல வேறுபாடுகள் இந்தியாவில் இருந்தும் நாம் “இந்தியர்” என்ற உணர்வோடும், பண்பாட்டுடனும் வாழ்ந்து வருகிறோம்.

மதிப்பீடு:

மொழிவழி மாநிலங்கள் அமைப்பதைக் குறித்து, 1948-ல் டாக்டர் அம்பேத்கர் தெரிவித்த கருத்துக்களே பிற்காலத்தில், அதாவது 1955-ல் மொழிவழி மாநிலச் சீரமைப்புச் சட்டமாக உருமாறியுள்ளது எனக் கருதமுடிகிறது. மாநிலங்கள் தெள்ளத்தெளிவான அனைத்துத் தேசிய இன அம்சங்களையும் கொண்டிருக்கின்றன. எனவே, அவற்றின் தேசியப் பண்பு முழு நிறைவாய் வளர்ந்து மலரச் சுதந்திர வாய்ப்பு அளிக்கப்பட வேண்டும். அதற்காக மாநிலங்கள் மொழி வழியாக பிரிப்பது சாலச்சிறந்தது என்ற டாக்டர் அம்பேத்கரின் கருத்து, பிற்கால இந்தியாவில் நூறு சதவிகிதம் மெய்பிக்கப் பட்டுள்ளது என்பதை இந்த அத்தியாயத்தில் காண முடிகிறது.

மொழிவழி மாநிலச் சீரமைப்புச் சட்டம்

அடிக்குறிப்புகள்

இந்திய அரசின் நல்வாழ்வு அமைச்சகத்தால் தமிழில் "டாக்டர் அம்பேத்கர் – எழுத்தும் – பேச்சும்" நூல் தொகுதி I–லிருந்து எடுக்கப்பட்டு சுருக்கி தொகுக்கப்பட்டது.

9. சுதேச அரசுகள் இணைப்பு

1946 - மே மாதம், அமைச்சரவைத் திட்டத் தூதுக் குழு இந்தியாவிற்கு வந்து சுதேச அரசுகள் பற்றிய கருத்து வெளியிட்டது. பிரிட்டிஷ் அரசும் சுதேச அரசுகளும் சேர்த்து மத்திய அரசு ஒன்றை ஏற்படுத்தவேண்டும். அது வெளிநாட்டு உறவு, பாதுகாப்பு, செய்தித் தொடர்பு ஆகியவற்றைக் கவனிக்கும். பிற அதிகாரங்களை சுதேச அரசுகளே வைத்துக் கொள்ளும். இந்தியாவில் ஆங்கிலேய அரசு முடிந்த பிறகு இந்தியாவில் ஏற்படும் அரசு சுதேச அரசுகளுடன் தனியே உடன்பாடு வைத்துக் கொள்ளலாம். சுதேச அரசுகள் தாங்கள் விருப்பப்படி பாகிஸ்தானுடனோ அல்லது இந்தியாவுடனோ சேரலாம் என்று உரிமை தந்தது. அமைச்சரவைத் தூது குழுத் திட்டத்தை ஏற்றுக் கொள்ள சுதேச அரசுகளின் சங்கத்தின் நிரந்தரக்குழு ஒன்று கூடித் தன் பிரகடனத்தை வெளியிட்டது. அதன்படி சுதேச அரசின் அரசியலமைப்பு, ஆட்சி உரிமை, அரசு வாரிசு ஆகியவற்றில் "கூட்டாட்சி தலையிடக் கூடாது" என்று அறிவித்தது. ஹைதராபாத், திருவாங்கூர் போன்ற பெரிய சுதேச அரசுகள் இந்தியாவுடன் இணைய மறுத்தன. மேலும் அவைகள் தங்களைச் சுதந்திர நாடுகளென அறிவித்தன. அயல் நாடுகளுடன் உறவு வைத்துக் கொள்ளப் போவதாகக் கூறின.[1]

காங்கிரஸ் கட்சியின் கருத்து:[2]

சுதேச அரசுகள் இணைப்புப் பற்றி, 1947-ஜூன் 15-ல் காங்கிரஸ் தன் கருத்தை வெளியிட்டது. சுதேச அரசுகள் சுதந்திரப் பிரகடனம் வெளியிடுவதற்கு உரிமை கிடையாது. ஆங்கிலேய மேலாண்மை காலாவதி யாகிப் போவதால், சுதேச அரசுகள் சுதந்திர அரசுகளாக ஆகிவிட முடியாது என்றும், சுதேச அரசுகளில் இருக்கும் மக்களே இதனைத்

தீர்மானிக்க வேண்டும் என்றும் கருத்து வெளியிட்டது. ஐதராபாத், திருவாங்கூர் போன்ற பெரிய சுதேச அரசுகள் இந்தியாவுடன் இணைய மறுத்தன. அயல் நாடுகளுடன் உறவு வைத்துக் கொள்ளப் போகுவதாகக் கூறின. இதனை திரு. காந்தியும், திரு. நேருவும் எதிர்த்தனர். ஆனால், முஸ்லிம் லீக் ஆதரவு தந்தது.

டாக்டர் அம்பேத்கரின் கருத்து:[3]

இந்தியாவை இறையாண்மை பெற்ற சுதந்திர அரசாக அறிவிக்க நடவடிக்கைகள் எடுக்கும்போது, மன்னர் ஆட்சி நடைபெறும் சுதேச அரசுகளின் நிலை என்ன என்ற காலக் கட்டத்தில் பிரிட்டிஷ் அரசுகளின் கீழிருப்பதால் தாங்களும் இறையாண்மை பெற்ற சுதந்திர நாடுகளாக அங்கீகரிக்கப் படுவோம் என சமஸ்தானங்கள் எண்ணின. இக்கருத்தை அமைச்சரவை தூதுக்குழுவும் ஏற்றுள்ளது.

ஆனால், டாக்டர் அம்பேத்கர் இதற்கு எதிர்ப்பு தெரிவித்ததோடு, அமைச்சரவைத் தூதுக்குழுவின் கருத்து நாட்டிற்குப் பாதகமானது என்று விளக்கி அறிக்கை ஒன்றையும் வெளியிட்டார். இந்திய நாட்டின் இறையாண் மையைப் பாதுகாக்க எல்லா சமஸ்தானங்களும் இந்தியாவுடன் இணைக்கப்பட வேண்டும் என்று வலியுறுத்தினார். சமஸ்தானங்கள் உச்சநிலை அதிகாரத் திலிருந்து தங்களை விடுவித்துக் கொள்வதற்கு ஒரே வழி இறையாண்மையை ஒன்றிணைப்பதுதான். இந்திய சமஸ்தானங்கள் ஏற்கனவே அவற்றிற்குரிய மேலாண்மையுடன் தொடர்ந்து இருக்க முடியும். இந்தியா சுதந்திரம் பெற்றால், சமஸ்தானங்கள் பிரிட்டிஷ் அரசின் மேலாண்மையில் இருக்கவேண்டுமே தவிர, சுதந்திரம் பெற்ற நாடுகளாக ஆகமுடியாது என்றார்.

எந்தச் சூழ்நிலையிலும், தன் உச்ச அதிகாரத்தைப் பிரிட்டிஷ் அரசு இந்திய அரசுக்கு மாற்றிக் கொடுக்கப் போவதில்லை என்ற அமைச்சரவைத் தூதுக்குழுவின் கருத்து விஷமத்தனமான கோட்பாடு என்று டாக்டர் அம்பேத்கர் கருத்து தெரிவித்தார்.

இந்தியா டொமினியன் அந்தஸ்தைப் பெறும்போது, இந்திய அமைச்சரவையின் ஆலோசனைப் படியே பிரிட்டிஷ்

அரசு தனது உச்ச அதிகார உரிமைகளைச் செயல்படுத்த வேண்டும். மேலும், பிரிட்டிஷ் சாம்ராஜ்ய அரசமைப்புச் சட்டப்படி ஒரு நாடு டொமினியன் அந்தஸ்து பெற்ற பிறகே பிரிட்டிஷ் அரசுக்கு ஆலோசனை கூறும் உரிமை கோர முடியும். எனவே, மன்னர் உச்ச அதிகாரத்தைச் செயல்படுத்த மாட்டார் என்ற அமைச்சரவைத் தூதுக்குழுவின் அறிக்கை, பிரிட்டிஷ் சாம்ராஜ்யம் எந்த அரசியல் சட்டத்தால் ஆளப்படுகிறதோ அதற்கு முரணாக உள்ளது என்று டாக்டர் அம்பேத்கர் விளக்கினார்.

இந்தியாவில் உள்ள தனி அரசுகளுக்கும் இடைக்கால அரசாங்கத்திற்கும் டாக்டர் அம்பேத்கர் உரிய நேரத்தில் எச்சரிக்கை விடுத்துள்ளார். தனி அரசுகள் இந்திய யூனியனிலிருந்து துண்டித்து இருக்கமுடியாது. எந்தவொரு தனி அரசையும், சுதந்திரமான சுயேட்சை அரசாக இந்திய மக்கள் ஒருபோதும் அங்கீகரிக்க மாட்டார்கள் என்பதைப் பிரிட்டிஷ் அரசிடம் சொல்லிவிடுமாறு இந்தியாவின் இடைக்கால அரசாங்கத்தை டாக்டர் அம்பேத்கர் கேட்டுக் கொண்டார். எல்லா ஆட்சியாளர்களும் ஜன நாயகத்திற்கு விரோதமாக இருக்கவில்லை. ஆனால், இந்திய யூனியனை விரும்புகிறார்கள் என்பது உண்மை என்றும், தனி அரசுகள் இந்தியாவிலிருந்து பிரிக்க முடியாதவையாகும். அவை தனித் தீவுகளாக இருக்க இந்திய யூனியன் அனுமதிக்கக் கூடாது என்றும் டாக்டர் அம்பேத்கர் எச்சரித்தார்.

மேலும், இந்திய யூனியனுடன் இணைய விருப்பம் தெரிவிக்காத சிற்றரசு மீது நடவடிக்கை எடுப்பதற்குத் தேவையான பலத்தை ஆட்சியாளர்கள் பெறவேண்டும் என்றார்.

டாக்டர் அம்பேத்கர் தனது அறிக்கையின் இறுதியில் 'எந்தவொரு இந்தியத் தனி அரசையும் சுதந்திரமான சுயேட்சை அரசாக இந்திய அரசாங்கம் ஒருபோதும் அங்கீகரிக்காது என பிரகடனம் செய்யவேண்டும்' என்றார்.

சர்தார் வல்லபாய் பட்டேல் "சுதேச அரசுகளின் துறை" (Indian States Department)க்கு அமைச்சரானார். சுதேச அரசுகள் ஏற்றுக் கொள்ளக்கூடிய "இணைப்புப் பத்திரம்" (Instrument of Accession) ஒன்று தயாரிக்கப்பட்டது.[4] 136-க்கு

அதிகமான சுதேச அரசுகள் இந்தியக் கூட்டாட்சியில் இணைந்தன. சில சிறிய சுதேச அரசுகள் அதிலிருந்து மாநிலங்களுடனும், சில பெரிய சுதேச அரசுகளுடனும் இணைந்தன. ஜூனாகத் (1949), ஐதராபாத் (1950) காஷ்மீர், புதுச்சேரி (1954), மாஹி, காரைக்கால், ஏனாம், கோவா, டையூ, டாமன் தாத்ரா, நகர்ஹவேலி (1961) ஆகியவைகள் படிப்படியாக இந்தியாவுடன் இணைந்தன.

மதிப்பீடு:

நாட்டின் இறையாண்மையைப் பாதுகாக்க எல்லா சமஸ்தானங்களும் இந்தியாவுடன் இணைக்கப்படவேண்டும். இந்திய அரசு ஒருபோதும் சமஸ்தானங்களை இறையாண்மை பெற்ற சுதந்திர நாடுகளாகக் கருதாது என்ற தனது கருத்தினை ஒரு முன்னணி அரசியல் சாசன சட்ட நிபுணர் டாக்டர் அம்பேத்கர் அவர்கள் மிகத் தெளிவாக எடுத்துரைத்துள்ளார். பிற்காலத்தில் சமஸ்தானங்கள் இந்திய யூனியனுடன் இணைந்துள்ளமைக்கு டாக்டர் அம்பேத்கரின் தெளிவான சட்டநுணுக்கமான எச்சரிக்கையே அடிப்படையாக அமைந்துள்ளதை காணலாம்.

சுதேச அரசுகள் இணைப்பு

அடிக்குறிப்புகள்

1. R.K. Majumdar - H.C. Ray Chaudhari, Kalikinkar Datta - An Advanced History of India, PP. 997-999.

2. டாக்டர் A. சுவாமிநாதன், இந்திய அரசியலமைப்பு வரலாறு, பக்கம்- 150.

3. டாக்டர் அம்பேத்கர் பேச்சும் - எழுத்தும் - தொகுப்பு - 36, பக்கங்கள் - 452, 688, 689, 690.

4. டாக்டர் A. சுவாமிநாதன், இந்திய அரசியலமைப்பு வரலாறு, பக்கம்- 151.

10. அமைச்சரவைத் தூதுக்குழு திட்டம்

இந்தியாவை இனிமேலும் தங்களால் அடிமைத்தனத்தில் வைத்திருக்கமுடியாது என்பதை பிரிட்டிஷ் அரசு உணர்ந்து கொண்டது. எனவே, பிரிட்டிஷ் காமன்வெல்த்திற்கு உள்ளிருந்தோ, வெளியிலிருந்தோ முழு சுதந்திரம் அடைய இந்தியாவின் உரிமையை 1946 மார்ச் 15ஆம் தேதி பிரிட்டிஷ் பிரதமர் கிளெமெண்ட் அட்லி அங்கீகரித்தார்.[1]

இந்தியாவின் அரசியல் நெருக்கடிக்குத் தீர்வுகாண இந்தியக்கட்சி தலைவர்களுடன் விவாதிக்க ஒரு அமைச் சரவைத் தூதுக்குழுவைப் பிரிட்டிஷ் பிரதமர் இந்தியாவிற்கு அனுப்பிவைத்தார். 24-03-1946-ல் பெத்திக் லாரன்ஸ் பிரபு, சர் ஸ்டாபோர்டு கிரிப்ஸ், ஏ.வி. அலெக்சாந்தர் ஆகியோர் அடங்கிய அமைச்சரவைத் தூதுக்குழு (Cabinet Mission) இந்தியா வந்தது.[2]

டாக்டர் அம்பேத்கர், அகில இந்திய ஷெட்யூல்டு வகுப்பினர் சம்மேளனத்தின் சார்பில், ஒரு நிகழ்ச்சிப் பதிவுக் குறிப்பை (Memorandum)ச் சமர்ப்பித்தார். அதன் சுருக்கம் கீழ்வருமாறு:[3]

(i) கடந்த காலத்தில் கூட்டுத்தொகுதிகள் மூலம் கிடைத்த கடுமையான அனுபவத்தைக் கணக்கில் கொண்டு, ஷெட்யூல்டு வகுப்பினர்க்குத் தனித் தொகுதிகள் ஒதுக்கப்படவேண்டும். அதனை அரசியல் சட்ட ரீதியாக வகை செய்யவேண்டும். தனித்தொகுதிகள் இல்லாமல் எந்தவிதமான அரசியல் பாதுகாப்புகளும் ஷெட்யூல்டு வகுப்பினர்க்குப் பயனளிக்காது.

(ii) சட்ட சபைகளிலும் நிர்வாக கவுன்சிலிலும், பொதுப்பணிகளிலும் ஷெட்டியூல் வகுப்பினர்க்குப்

போதுமான பிரதிநிதித்துவத்திற்கு அரசியல் சட்ட ரீதியாக வகை செய்யவேண்டும்.

(iii) மத்திய - மாநில அரசு ஊழியர் தேர்வாணைகளில் (Public Service Commission) ஷெட்யூல்டு வகுப்பினர்க்குப் போதிய பிரநிதித்துவம் அளிக்கப்படவேண்டும்.

(iv) ஷெட்யூல்டு வகுப்பினரின் உயர்க்கல்விக்காக மத்திய - மாநில அரசு செலவு அறிக்கையில் தேவையான நிதி ஒதுக்கீடு செய்யவேண்டும்.

(v) ஷெட்யூல்டு வகுப்பினரைப் புதிய கிராமங்களில் குடியேற வழிவகை செய்யவேண்டும். விளைச் சலுக்குத் தகுதிவாய்ந்த ஆனால் யாரும் கைவசப் படுத்தாத எல்லா நிலத்தையும் ஷெட்யூல்டு இன மக்களுக்குப் புதிய குடியிருப்புகள் அமைத்துக் கொள்ளவும் அதனைச் சட்டரீதியாகச் செயல் படுத்தவும் ஒரு "குடியிருப்பு அமைப்பை" (Commission) ஏற்படுத்த வேண்டும்.

(vi) சுதந்திர இந்தியாவின் இறுதி அரசியல் சாசனத்தில் ஷெட்யூல்டு வகுப்பினருக்கான பாதுகாப்புப் பற்றிய ஆதாரக் கோட்பாடுகளை அரசியல் கட்சிகளால் முன்கூட்டியே ஏற்றுக் கொள்ளப்படுவது.

(vii) எந்த அரசியல் சாசனத் திட்டதிலும் இந்திய ஐக்கியத்தின் நலன்களுக்காக இந்திய சமஸ்தானங் களை உட்படுத்த வேண்டியதன் அவசியத்தை மறக்கக்கூடாது.

(viii) அரசியல் நிர்ணய சபையில் ஷெட்யூல்டு வகுப்பினரின் எண்ணிக்கையை விடப் பெரும்பான்மையினரின் எண்ணிக்கை அதிகம் இருக்கும்; எனவே அதன் முடிவுகள் மீது பயனுள்ளது எதையும் செய்ய முடியாது. அரசியல் நிர்ணசபையில் லஞ்ச நடைமுறைகள் நடப்பதற்கு வாய்ப்புண்டு. ஷெட்யூல்டு வகுப்பினரைப் பணபலம் உள்ள கட்சி விலைக்கு வாங்க வாய்ப்பு உண்டு. எனவே, ஒரு

அரசியல் நிர்ணசபை என்ற திட்டத்தை சம்மேளனம் எதிர்க்கிறது.

அமைச்சரவைத் தூதுக்குழுவுடன் டாக்டர் அம்பேத்கர் பேட்டி:[4]

அகில இந்திய ஷெட்யூல்டு வகுப்பினர் சம்மேளனத்தின் பிரதிநிதி என்ற வகையில் அமைச்சரவைத் தூதுக்குழு டாக்டர் அம்பேத்கரைப் பேட்டி கண்டது. பேட்டியின் போது டாக்டர் அம்பேத்கர் வெளியிட்ட கருத்துக்கள் பின்வருமாறு:

(i) அரசியல் நிர்ணயச் சபையைத் தான் விரும்பவில்லை. காரணம், அதில் சாதி இந்துக்கள் ஆதிக்கம் செலுத்துவர். ஷெட்யூல்டு வகுப்பினரின் உறுப்பினர்கள் சிறுபான்மையினராக இருப்பர். அதனால் அவர்கள் எப்போதும் தோற்கடிக்கப்படுவர்.

(ii) அரசியல் சாசனப் பிரச்சினைகள் சரியாக கவனிக்கப் படவேண்டும். சட்டசபைக்கும், நிர்வாகத்திற்கும் இடையே உள்ள உறவுகள் வரையறுக்கப்பட வேண்டும்.

(iii) அரசியல் சாசன விஷயத்தில் புகழ்பெற்ற கிரேட் பிரிட்டன் அல்லது ஐக்கிய அமெரிக்காவைச் சார்ந்த ஒரு சட்ட நிபுணர் அந்தக் கமிசனுக்குத் தலைமை தாங்கவேண்டும்.

(iv) புதிய அரசியல் சாசனத்தில் ஷெட்யூல்டு வகுப்பினரின் அடிப்படை மனித உரிமைகளுக்கு உத்தரவாதம் செய்வதைத் தூதுக்குழு உறுதிப் படுத்தவேண்டும்.

(v) கூட்டுத் தேர்தல் தொகுதிகள் இருக்கும்வரை, ஷெட்யூல்டு வகுப்பினரின் வாக்காளர் மிகச் சிலராகவே இருப்பர். அவர்களின் கருத்துக்களை, கோரிக்கைகளை இந்து வேட்பாளர்கள் சுலப மாகப் புறக்கணிப்பர். மேலும், சாதி இந்துக்கள் ஷெட்யூல்டு இன வேட்பாளர்களை ஒருபோதும் ஆதரிக்க மாட்டார்கள். எனவே, தனித் தொகுதிகள் மிகவும் அவசியம். அவையின்றி ஷெட்யூல்டு

�☜ மு. நீலகண்டன்

வகுப்பினர் ஒருபோதும் தங்கள் சொந்தப் பிரதி நிதிகளைப் பெற முடியாது.

அமைச்சரவைக்குழு திட்டம்:5

அமைச்சரவைக்குழு இந்திய தலைவர்களைச் சந்தித்துப் பேசிய பின்பு, தமது திட்டத்தை 16-5-1946-ல் வெளியிட்டது. அதன் சுருக்கம் கீழ்கண்டவாறு:

(i) பாகிஸ்தான் பிரிவினை நடைமுறையில் செயல்படுத்த முடியாது.

(ii) இந்தியாவையும், சமஸ்தானங்களையும் இணைக்கும் ஒரு இந்திய யூனியன் இருக்கவேண்டும். அது பாதுகாப்பு, வெளிநாட்டுறவு, தகவல் தொடர்பு ஆகிய துறைகளைக் கவனிக்க வேண்டும்.

(iii) இந்தியாவிற்குப் புதிய அரசியலமைப்பு அமைக்கப் படவேண்டும்.

(iv) புதிய அரசியலமைப்பு உருவாக்கப்பட்டு, நடைமுறைப் படுத்தப்படும்வரை, அனைத்து இந்திய கட்சிகளின் ஆதரவுடன் ஓர் இடைக்கால அரசு ஏற்படுத்தப் படும். இது எல்லாத் துறைகளையும் கண்காணிக்கும்.

(v) யூனியனுக்கு ஒப்புக் கொள்ளப்பட்ட துறைகளைத் தவிர்த்து இதர துறைகளையும், அதிகாரங்களையும் மாநில அரசு தொடர்ந்து தங்கள் வசம் வைத்துக் கொள்ளவேண்டும்.

(vi) இந்தியாவில் உள்ள 3 முக்கிய சமுதாயங்களை மட்டும் அங்கீகரிப்பது. அவை பொதுவானவை, முஸ்லிம் மற்றும் சீக்கியர்.

(vii) சிறுபான்மையினரைப் பாதுகாப்பதற்கான சட்ட விதிகள் பற்றிய அரசியல் சாசன நிர்ணய சபைக்குத் தகவல் அளிக்கப்படும்.

(viii) இடைக்கால அரசில் 6 உறுப்பினர்கள் காங்கிரசிற்கும், 5 உறுப்பினர்கள் முஸ்லிம் லீக்கிற்கும், மூன்று உறுப்பினர்கள் சீக்கியர், கிறித்துவர் மற்றும் சிறுபான்மை வகுப்பினருக்கும் கொடுக்கப்படும்.

(ix) மாநில சட்டமன்றங்கள் தங்களுடைய பிரதிநிதிகளைத் தேர்ந்தெடுப்பதற்கு நடவடிக்கை மேற்கொள்ளலாம்.

அமைச்சரவை தூதுக்குழு திட்டத்தின் மீது டாக்டர் அம்பேத்கரின் கண்டனமும் – கருத்துரைகளும்:[6]

(i) அமைச்சரவைத் தூதுக்குழு தனது திட்டத்தை வெளியிடுவதற்கு முன்பே 3-5-1946, வைஸ்ராய் மற்றும் இந்திய கவர்னர் ஜெனரல் வேவல் பிரபுக்கு, சிம்லா மாநாட்டிற்கு ஷெட்யூல்டு வகுப்பினரின் பிரதிநிதிக்கு அழைப்பு அளிக்காமல் தூதுக்குழு விட்டுவிட்டதைக் கண்டித்துக் கடிதம் எழுதினார். ஷெட்யூல்டு வகுப்பினரின் கோரிக்கைகளை வலியுறுத்தியும், அதனை விளக்கியும், அக்கடிதத்தில் டாக்டர் அம்பேத்கர் குறிப்பிட்டார். ஷெட்யூல்டு வகுப்பினர்க்கு எதிராக அமைச்சரவையின் திட்டம் இருக்குமானால், அதற்கு எனது கண்டத்தைத் தெரிவித்துக் கொள்கிறேன். இக்கடிதத்தைத் தங்கள் சகாக்களுக்கு அனுப்பிவைத்தால் தங்களுக்கு மிகவும் நன்றியுடையவனாக இருப்பேன் என்றார்.

(ii) 14-05-1946-ல் அமைச்சரவைக்குழுவின் ஆலோசனைகள் பற்றி ஏ.வி. அலெக்சாண்டருக்கு டாக்டர் அம்பேத்கர் கடிதம் எழுதினார். அதில் ஷெட்யூல்டு வகுப்பினரின் எல்லாக் கோரிக்கைகளையும் ஒப்புக் கொள்ள காங்கிரஸ் தயாராக உள்ளது. ஆனால், தனித் தேர்தல் தொகுதி மட்டும் ஆட்சேபிக்கிறது. அதே சமயம் காங்கிரஸ் தவிர மற்ற எல்லாக் கட்சிகளும் ஏற்றுக் கொள்கின்றன.

"கூட்டுத் தொகுதிகள் என்றால் அதிகாரம் இல்லாத அலுவலகத்தைத் தீண்டத்தகாதவர்களுக்கு அளிப்பதாகும். ஆனால் அவர்கள் விரும்புவது அதிகாரம் உள்ள அலுவலகம். இதனை அவர்கள் தனித் தேர்தல் தொகுதியுடன் தான் அடைய முடியும்"

மேலும், ஷெட்யூல்டு வகுப்பினரின் கோரிக்கைகள் ஏற்கப்படாவிட்டால் பயங்கரமான எதிர்காலத்தை அவர்களுக்கு ஏற்படுத்தும். "எங்களுக்கு நிரந்தர எதிரிகள் யாருமில்லை, நிரந்தர நண்பர்கள் யாருமில்லை." எங்களுக்கு இருப்பதெல்லாம் நிரந்திர நலன் மட்டுமே. இந்தியாவின் அடித்தட்டு மக்களான 6 கோடி மக்களுக்கு ஏற்படச் சாத்திய முள்ள துரோகத்தைத் தடுத்து நிறுத்துவீர்கள் என்ற முழு நம்பிக்கையில் இக்கடிதத்தை எழுதுகிறேன் என்று டாக்டர் அம்பேத்கர் குறிப்பிட்டார்.

(iii) அமைச்சரவைத் தூதுக்குழு வெளியிட்ட அறிக்கையின் ஷெட்யூல்டு வகுப்பினரின் நலனைப் பாதுகாக்கும் எந்த ஏற்பாடும் (ஷரத்தும்) அதில் இல்லை. இதனைக் கண்டித்து டாக்டர் அம்பேத்கர் திரு. சர்ச்சில் அவர்களுக்குக் கடிதம் எழுதினார். செய்தி பின்வருமாறு.

"அமைச்சரவைத் தூதுக்குழுவின் ஆலோசனைகள் 6 கோடி ஷெட்யூல்டு வகுப்பினர்களின் நலனுக்குச் செய்யப்பட்ட வெட்கக் கேடான துரோகம் ஆகும். அரசியல் நிர்ணயசபையில் பிரதிநிதித்துவம் எதுவும் இல்லை. ஆலோசனைக்குழுவில் பிரதி நிதித்துவம் இல்லை. உடன்படிக்கையின் மூலம் பாதுகாப்பு இல்லை. இதன் விளைவு, அவர்களை கையும், காலையும் கட்டி ஒப்படைப்பதாகும். அவர்களின் எதிர்காலம் இருள் சூழ்ந்துள்ளது. அவர்களின் நலனைப் பாதுகாப்பதில் நாங்கள் உங்களை நம்பி இருக்கிறோம். (பாம்பே கிரான்க்கில் நாள் 31 -05-1946.)

திரு. சர்ச்சில் அவர்களின் பதில்:

'6 கோடி ஷெட்யூல்டு வகுப்பினரின் எதிர் காலத்தைப் பாதுகாக்க, கன்சர்வேட்டிவ் கட்சி தன்னாலான அனைத்தையும் செய்யும் என்று தாங்கள் உறுதி கொள்ளலாம். தங்கள் சக மதவாதி களால் ஷெட்யூல்டு இனமக்கள் படும் வேதனையும்

- சோர்வும் இந்திய உபகண்டத்தின் பிரச்சனையில் மிக மோசமான அம்சமாகும். எல்லா மனிதர்களும் சுதந்திரமாகவும், சமத்துவத்திலும் பிறக்கிறார்கள். வாழ்க்கைக்கும் சுதந்திரத்திற்கும் அவர்கள் உரிமை பெற்றுள்ளார்கள் என்ற அமெரிக்க சுதந்திரப் பிரகடனத்தில் வகுக்கப்பட்ட பரந்த கோட்பாடுகளின் அடிப்படையில் எங்கள் நிலையை எடுப்போம்.

(iv) இந்தியத் தேசிய வாழ்வில் ஒரு தனிக் கூறாக ஷெட்யூல்டு வகுப்பினர்கள் அங்கீகரிக்கப்படவில்லை. அரசியல் நிர்ணய சபையில் தனிப் பிரதிநிதித்துவம் பெற ஷெட்யூல்டு வகுப்பினர்க்கு உரிமை வழங்கப்படவில்லை. அதே நேரத்தில் முஸ்லிம்களுக்கும், சீக்கியர்களுக்கும் அளிக்கப்பட்டுள்ளது. இது பாரபட்சமாகும். ஷெட்யூல்டு வகுப்பினர்க்கு பிரிட்டன் அரசு அளித்த வாக்குறுதிகளை அமைச்சர் குழு கவனத்தில் கொள்ளவில்லை.

(v) தீண்டத்தகாதவர்களை ஒரு சிறுபான்மை என்று கருதுவதாகப் பிரிட்டன் அரசு 'பிரகடனம்' வெளியிட வேண்டும். அவர்களின் நிலை பாதுகாக்கப் படவேண்டும்.

(vi) இந்துக்களால் ஆதிக்கம் செலுத்தப்படும் அரசியல் நிர்ணய சபை சிறுபான்மையினரின் உரிமைகளை அவர்களுக்கு மறுக்கலாம்.

(vii) அரசியல் நிர்ணய சபை சிறுபான்மையினர்க்கு வழங்கும் பாதுகாப்புப் போதுமானவையா அல்லது உண்மையானவை என்று பரிசீலனை செய்வதற்கு ஒரு அமைப்பைப் பிரிட்டன் அரசு அமைக்கவேண்டும்.

(viii) எதிர்காலத்தில் சிறுபான்மையினரின் பாதுகாப்பைப் பெரும்பான்மையினரால் சட்டசபையில் ரத்து செய்யும் அதிகாரத்தைத் தடைச்செய்யும் ஒரு ஷரத்து அரசியல் நிர்ணயசபை வகுக்கும் அரசியல் சாசனத்தில் உட்புடுத்தப்படவேண்டும் என்பதைப் பிரிட்டன் அரசு அறிவிக்கவேண்டும்.

(ix) தீண்டதகாதவர்களின் நிலை பாதிக்கப்படாமல் இருக்கப் பாராளுமன்றம் அவசியம் தலையிட வேண்டும். தான் அளித்த வாக்குறுதிகளுக்காக மட்டுமல்லாமல் அரசியல் நிர்ணயசபை விவாதங்கள் அங்கீகாரத்திற்கு உட்பட்டவையல்ல என்பதாலும் பாராளுமன்றம் இதனை அவசியம் செய்தாக வேண்டும்.

(x) நாட்டின் இறையாண்மையைப் பாதுகாக்க எல்லாச் சமஸ்தானங்களும் இந்திய யூனியனுடன் இணைய வேண்டும். அதனை மறுக்கவேகூடாது.

மதிப்பீடு:

அமைச்சரவைத் தூதுக்குழு திட்டத்தினால், இந்திய அரசியல் நிர்ணயசபை உருவாக்கப்பட்டது. இடைக்கால அரசாங்கம் இந்தியாவில் ஏற்பட்டது. அமைச்சரவைக் குழுவில் வெளியிடப்பட்ட திட்டங்களில் புதிய கருத்துகள், யோசனைகள் ஏதுமில்லை. இது பிரிட்டிஷ் மன்னராட்சிக்கும், இந்திய அரசுக்கும் இடையேயான உறவுகளைப் பரிசீலிப்பதற்கு 1929-ல் நியமிக்கப்பட்ட பட்லர் குழுவால் முன்வைக்கப்பட்ட கருத்தினைத் திரும்பப் பெறுவதுதான் என்று டாக்டர் அம்பேத்கர் குறிப்பிட்டார்.

அமைச்சரவைத் தூதுக்குழுவின் திட்டத்தில் மிகவும் புண்படுத்தும் மற்றும் திகைப்பையூட்டும் அம்சம் என்ன வெனில், இந்தியாவின் தேசிய வாழ்வில் தீண்டத் தகாதவர்கள் ஒரு தனியான தெளிவாக வேறுபட்ட ஒரு கூறு (element) என்று குழு ஏற்றுக் கொள்ள மறுப்பதாகும். குழுவின் நீண்ட அறிக்கையில் ஒருமுறை கூட தீண்டத்தகாதவர்களைப் பற்றி குறிப்பிடப்படவில்லை, முற்றிலும் அலட்சியப்படுத்தினர்.

அமைச்சரவைத் தூதுக்குழு, தீண்டத்தகாதவர்களை எவ்வாறு அலட்சியப்படுத்தியது என்பதை விளக்குவதற்காக டாக்டர் அம்பேத்கர் லண்டன் சென்றார். அங்கு பிரதம மந்திரி சி.ஆர். அட்லி, திரு. சர்ச்சில் ஆகியோரிடம் 15-10-1946-ல் ஒரு நிகழ்ச்சிப் பதிவுக்குறிப்பை வழங்கினார்.

-டைம்ஸ் ஆப் இந்தியா - 15-10-1946

அமைச்சரவைத் தூதுக்குழு திட்டம்

அடிக்குறிப்புகள்

1. V.D. Mahajan - India Since 1526, Page - 450. S. Chand & Co, Delhi, 1961.
2. டாக்டர் G. பாலன் – டாக்டர் D.தட்சிணாமூர்த்தி, இந்திய அரசியலமைப்பின் வளர்ச்சியும், விடுதலை இயக்க வரலாறும், பக்கம்– 249, வானதி பதிப்பகம், சென்னை – 17.
3. டாக்டர் அம்பேத்கர் பேச்சும் – எழுத்தும் – தொகுப்பு – 36, பக்கங்கள் – 231–243.
4. மேலது, பக்கங்கள் – 250–251.
5. டாக்டர் A. சுவாமிநாதன், இந்திய அரசியலமைப்பு வரலாறு – 2004, பக்கங்கள். 89 –91.
6. டாக்டர் அம்பேத்கர் பேச்சும் – எழுத்தும் – தொகுப்பு – 36, பக்கங்கள் – 260, 264, 265, 274, 294, 295, 345 – 359, 694.

11. இந்திய அரசியல் அமைப்புச் சட்டம் – 1950

1946 - ஜூலை மாதத்தில், அமைச்சரவைத் தூதுக் குழுவின் பரிந்துரையின் அடிப்படையில், "அரசியல் நிர்ணயசபை" அமைக்க பிரிட்டிஷ் அரசு உத்தரவிட்டது. 01-07-1946 முதல் 31-8-1946 வரை விகிதாச்சாரப் பிரதிநிதித்துவத்தின் அடிப்படையில் ஒற்றை வாக்கு மூலம் மாநிலச் சட்டமன்ற உறுப்பினர்களால் அரசியல் சட்ட சபைக்கு உறுப்பினர்கள் தேர்ந்தெடுத்து அனுப்பப்பட்டனர்.[1] பம்பாய் மாநிலச் சட்டசபையில் அம்பேத்கரைத் தேர்ந்தெடுத்திட அவருடைய கட்சி உறுப்பினர்கள் யாரும் இல்லை. எனவே, வங்காள மாநில சட்டசபையிலிருந்த தீண்டப்படாத வகுப்பு உறுப்பினர்களின் ஆதரவைக் கொண்டு அரசியல் அமைப்புச் சட்ட சபைக்கு வேட்பாளராக டாக்டர் அம்பேத்கர் போட்டியிட்டார். முஸ்லிம் லீக்கின் ஆதரவுடன் அரசியல் அமைப்புச் சட்ட சபைக்குத் தேர்ந்ததெடுத்து அனுப்பப்பட்டார்.[2] 2-9-1946-ல் ஜவஹர்லால் நேருவின் தலைமையில் 12 பேர் கொண்ட இடைக்கால அமைச்சரவை பொறுப்பேற்றது. அன்றைய தினத்தை முஸ்லிம் லீக் துக்க நாளாகக் கொண்டாடியது. முஸ்லிம் லீக்கின் வேண்டுகோளின்படி நாடெங்கும் கலவரங்கள் நடைபெற்றன. இடைக்கால அமைச்சரவையில் முஸ்லிம் லீக் சேர மறுத்தது.[3] முஸ்லிம் லீக் புறக்கணித்த போதிலும் அரசியல் சட்ட அமைப்புச் சட்டசபை திட்டமிட்டவாறு 9-12-1946-ல் கூடியது.[4]

முதல் கூட்டத்தில் 211 உறுப்பினர்கள் பங்கு பெற்றார். டாக்டர் இராசேந்திர பிரசாத் அரசியல் அமைப்பின் தலைவராகவும், B.N. ராவ் ஆலோசகராகவும் ஒரு மனதாகத் தேர்வு செய்யப்பட்டனர்.[5] அரசியல் நிர்ணய சபைக்குத் துணைபுரிய 13 குழுக்கள் அமைக்கப்பட்டன. அவை

அரசியல் நிர்ணய சபைக்கு சட்ட வரைவுகளைத் தயார் செய்தவற்குத் துணை நின்றன.

1. 1947–ம் ஆண்டு இந்தியச் சுதந்திரச் சட்டம்:[6]

பிரிட்டன் பிரதமர் கிளமெண்ட் அட்லி பிரபு இந்தியாவிற்கு 1948-ஆம் ஆண்டு ஜூன் மாதத்திற்குள் சுதந்திரம் வழங்கப்படும் என்று 20-02-1947 பிரிட்டன் பாராளுமன்றத்தில் அறிவித்தார். 24-03-1947- அன்று மௌண்ட் பேட்டன் வைஸ்ராயாக இந்தியா வந்தடைந்தார். இந்தியாவின் அரசியல் மற்றும் இயக்கத் தலைவர்களை அழைத்துப் பேசினார். அமைச்சரவையிலும், அரசியல் நிர்ணயச் சபையிலும் காங்கிரஸ் - முஸ்லிம் லீக் ஒன்றுபட்டுச் செயல்படாததால் இந்தியா முழுவதும் கலவரங்கள் நிகழ்ந்தபடி இருந்தன. இந்நிலையிலும், பாகிஸ்தான் பிரிவினையைத் திரு. காந்தி எதிர்த்தார். “எனது பிணத்தின் மீதுதான் பிரிவினையை அமலுக்கு கொண்டு வரமுடியும்” என்று காந்தி கூறினார்.

அதே நேரத்தில் நேரு, பட்டேல், இராசேந்திர பிரசாத், கிருஷ்ணன் மேனன் ஆகியோர் “பாகிஸ்தான் பிரிக்கக்கூடாது என்ற திரு. காந்தியாரின் கருத்துக்கு எதிர்ப்புத் தெரிவித்தனர். 10-06-1947- அன்று முஸ்லிம் லீக் பாகிஸ்தான் பிரிவினையை ஏற்றது. இந்து - முஸ்லிம் மக்களிடையே போரும், பெரும் அழிவும், பெரும் குழப்பங்களும் கலவரங் களும் மேலும் ஏற்படாமல் தடுக்க ஒரே மாற்று வழி பிரிவினையை ஏற்பதுதான் என்று காங்கிரஸ் உணர்ந்தது. 14-6-1947 அன்று காங்கிரஸ் செயற்குழு டெல்லியில் கூடியது. அப்போது பிரிவினைத் தீர்மானத்திற்கு ஆதரவாக 157 பேரும், 29 பேர் எதிராகவும், வாக்களித்தனர். 32 பேர் நடுநிலை வகித்தனர். “வேறு வழியின்றி தேச விடுதலைக்காகப் பிரிவினையை ஏற்கிறேன்” என்றார் திரு. காந்தியார் அவர்கள். வேறு வழியின்றித் தேச பிரிவினையை ஏற்க வேண்டிய அவசியத்திற்குக் காங்கிரஸ் தள்ளப்பட்டது.[6]

1940-ஆம் ஆண்டிலேயே “பாகிஸ்தான் (அல்லது) இந்தியப் பிரிவினை” என்ற புத்தகத்தின் மூலம், நாட்டின்

முன்னேற்றம், அமைதி, சுதந்திரம் ஆகியவற்றைக் கருதி இந்தியாவை - இந்தியா - பாகிஸ்தான் என்று இரண்டாகப் பிரித்திட வேண்டும் என்று டாக்டர் அம்பேத்கர் கருத்துத் தெரிவித்தார். அவரின் கருத்தினைக் காங்கிரசும், காந்தியும் உதாசீனம் படுத்தியதால், 1947-ல் அதாவது ஏழாண்டுக்கு பிறகு ஆங்கிலேய அரசிடமிருந்து இந்தியா சுதந்திரம் பெற வேண்டிய நிலை ஏற்பட்டது என கருதலாம்.

2. இந்தியச் சுதந்திரச் சட்டம் முக்கிய அம்சங்கள்:[7]

(i) இந்தியா - பாகிஸ்தான் என்ற தனித்தனிச் சுதந்திர நாடுகள் 15-08-1947 முதல் செயல்படும்.

(ii) 1947-ஆம் ஆண்டு விடுதலைச் சட்டத்தின் மூலம், உலக நாடுகளுக்கு இடையே சுதந்திரம் பெற்ற தனி நாடு என பிரிட்டன் அறிவித்தது.

(iii) கிழக்கு வங்கம், அஸ்சாமில் முஸ்லிம்கள் பெரும்பான்மையாக இருந்த சில்ஹெட் (Sylhet) ஆகிய பகுதிகள் கிழக்குப் பாகிஸ்தான் எனவும், (தற்போது பங்களாதேஷ்) மேற்கு பஞ்சாப், சிந்து, வடமேற்கு எல்லை மாகாணம், பஹல்பூர், செயிர்பூர், பலுசிஸ்தான் மற்றும் அதனுடன் இருந்த 8 சிறிய அரசுகள் அடங்கிய பகுதிகள் மேற்கு பாகிஸ்தான் எனவும் அறிவிக்கப்பட்டது.

(iv) சுதேச சமஸ்தானங்கள் இந்தியாவுடனோ, பாகிஸ்தானுடனோ அவைகளின் விருப்பத்திற்கு ஏற்பச் சேரலாம்.

(v) இரு நாடுகளும் தனித்தனிச் சட்டங்களை இயற்றிக் கொள்ளலாம். அதுவரை 1935-ஆம் ஆண்டு இந்திய அரசியல் சட்டம் தொடர்ந்து நடைமுறையில் இருக்கும்.

டாக்டர் அம்பேத்கரின் "பாகிஸ்தான் (அல்லது) இந்திய பிரிவினை" என்ற நூலில் குறிப்பிட்டுள்ள பகுதிகளே தற்போது இந்திய சுதந்திரச் சட்டத்தில், மேற்கு பாகிஸ்தான் என்றும் கிழக்கு பாகிஸ்தான் என்றும் அறிவிக்கப்பட்டன.

இத்தேர்வினை டாக்டர் அம்பேத்கர் இந்திய விடுதலை அடைவதற்கு 7 ஆண்டுகளுக்கு முன்பே தெளிவுப்படுத்தினார் என்பது கவனத்தில் கொள்ளவேண்டும்.

அரசியல் அமைப்பு சட்ட வரைவுக்குழு: (Drafting Committee)

1947- ஆகஸ்டில் இந்தியா, இந்தியா என்றும் பாகிஸ்தான் என்றும் இரண்டாகப் பிரிக்கப்பட்டு சுதந்திரம் பெற்றது. அதனால் முன்பு இந்தியா முழுற்கும் என்று அமைக்கப்பட்ட அரசியல் அமைப்புச்சட்டசபை, தற்போது பிரிவுபட்ட இந்தியாவிற்கு மட்டும் சட்ட இயற்றுவதற் கானது என்று ஆகிவிட்டது. வங்காளம் தற்போது கிழக்கு பாகிஸ்தானில் சேர்ந்துவிட்டதால், அங்கிருந்து அரசியல் அமைப்புச் சட்டசபைக்குத் தேர்ந்தெடுக்கப்பட்ட உறுப்பினர்கள் பலர் பதவியிழந்தார்கள். வங்காளத்திலிருந்து தேர்ந்தெடுக்கப்பட்டிருந்த டாக்டர் அம்பேத்கரும் இதனால் தம் இடத்தை இழக்க நேரிட்டது. டாக்டர் எம்.ஆர். ஜெயகரின் பதவி விலகலால் ஏற்பட்ட காலியிடத்திற்குப் பம்பாய் மாகாணச் சட்டசபையின் காங்கிரஸ் கட்சி டாக்டர் அம்பேத்கரைத் தேர்ந்தெடுத்தது.[8] 1947-ஆகஸ்ட் 3-ல் சுதந்திர இந்திய அரசின் அமைச்சர்களின் பெயர்கள் அறிவிக்கப்பட்டன. அதில் டாக்டர் அம்பேத்கர் பெயர் சட்ட அமைச்சராக இடம் பெற்றிருந்தது. சுதந்திர இந்தியாவின் முதல் சட்ட அமைச்சர் டாக்டர் அம்பேத்கர் அவர்களே ஆவர்.

29-08-1947-அன்று கீழ்கண்ட உறுப்பினர்களைக் கொண்ட வரைவுக்குழு அமைக்கப்பட்டது. அரசியல் அமைப்புக்குழு தயாரித்த வரைவுகளை, வரைவுக்குழு கூர்ந்து ஆராய்ந்து அரசியல் அமைப்புக் குழுவிடம் சமர்ப்பிக்கும்.

தலைவர் : டாக்டர் அம்பேத்கர்.

உறுப்பினர்கள்: N. கோபாலசாமி அய்யங்கார், A. கிருஷ்ணசாமி அய்யர், K.M. முன்ஷி, செயத் முகமது சாதுல்லா, N. மாதவராவ், D.P. கைய்தான், B.L. மிட்டர் (இவருக்குப் பதிலாக N. மாதவராவ் பின்னர் சேர்க்கப்பட்டார்.)

31-10-1947-வரை அரசியல் நிர்ணயக் குழு அரசியல் சட்டத்தின் மூன்றாவது வரைவைத் தயாரித்தது. அக்குழு 60 நாடுகளின் அரசியல் சட்டங்களின் சிறப்புக் கூறுகளை "அரசியல் அமைப்பு முன் உதாரணங்கள்" என்ற தலைப்பில் ஆராய்ந்து, தேவையானவற்றை ஆய்வு செய்து வரைவுகள் இறுதி செய்யப்பட்டன.[9]

அரசியல் அமைப்புச்சட்ட முன்வரைவு அறிமுகம்:

அரசியல் அமைப்புச் சட்டவரைவு நகல் ஆறு மாதகாலம் பொது மக்களின் கருத்தறியும் பொருட்டு முன் வைக்கப்பட்டிருந்தது. 4-11-1948 அன்று அரசியல் அமைப்பு சட்ட சபையில், 'அரசியல் அமைப்புச் சட்ட முன் வரைவு' குழுத் தலைவர் டாக்டர் அம்பேத்கர் அறிமுகப் படுத்தினார். அரசியல் சட்ட நகல், 315 விதிகளையும், 8 அட்டவணை களையும் கொண்டதாக இருந்தது.[10]

டாக்டர் அம்பேத்கர் அரசியல் சட்டத்தின் அடிப்படையான கூறுகள், சிறப்புத்தன்மை, அமெரிக்க அரசியல் அமைப்பு குடியரசுத் தலைமை ஆட்சிமுறை, இந்திய அரசின் குடியரசுத் தலைவர் அதிகாரம் மற்றும் கடமைகள் ஆகியவற்றை விளக்கினார். மேலும், மத்திய - மாநில அரசுகள் என இரண்டு வகை அரசமைப்புகள், இந்தியா முழுக்க ஒரே குடியுரிமை. ஒருங்கிணைக்கப்பட்ட ஒரே நீதித்துறை இருக்கும். அரசியல் சட்டம், உரிமையியல் சட்டம், குற்றவியல் சட்டம் ஆகியவற்றின் அடிப்படையில் ஏற்படும் எல்லா வழக்குகளையும், இந்த நீதித்துறையே விசாரித்துத் தீர்ப்பளிக்கும். அனைத்திந்திய சிவில் சர்வீஸ், இந்திய ஒன்றியத்தின் அரசியல் சட்டமும், மாநில அரசுகளின் அரசியல் சட்டமும் ஒரே ஆவணத்தில் அமையப் பெற்றிருப்பதால், மத்திய அரசோ, மாநில அரசோ இதிலிருந்து விலக முடியாது. இதற்கு உட்பட்டுதான் இருவித அரசுகள் இயங்கிட வேண்டும். அரசியல் சட்டம் நெகிழாத் தன்மை வாய்ந்ததாக இருக்கிறது என்று கூறப்படுவதைக் சுட்டிக்காட்டி, "சாதாரணக் காலங்களில் மாநில அரசுகளுக்கு என ஒதுக்கப்பட்ட

அதிகாரங்களைத் தவிர மற்றவற்றிற்கான சட்டத்தை இயற்றும் அதிகாரம் பாராளுமன்றத்திற்கு வழங்கப் பட்டுள்ளது என்று டாக்டர் அம்பேத்கர் விளக்கினார்.

மேலும் அரசியல் சட்டத்தைத் திருத்துவதற்கான வழிமுறைகள் அரசியல் சட்டத்தில் கூறப்பட்டுள்ளன. இதனால், அரசியல் சட்டம் நெகிழும் தன்மை வாய்ந்ததாக அமைக்கப்பட்டுள்ளது. இது அரசியல் சட்டத்தின் சிறப்பான அம்சமாக உள்ளது. ஆகவே, இது நெகிழ்ந்து தரவல்ல கூட்டாட்சியே ஆகும் என்றும் டாக்டர் அம்பேத்கர் விளக்கினார்.[11]

அரசியல் சட்ட நகல் முன்மொழிதல்:[11A]

"இந்திய அரசியல் அமைப்புச் சட்டம் திறமையாகச் செயல்படக்கூடியது. நெகிழும் தன்மை வாய்ந்தது, சாதாரணக் காலத்திலும், போர்க்காலத்திலும் இந்த நாட்டின் ஒற்றுமையைக் காத்திடும் வல்லமை வாய்ந்தது. புதிய அரசியல் சட்டத்தினால் தவறுகள் நடக்குமானால், அதற்காண காரணம் நாம் ஒருமோசமான அரசியல் சட்டத்தைப் பெற்றிருக்கிறோம் என்பதன்று; அரசியல் சட்டத்தைச் செயல்படுத்தும் மனிதர்கள் செய்யும் தவறே காரணமாகும் என்றே நாம் கருதவேண்டும்" என்று கூறி இந்திய அரசியல் சட்ட முன்வரைவை டாக்டர் அம்பேத்கர் முன்மொழிந்தார்.

அரசியல் நிர்ணயசபை விவாதங்கள்:[12]

இந்திய அரசியல் சட்ட முன்வரைவு, அரசியல் நிர்ண சபையின் பரிசீலனைக்கு டாக்டர் அம்பேத்கர் சமர்பித்தார். முன்வரைவு குறித்து அரசியல் நிர்ணயசபையில் காரசாரமான கருத்தாழமும், செறிவுமிக்க விவாதங்கள் நடைபெற்றன. விவாதங்களின் போது எழுப்பப்பட்ட பல்வேறு பிரச்சினைகளுக்கும், அய்யங்களுக்கும், கேள்விகளுக்கும், சர்ச்சைகளுக்கும் டாக்டர் அம்பேத்கர் ஆணித்தரமாகவும், அழுத்தம் திருத்தமாகவும் அசைக்க மறுக்க முடியாத ஆதாரங்களுடன் பதிலளித்து அனைவரது பாராட்டையும் பெற்றார். அப்போது டாக்டர் அம்பேத்கரின் அற்புதமான சட்டப்புலமை, உலகிலுள்ள பல்வேறு அரசியல் சாசனங்கள் குறித்து அவருக்கிருந்த ஆழ்ந்த தேர்ந்த தெளிந்த ஞானம் இந்திய மக்களுக்குத் தெரியவந்தது.

17-11-1949 காலை 10 மணிக்கு அரசியல் நிர்ண சபையில் டாக்டர் அம்பேத்கர் "அரசியல் நிர்ணய சபையில் முடிவு செய்யப்பட்ட அரசியல் சாசனத்தை நிறைவேற்றலாம்" என்று தீர்மானம் கொண்டு வந்தார்.

வாழ்த்தும் – பாராட்டும்:

அரசியல் சாசன வரைவுக்குழுத் தலைவர் டாக்டர் அம்பேத்கர் அவர்களின் பணியைப் பாராட்டியும், வாழ்த்தியும், பல உறுப்பினர்கள் பேசினார்கள். உறுப்பினர்கள் ஆற்றிய உரைகளிலிருந்து தேர்ந்தெடுக்கப்பட்ட சில பகுதிகள் கீழ் அளிக்கப்பட்டுள்ளன.

சேத் கோவிந்த் தாஸ் (மத்திய மாநிலம் மற்றும் பேரார் பொது)

"டாக்டர் அம்பேத்கர் தற்கால மனு":

இந்த அரசியல் சாசனத்திற்கு ஒரு சரியான உருவம் கொடுக்க கடினமாகப் பணிபுரிந்த டாக்டர் அம்பேத்காரை முதலில் வாழ்த்துகிறேன். நாடாளுமன்றத்தால் இறுதி செய்யப்பட்டுள்ள இந்த அரசியல் சாசனம் நிறைவேற்றப் படவேண்டும் என்ற தீர்மானத்தை அவர் கொண்டு வந்துள்ளார். டாக்டர் அம்பேத்கர் தற்கால மனு என்று அழைக்கப்படுகிறார். அந்தக் கூற்றின் உண்மை எப்படி யிருப்பினும், அவரிடம் ஒப்படைக்கப்பட்ட அரசியல் சாசனத்தைத் தயாரிக்கும் பொறுப்பான பணிக்கு மிகவும் பொறுத்தமானவர் டாக்டர் அம்பேத்கர் என்று கூறமுடியும்.

திரு. லட்சுமி நாராயண சாகு:[13]

டாக்டர் அம்பேத்கரின் கடின உழைப்பிற்கு என் மனப்பூர்வமான வாழ்த்துக்களையும், மகிழ்ச்சியையும் தெரிவித்துக் கொண்டாலும், அவருடைய உழைப்பில் விளைந்த இந்த இயற்கையான பண்டம், திரும்பத் திரும்ப செய்யப்பட்ட மாற்றங்களால், உருவிழந்து விமர்சனத்திற்கு உள்ளாக்கப்பட்டுள்ளது. இது முற்றிலும் தம் பணி அல்ல என்பதை அவர் எடுத்துச் சொல்வார் என்று நான் நம்புகிறேன். "இந்த நாட்டின் பெரும்பான்மைக் கட்சியின் விருப்பத்திற்கிணங்க அவர் அரசியல் சாசனத்தை உருவாக்க வேண்டியிருந்தது.

திரு. எம். அனந்த சயனம் அய்யங்கார் (சென்னை – பொது):[14]

டாக்டர் அம்பேத்கர் பார்வையாளராக வந்தவர்தான், ஆனால், இந்த அரசியல் சாசனத்தை உருவாக்குவதில், தலைமைப் பாத்திரம் தாங்கினார். யார் ஐயப்பாடுடன், விமர்சன நோக்குடன் வந்தாரோ, அவரே இறுதியில் இந்த அரசியல் சாசனத்தைத் தயாரிப்பதில் பொறுப்பை ஏற்றுக் கொண்டு அதை உருவாக்கியுள்ளார். டாக்டர் அம்பேத்கர் ஆற்றிய மாபெரும் பணியை நாம் நிச்சயமாக மறுத்துவிட முடியாது.

பண்டிட் தாகூர் தாஸ் பார்க்வா (கிழக்கு பஞ்சாப் – பொது):[15]

கூர்மையான சட்ட அறிவுடனும், அயராத உழைப்புடனும் அப்பழுக்கற்ற திறமையுடனும், உறுதிப் பாட்டுடனும், நிதானத்துடனும், இந்த அரசியல் அவையை வழி நடத்திச் சென்ற வரைவுக்குழுத் தலைவர் டாக்டர் அம்பேத்கருக்கு நன்றி கூறச் சொற்களே இல்லை. அரசியல் சாசனம் சம்பந்தமாக எழுந்த பிரச்சினைகளை, முடிவுகளைச் சிக்கலின்றி அவிழ்த்து, அவற்றிற்கு டாக்டர் அம்பேத்கர் தீர்வு கண்டார். இன்று நம் இதயங்களில் டாக்டர் அம்பேத்கர் ஓர் உயர்ந்த இடத்தைப் பிடித்துவிட்டார்.

திரு. டி. பிரகாசம் (சென்னை – பொது):[16]

டாக்டர் அம்பேத்கர் சிறந்த சட்ட வல்லுனர் என்பதுடன் மிகுந்த திறமைசாலியும் ஆவார். அவர் ஆற்றிய பணியின் மூலம், பிரிட்டிஷ் அரசின் சட்ட ஆலோசகராக இருக்கப் பொருத்தமானவர். ஒரு வேளை பிரிட்டனின் பிரிவி கவுன்சிலில் அமரப் பொருத்தமானவராகவும் இருக்கலாம். அரசியல் சாசனம் என்னும் ஒரு மாபெரும் ஆவணத்தை டாக்டர் அம்பேத்கர் மிகவும் பொறுப்புடன் உருவாக்கினார்.

திரு. எச். ஜே. கண்டேகர் (மத்திய மாநிலம் மற்றும் பேரார் – பொது):[17]

டாக்டர் அம்பேத்கரின் மதிநுட்பத்தால் சுதந்திர இந்தியாவுக்கான ஒரு அரசியல் சாசனத்தை நிறைவேற்று கிறோம். இந்த அரசியல் சாசனத்தை ஒரு மகர் அரசியல் சாசனம் என்று அழைக்கலாம். ஏனெனில், டாக்டர் அம்பேத்கர் ஒரு மகர் ஆவார். இந்த அரசியல் சாசனம்

ஜனவரி 26-ல் அமலுக்க வரும்போது, மனுநீதிச் சட்டம் மாற்றப்பட்டு அதற்குப் பதில் மகர் சட்டம் அமலுக்கு வரும். மனுநீதிச் சட்டத்தின்கீழ் ஒரு பொழுதும் செழிப்பாக இல்லாத இந்நாட்டை மகர்சட்டம் ஓர் உண்மையான சுவர்க்கமாக மாற்றும்.

திரு. மகபூப் அலிபேக் சாகிப் (சென்னை – முஸ்லிம்)[18]

அரசியல் சாசன வரைவை மிகச் சிறந்த திறமையுடன் வழி நடத்திச் சென்றதற்கு டாக்டர் அம்பேத்கரைப் பாராட்டுகிறேன். தெளிந்த சிந்தனையும், நிதிப் பிரச்சனை உட்பட அரசியல் சாசனப் பிரச்சினைகளில் ஈடு இணையற்ற தேர்ச்சி பெற்றவர். டாக்டர் அம்பேத்கரின் முழுமையான அறிவு, தனித் திறமை வாய்த்தது; புகழத்தக்கது. வரைகுழுவின் கருத்துகளை மாற்றவோ அல்லது உறுதி படுத்தவோ வெளியே உள்ள முக்கிய கட்சி முடிவெடுத்தது. இந்த சூழ்நிலையில். டாக்டர் அம்பேத்கர் வரைவுக் குழுவில் சுதந்திரமாக செயல்பட முடியவில்லை.

எனவே, இயல்பான குறைகளும், கெடுதல்களும் அரசியல் சாசனத்தில் காணப்பட்டால் அதற்கு, டாக்டர் அம்பேத்கரைத் தனிப்பட்ட முறையில் பொறுப்பாக்க முடியாது.

திரு. ஜஸ்பட் ராய் கபூர் (ஐக்கிய மாநிலம் – பொது)[19]

டாக்டர் அம்பேத்கர் இந்நாட்டின் மிகப் பெரிய தேசபக்தர்களில் ஒருவர். தான் எடுத்துக் கொண்ட விஷயத்தில் டாக்டர் அம்பேத்கர் ஓர் ஆக்கபூர்வமான அணுகு முறையைக் கையாண்டார். பல்வேறு சந்தர்ப்பங்களில் விவாதத்தின் போது முட்டுக்கட்டைகள் தோன்றியபோது, அவர் முன்வைத்த யோசனைகளினால் அந்த முட்டுக் கட்டைகள் நீக்கப்பட்டன.

திரு. சியாமனந்தன் சகாயா (பீகார் – பொது)[20]

இந்தியா சுதந்திரம் அடைந்ததற்கான புகழ் திரு காந்திக்குச் சேரும். ஆனால், அந்தச் சுதந்திரத்தை ஒழுங்கு படுத்தித் தொகுத்தளித்த பெருமை திரு. காந்தியின் மிகப் பெரும் விமர்சகரான நமது அரசியல் சாசனத்தின்

சிற்பியான டாக்டர் அம்பேத்கருக்கே உரித்ததாகும். இந்த சட்டமன்றம் மட்டுமன்றி, இந்த நாடே டாக்டர் அம்பேத்கருக்கு நன்றிக் கடன் பட்டுள்ளது. இந்நாட்டின் தேவைக்குப் பொருத்தமானவற்றைப் பெற உலகின் மூலை முடுக்ககுகளிலிருந்தெல்லாம் மிகச் சிறந்தனவற்றைப் பெற மிகக் கடுமையாக உழைத்தார். இந்த அரசியல் சாசன வரைவைக் கைதேர்ந்த முறையில், அவர் தயாரித்த விதமும், அதை அவர் நாடாளுமன்றத்தில் கையாண்ட விதமும் நம்மால் மட்டுமன்றி எதிர்கால சந்ததிகளாலும் நன்றிக் கடனுடன் நினைவு கூரப்படும்.

திரு. ஆர்.வி. துலேகர் (ஐக்கிய மாநிலங்கள் – பொது)[21]

அரசியல் சாசனம் உருவாக்குகின்ற பணி மிகவும் மகத்தானதாகும். அதனை டாக்டர் அம்பேத்கர் மிகவும் சரியாகச் செய்து சாதனை புரிந்துள்ளார். பார்வையில், சிந்தனையில், மொழியில், தெளிவுடன் இந்தப் பணியை அவர் நிறைவேற்றியுள்ளார். எதிர் தரப்பினர்களின் கருத்துகளைப் புரிந்து கொள்ள டாக்டர் அம்பேத்கர் முயற்சி செய்தார். எப்பொழுதும் மாற்றுக் கருத்துடையவர்களுக்கு இடம் அளிக்க அவர் முன் வந்தார். தன்னுடைய கருத்துகளைத் தெளிவான மொழியில் விளக்கிய டாக்டர் அம்பேத்கருக்கு நன்றி பாராட்ட வேண்டும்.

திரு. அல்லாடி கிருஷ்ணசாமி அய்யர் (சென்னை – பொது)[22]

இந்த அரசியல் சாசனத்தை எனது நண்பர் மாண்புமிகு டாக்டர் அம்பேத்கர் வழிநடத்திச் சென்ற திறமையையும் செயல்பாட்டினையும் உளமாறப் பாராட்டாவிட்டால் என் கடமையிலிருந்து தவறியவனாவேன். டாக்டர் அம்பேத்கர் வரைவுக் குழுவின் தலைவராக இருந்து அவர் ஆற்றிய அயராத, சளைக்காத உழைப்பையும் பாராட்டியாக வேண்டும். டாக்டர் அம்பேத்கர் தன் வாழ்க்கை முழுவதையும் இந்த நாட்டின் சேவைக்கு அர்ப்பணித்துள்ளார். அவரை விட மிகச் சிறப்பாக எவரும் இங்கு மதிக்கப்படுவதில்லை, நேசிக்கப் படுவதில்லை. இந்த அரசியல் நிர்ணய சபையின் வரைவுக்

குழுவிற்குத் தலைவராக இருப்பதற்கு அதிக அளவு தகுதியானவர் ஆவார்.

திரு. பிராங்க் அந்தோணி (மத்திய மாநிலங்கள் மற்றும் பேரார்– பொது)[23]

அரசியல் சாசனம் என்னும் இந்தக் கடினமான ஓர் ஆவணத்தைத் தயாரிப்பதில் தேவைப்பட்ட பணியின் அளவையும், ஒரு முனைப்படுத்தப்பட்ட அறிவின் ஆழத்தையும் உண்மையில் டாக்டர் அம்பேத்கரை விட நம்மில் எவராலும் அளந்திடமுடியாது. சில சமயங்களில் அவருடன் நான் கருத்து வேறுபாடு கொண்டிருந்தாலும், டாக்டர் அம்பேத்கர் கருத்துகளையும், செய்திகளையும் எடுத்துரைத்ததில் காட்டிய தெளிவும், அடிப்படை விஷயங்கள் மட்டுமின்றி அதன் தொடர்பான எல்லா அம்சங்களையும் அவர் கொண்டிருந்த ஆழமான அறிவும் எப்பொழுதுமே எனக்கு மகிழ்ச்சியை அளித்தன. ஒரு கலப்படமான வரவேற்பையே இந்த அரசியல் சாசனம் பெற்றுள்ளது என்று சொல்லப்பட்டாலும், இதனைத் தவிர்க்க முடியாது என்பதையும் அதே நேரத்தில் அறிந்து கொள்ளவேண்டியுள்ளது.

டாக்டர் பட்டாபி சீதாராமையா [24]

டாக்டர் அம்பேத்கர் மகத்தான, பிரம்மாண்டமான பணியால் எந்த எதிர்ப்பையும், முறியடிக்கும் மகத்தான தனது நுண்ணிய அறிவின் தாக்கத்தை அளித்துள்ளார். தனது பாதையின் குறுக்கே நின்ற பெரும் மரங்களையும், சிறு புதர்களையும் சாய்த்து, சமன்படுத்தினார் டாக்டர் அம்பேத்கர். தனக்கு நியாயம் என்று தோன்றியதை இறுகப் பற்றியிருந்தார்.

அரசியல் நிர்ணய சபையின் விவாதங்களுக்கு – டாக்டர் அம்பேத்கரின் விளக்கமும் – முன்மொழிதலும்[25]

டாக்டர் அம்பேத்கர் அரசியல் நிர்ணய சபையில் ஆற்றிய உரைகளின் சுருக்கம் கீழே கொடுக்கப்படுகிறது. அரசியல் நிர்ணய சபை 1946ஆம் ஆண்டு டிசம்பர் 9-ல், முதலில் கூடியதிலிருந்து இரண்டு ஆண்டுகள் பதினோரு

மாதங்கள் பதினேழு நாட்கள் கழிந்துள்ளன. இந்தக் கால அளவில் அரசியல் நிர்ணய சபை மொத்தத்தில் பதினொரு முறை கூடியுள்ளது. இந்த பதினொரு அமர்வுகளில், நோக்கங்களைப் பற்றிய தீர்மானங்களை நிறைவேற்றவும், அடிப்படை உரிமைகள் பற்றிய குழுவின் அறிக்கை, ஒன்றியத்தின் அரசியல் சட்டம் பற்றிய அறிக்கை ஒன்றியத்தின் அதிகாரம் பற்றிய அறிக்கை, மாகாண அரசியல் அமைப்புச் சட்டம் பற்றிய அறிக்கை, சிறுபான்மையினர் பற்றிய அறிக்கை, ஷெட்யூல்டு வகுப்பினர் பற்றிய அறிக்கை ஷெட்யூல்டு பழங்குடியினர் பற்றிய அறிக்கை ஆகியவைகள் பரிசீலிக்கப்பட்டன. ஏழு, முதல் பதினொராவது அமர்வுகள் வரை அரசியல் சாசன வரைவுச் சட்டத்தைப் பரிசீலிப்பதில் கழிந்தன. அரசியல் நிர்ணயசபையின் இந்தப் பதினோரு அமர்வுகளுக்கும் 165 நாட்கள் பிடித்தன.

வரைவுக் குழுவைப் பொறுத்தவரையில், அது அரசியல் நிர்ணயசபையால் 1947ஆம் ஆண்டு ஆகஸ்ட் 29ல் தேர்ந்தெடுக்கப்பட்டது. ஆகஸ்ட் மாதம் 30ஆம் நாளில் அது தன் முதல் கூட்டத்தை நடத்தியது. ஆகஸ்ட் 30-ஆம் நாளிலிருந்து 141 நாட்கள் அது அமர்வில் இருந்தது. இந்தச் சமயத்தில் அது அரசியல் சாசன வரைவைத் தயாரித்தது. வரைவுக் குழுவின் பணிக்கு அடிப்படையாக, அரசியல் சாசனத் தயாரிப்பு ஆலோசகர் தயாரித்து, வரைவுக் குழுவின் பணிக்கு அடிப்படையாகக் கொடுக்கப்பட்ட அரசியல் சாசனம் 243 விதிகளும் 13 அட்டவணைகளும் கொண்டிருந்தது. வரைவுக் குழு அரசியல் நிர்ணயசபைக்கு அளித்த முதலாவது அரசியல் சாசன வரைவில் 315 விதிகளும் 8 அட்டவணைகளும் இருந்தன. பரிசீலனைக் கட்டத்திற்குப் பிறகு அரசியல் சாசன வரைவில் அடங்கியிருந்த விதிகளின் எண்ணிக்கை 386 ஆக அதிகரித்தது. அதன் இறுதி வடிவத்தில் அரசியல் சாசன வரைவு 395 விதிகளையும் 8 அட்டவணைகளையும் கொண்டுள்ளது. சுமார் 7635 திருத்தங்கள் அரசியல் சாசன வரைவுக்கு முன் வைக்கப்பட்டது. இவற்றில் 2475 மட்டும்

ஆய்வுக்கு எடுத்துக் கொள்ளப்பட்டு, அஃவற்றின் மீது முடிவுகள் எடுக்கப்பட்டன.

(i) அரசியல் நிர்ணயக் குழு – பணியை விரைவாக முடித்தது:

இந்தத் தகவல்களையெல்லாம் டாக்டர் அம்பேத்கர் ஏன் கூறினார் என்றால் ஒரு கட்டத்தில், இந்தப் பணியை முடிப்பதற்கு அரசியல் நிர்ணய சபை அதிக நேரம் எடுத்துக் கொள்கிறது என்று கூறப்பட்டது. அது பொதுமக்கள் பணத்தை விரையம் செய்து ஆமைவேகத்தில் பணியாற்றுவதாகக் குறைகூறப்பட்டது. ரோமாபுரி எரியும் போது நீரோ மன்னன் ஃபிடில் இசைத்ததைப் போன்றுள்ளது என்று பழி சுமத்தப்பட்டது. இந்தக் குற்றச் சாட்டுகளுக்கு ஏதாவது நியாயம் உள்ளதா? அரசியல் சாசனங்களை உருவாக்க மற்ற நாடுகளிலுள்ள அரசியல் நிர்ணய சபைகள் எடுத்துக் கொண்ட நேரத்தை டாக்டர் அம்பேத்கர் சில எடுத்துக் காட்டுகள் மூலம் விளக்கினார்: 1787 மே மாதம் 25-ஆம் தேதியில் கூடிய அமெரிக்க கன்வென்ஷன் தன் பணியை 1787 செப்டம்பர் 17-ல் அதாவது நான்கு மாதத்தில் முடிந்தது. கனடா நாட்டு அரசியல் சாசன அமைப்புக் கன்வென்ஷன் 1864 அக்டோபர் 10ல் கூடியது. 1867 மார்ச்சில் அரசியல் சாசனம் ஏற்கப்பட்டது. இரண்டு வருடங்களும் ஐந்து மாதங்களும் எடுத்துக் கொண்டது. ஆஸ்திரேலியாவின் அரசியல் சாசனத் தயாரிப்பு அவை 1891 மார்ச்சில் கூடியது. 1900 ஜூலை 9ல் அரசியல் சாசனத்தை உருவாக்கியது. 9 ஆண்டுகள் எடுத்துக் கொண்டது. தென் ஆப்பிரிக்க கன்வென்ஷன் 1908 அக்டோபரில் கூடியது. 1909 செப்டம்பர் 20ல் அரசியல் சாசனம் நிறைவேற்றியது. இதற்கு ஓராண்டுக்கால உழைப்பு தேவைப்பட்டது.

அமெரிக்கா, தென் ஆப்பிரிக்க அரசியல் சாசனத் தயாரிப்பு அமைப்புகளை விட நமது நிர்ணய சபை அதிக காலம் எடுத்துக்கொண்டது உண்மைதான். ஆனால் கனடா கன்வென்ஷனைவிட அதிக காலம் எடுத்துக் கொள்ளவில்லை. ஆஸ்திரேலியா கன்வென்ஷனை விடக் குறைவாகவே எடுத்துக்கொண்டது. கால அளவை ஒப்பிடும்போது இரண்டு விஷயங்களைக் கவனத்தில் எடுத்துக்கொள்ள

வேண்டும். அமெரிக்கா, கனடா, தென்ஆப்பிரிக்கா, ஆஸ்திரேலியா ஆகிய நாடுகளின் அரசியல் சாசனங்கள் இந்திய அரசியல் சாசனத்தைவிட மிகச் சிறியவை. இந்திய அரசியல் சாசனத்தில் 395 விதிகள் உள்ளன. அமெரிக்க அரசியல் சாசனத்தில் 7 விதிகள் மட்டுமே உள்ளன. முதல் நான்கு விதிகள் 21 பகுதிகளாகப் பிரிக்கப்பட்டுள்ளன. கனடா நாட்டு அரசியல் சாசனத்தில் 147ம் ஆஸ்திரேலிய அரசியல் சாசனத்தில் 128ம், தென் ஆப்பிரிக்கா அரசியல் சாசனத்தில் 153 பிரிவுகளும் உள்ளன. இரண்டாவது விஷயம் என்னவென்றால் அமெரிக்கா, கனடா, ஆஸ்திரேலியா மற்றும் தென்னாப்பிரிக்கா ஆகிய நாடுகளின் அரசியல் அமைப்புச் சாசனங்களை உருவாக்கியவர்கள், திருத்தங்கள் சம்பந்தமான பிரச்சினையைச் சந்திக்க வேண்டியிருக்கவில்லை. முன் மொழியப்பட்ட வடிவத்திலேயே அவை ஏற்றுக் கொள்ளப் பட்டன. ஆனால் அதே நேரத்தில் இந்திய அரசியல் நிர்ணய சபை 2473 திருத்தங்கள் வரைச் சந்திக்க வேண்டியிருந்தது. இந்த உண்மைகளை யெல்லாம் கணக்கிலெடுத்துக் கொண்டு பார்த்தால், அரசியல் நிர்ணய சபை தாமதமாகச் செயல்பட்டது என்ற குற்றச்சாட்டு முற்றிலும் ஆதாரமற்றது என்று டாக்டர் அம்பேத்கர் விளக்கினார். இவ்வளவு கடினமான பணியை இவ்வளவு விரைவில் நிறைவேற்றியதற்காக அரசியல் நிர்ணயசபை நிச்சயமாகத் தன்னைப் பாராட்டிக் கொள்ளலாம்.

(ii) வரைவுக் குழு பணியின் தரம்:

நசிருத்தீன் என்பவர் வரைவுக் குழுவின் பணியை குறைத்து மதிப்பிட்டபோது, டாக்டர் அம்பேத்கர் அவருக்கு பதில் அளித்தார். அதன் சுருக்கம் கீழே கொடுக்கப் படுகிறது.

வரைவுக்குழு நிறைவேற்றிய பணியின் தரத்தைப் பற்றி திரு. நசிருத்தீன் அகமது ஒரே அடியாகக் குறை கூறுவது, அவர் அதைத் தமது கடமை என்று கருதுவதாகத் தெரிகிறது. அவருடைய கருத்துப்படி வரைவுக் குழுவின் பணி பாராட்டுக்குரியதல்ல என்பதோடு, அது நிச்சயமாக சாதாரணத் தரத்திற்கும் கீழானது என்பதுதான் வரைவுக் குழு நிறைவேற்றிய பணிகள் பற்றி தங்கள் சொந்தக் கருத்துகளை வைத்துக் கொள்ள எல்லோருக்கும் உரிமை உண்டு.

திரு. நசிருத்தீனும் தம் கருத்தை வைத்துக் கொள்வதை வரவேற்கிறோம். திரு. நசிருத்தின் அகமது வரைவுக் குழுவிலுள்ள எந்த உறுப்பினரைக் காட்டிலும் அதிகத் திறமையுள்ள மனிதராகத் தம்மை நினைத்துக் கொள்கிறார். அவருக்குச் சவால்விட வரைவுக்குழு நினைக்கவில்லை. மாறாக அரசியல் நிர்ணய சபை அவரைத் தகுதியானவர் என்று கருதி வரைவுக்குழுவுக்கு அவரை நியமித்திருந்தால் நாங்கள் வரவேற்றிருப்போம். அரசியல் சாசனத்தை உருவாக்குவதில் அவருக்குப் பங்கு ஏதும் இல்லையென்றால் அதற்கு வரைவுக் குழு பொறுப்பாகாது.

வரைவுக் குழுவின் மீதான தம் வெறுப்பைக் காட்ட திரு. நசிருத்தீன் அகமது அதற்கு ஒரு புதிய பெயர் கொடுத்துள்ளார். அதை எத்தகைய நோக்கமுமற்ற, "காற்றடிக்கும் திசையில் செல்லும் குழு" என்று அழைக்கிறார். இந்தத் தாக்குதல் மூலம் அவர் நிச்சயமாக மகிழ்ச்சி அடைகிறார். நிபுணத்வம் அற்ற இந்த போக்குக்கும், நிபுணத்துவத்துடன் கூடிய போக்குக்கும் உள்ள வேறுபாட்டை அவர் புரிந்துகொள்ளவில்லை என்பது தெரிகிறது. நிலைமையைச் சமாளிக்க முடியாமல் இந்தக் குழு காற்றடித்த திசையில் செல்லவில்லை. தற்செயலாகக் கிடைக்கும் மீனுக்காக வீசப்பட்ட வலையல்ல அது. நன்கு பழக்கமான தண்ணீரிலேதான் வழக்கமாகப் பிடிக்கும் மீனுக்காகத்தான் வலைவீசப்பட்டுள்ளது. வரைவுக் குழுவுக்கு அது ஒரு ப்ராராட்டல்ல என்ற முறையில் திரு. நசிருத்தீன் அகமது கருதினாலும், தவறு என்று கருதும் திருத்தங்களை திரும்பப் பெறும் தைரியத்தையும் நேர்மையையும் வரைவுக்குழு காட்டாவிட்டால் அது ஒரு போலி கௌரவத்தைக் கொண்டுள்ளது என்றாகிவிடும். தனது கடமையில் தவறிவிட்டது என்ற குற்றச்சாட்டிற்கும் இது இலக்காகும். தவறான திருத்தங்களைத் திரும்பப் பெற்றுக்கொண்டு மாறாக சரியான திருத்தங்களை ஏற்றுக் கொள்ளும் தைரியமும் நேர்மையும் வரைவுக்குழுவுக்கு இருந்தது. இது ஒரு குறையென்றால் வரைவுக்குழு இந்தக் குறையைச் செய்ய வெட்கப்படாததுடன், அந்தத் தவறுகளை நீக்கவும் முன்வந்தது.

ஒரே ஒரு தனிப்பட்ட உறுப்பினரைத் தவிர, வரைவுக்குழுவின் பணிகளைக் குறித்து, அரசியல் நிர்ணய சபை உறுப்பினர்களின் பாராட்டுதல்களில் பொதுவான உடன்பாடு காணப்படுகிறது. தனது பணிகளை அங்கீகரித்து தன்னிச்சையாகத் தாராளமாக வழங்கப்பட்ட பாராட்டுதல்களினால், மகிழ்ச்சி அடைந்திருக்கும் என்பதில் ஐயமில்லை. இந்த வரைவுக் குழு சபையின் உறுப்பினர்களும் வரைவுக் குழுவில் டாக்டர் அம்பேத்கருடன் பணியாற்றிய நண்பர்களும் அவர்மீது பொழிந்த புகழாரங்களுக்கு நன்றி தெரிவித்துக் கொள்ள சொற்கள் கிடைக்காம டாக்டர் அம்பேத்கர் திக்குமுக்காடினார். ஷெட்யூல்டு சாதியினர் களின் நலன்களைப் பாதுகாக்க வேண்டுமென்பதைத் தவிர வேறு எந்தவித நோக்கங்களுமின்றி டாக்டர் அம்பேத்கர் அரசியல் நிர்ணய சபையில் சேர்ந்தார். அதிகப் பொறுப்பான பணிகளை ஏற்க அழைக்கப்பட்டார். வரைவுக்குழுவுக்கு சட்டமன்றம் தேர்ந்தெடுத்தபோது அவர் பெரிதும் ஆச்சரியம் அடைந்தார். வரைவுக்குழு அவரை அதன் தலைவராகத் தேர்ந்தெடுத்தபோது அதைவிட ஆச்சரியம் அடைந்தார். அல்லாடி கிருஷ்ணசாமி அய்யர் போன்ற அவரைவிட மிகவும் தகுதி பெற்ற சிறந்த பெரிய மனிதர்கள் வரைவுக் குழுவில் இருந்தனர். டாக்டர் அம்பேத்கர் மீது இவ்வளவு நம்பிக்கை கொண்டு பொறுப்பை ஒப்படைத்து, டாக்டர் அம்பேத்கரை ஒரு கருவியாகப் பயன்படுத்தி நாட்டிற்கு சேவை செய்ய அளித்துள்ள வாய்ப்புக்கு அரசியல் நிர்ணய சபைக்கும், வரைவுக் குழுவிற்கும் டாக்டர் அம்பேத்கர் நன்றி தெரிவித்துக் கொண்டார்.

(iii) அரசியல் அமைப்புச்சட்ட ஆலோசகர் திரு. பி.என். ராவ்:

இந்தப் பாராட்டுதல்கள் உண்மையிலேயே தனக்கு உரித்ததல்ல. வரைவுக்குழுவின் பரிசீலனைக்காக அரசியல் நிர்ணய சபையின் அரசியல் அமைப்புச் சட்ட ஆலோசகர் திரு. பி.என். ராவ் தயாரித்தளித்த திருத்தம் செய்யப்படாத மூல ஆவணத்தைத் தயாரித்தளித்தற்கு அவருக்குப் பகுதி பாராட்டுதல்கள் உரித்தாகும். பகுதி பாராட்டுதல்கள் வரைவுக்குழு உறுப்பினர்களுக்குச் சேரும் என்று டாக்டர் அம்பேத்கர் பேசினார். டாக்டர் அம்பேத்கர் கூறியபடி

அவர்கள் 141 நாட்கள் அமர்வில் இருந்தனர். பல்வேறு கருத்தோட்டங்களைப் புரிந்துகொண்டு, அவற்றில் சரியானவற்றை ஏற்றுக்கொள்ளும் வரைவுக் குழுவின் தன்மையும் மற்றும் புதிய வழிமுறைகளை உருவாக்கும் அதன் திறமையுமே அரசியல் சாசனத்தை இவ்வளவு வெற்றிகரமாக உருவாக்க உதவியது. அரசியல் சாசனத்தின் தலைமை வரைவாளரான திரு. எஸ்.என். முகர்ஜிக்கு அதிகமாகப் பாராட்டுதல்கள் அளிக்கப்பட வேண்டும். மிகவும் நுணுக்கமான ஆலோசனைகளை எளிய, தெளிவான சட்ட வடிவில் கொடுப்பதில் அவருக்கு இணை யாருமில்லை, அவருடைய கடுமையான உழைப்பிற்கும் ஆற்றலுக்கும் யாரையும் ஒப்பிடமுடியாது. இந்தச் சட்டமன்றத்துக்கு அவர் ஒரு சிறந்த சொத்து எனலாம். அவருடைய உதவி கிடைக்கவில்லையென்றால் இந்த அரசியல் சாசனத்தைத் தயாரித்து முடிவு செய்ய இந்தச் சபைக்கு மேலும் பல ஆண்டுகள் தேவைப்பட்டிருக்கும். திரு. முகர்ஜியின் கீழ்ப் பணிசெய்த ஊழியர்களைக் குறிப்பிடவும் மறந்துவிடக்கூடாது. நடுநிசிக்கு அப்பாலும் கூட சில சமயங்களில், மிக அதிக நேரம் கடுமையாக பணிபுரிந்தனர். அவர்கள் உழைப்புக்கும், ஒத்துழைப்புக்கும் டாக்டர் அம்பேத்கர் தனது நன்றியைத் தெரிவித்துக் கொண்டார்.

(iv) பாராட்டுக்கள் காங்கிரஸ் கட்சிக்கே உரியன:

இந்த அரசியல் நிர்ணயசபை ஒரு கதம்பக் கும்பலாக இருந்திருந்தால், அது சிமெண்ட் போடப்படாத நடைபாதையாக இங்கே ஒரு கருங்கல்லும் அங்கே ஒரு வெள்ளைக் கல்லுமாக உள்ள பாதையாக இருந்திருக்கும். ஒவ்வொரு உறுப்பினரும் அல்லது ஒவ்வொரு குழுவும் தாங்களே சட்டத்தின் மொத்த உருவமாக கருதிக் கொண்டிருந்தால் வரைவுக்குழுவின் பணி மிகக் கடினமானதாக இருந்திருக்கும். குழப்பத்தைத் தவிர வேறு எதுவும் மிஞ்சியிருக்காது. சபையில் காங்கிரஸ் கட்சி இருந்ததால் குழப்பத்தின் சாத்தியப் பாடுகள் அறவே இல்லாமலாகிவிட்டது. அது அவை நடவடிக்கைகளில் ஒழுங்கையும் கட்டுப்பாட்டையும் அளித்தது. காங்கிரஸ் கட்சி கட்டுப்பாடாக நடந்து

கொண்டதால் வரைவுக்குழு அரசியல் சாசன உருவாக்கத்தை முறையாக வழிநடத்திச் செல்லமுடிந்தது. ஒவ்வொரு விதி மற்றும் திருத்தத்தின் முடிவைப் பற்றிய தீர்மானமான முடிவுடன் செயல்படமுடிந்தது. சபையில் சாசன வரைவுச் சிக்கல்களில்லாமல் பரிசீலிக்கப்பட்டதிற்கான பாராட்டுகள் காங்கிரஸ் கட்சியையே சாரும் என்றார் டாக்டர் அம்பேத்கர்.

எல்லா உறுப்பினர்களும் கட்சிக் கட்டுப்பாட்டிற்கு அடங்கி நடந்திருந்தால் அரசியல் நிர்ணயசபையின் நடவடிக்கைகள் சுவையற்றதாக இருந்திருக்கும். கட்சி கட்டுப்பாடு அதன் கண்டிப்பான தன்மையால் சட்டமன்றத்தை 'ஆமாம்' சாமிகளின் கூட்டமாக மாற்றியிருக்கும். நல்லகாலமாக சில 'புரட்சியாளர்கள்' இருந்தனர். திரு. காமத், டாக்டர் பி.எஸ். தேஷ்முக், திரு. சித்வா, பேராசிரியர் சாக்சேனா, பண்டிட் தாகூர்தாஸ் பார்கவா ஆகியவர்களைக் குறிப்பிட வேண்டும். அவர்கள் எழுப்பிய பிரச்சினைகளெல்லாம் பெரும்பாலும் சித்தாந்தம் பற்றியவையே. அவர்களுடைய ஆலோசனைகளை ஏற்றுக் கொள்ளத் தயாராக இல்லா திருந்தது அவர்களுடைய ஆலோசனைகளின் மதிப்பைக் குறைத்துவிடவில்லை. சட்டமன்ற நடவடிக்கைகளுக்கு உயிரோட்டம் அளிக்க அவர்கள் செய்த சேவையைக் குறைத்து மதிப்பிட முடியாது. அவர்களுக்கு மிகவும் கடமைப்பட்டுள்ளோம். அவர்கள் இல்லையென்றால், அரசியல் சாசனத்தின் அடிப்படையான கோட்பாடுகளை விளக்கும் வாய்ப்பு தமக்குக் கிடைத்திருக்காமல் போயிருக்கும். அரசியல் சாசனத்தை இயந்திர கதியில் நிறைவேற்றுவதை விட இது முக்கியமானது என்றார் டாக்டர் அம்பேத்கர்.

(v) அரசியல் அமைப்பு வரைவுக் குழுவிற்கு நன்றி:

இறுதியாக, இந்தச் சபை நடவடிக்கைகளை நடத்திய தலைவருக்கும் இந்தச் சபையின் நடவடிக்கைகளில் பங்கு கொண்டவர்களுக்குத் தலைவர் காட்டிய பரிவும், மரியாதைக்கும் டாக்டர் அம்பேத்கர் நன்றி தெரிவித்துக்

கொண்டார். மேலும், வரைவுக் குழுவின் திருத்தங்கள் சில சமயங்களில் தொழில் ரீதியான சில காரணங்களினால் ரத்து செய்யப்பட வேண்டிவந்தது. அவை தனக்கு மிகவும் நெருக்கடியான தருணங்களாக இருந்தன. அரசியல் சாசனத் தயாரிப்புப் பணி; சட்டப் பிடிப்பில் சிக்கிக்கொள்ள அனுமதிக்காததற்கு நான் முக்கியமாக நன்றி தெரிவித்துக் கொண்டார்.

திரு. அல்லாடி கிருஷ்ணசாமி அய்யரும், திரு. டி.டி. கிருஷ்ணமாச்சாரியும் அரசியல் சாசனத்திற்கு எவ்வளவு ஆதரவு அளிக்க முடியுமோ அவ்வளவு ஆதரவு அளித்துள்ளனர் என்று டாக்டர் அம்பேத்கர் தமது பேச்சில் சுட்டிக் காண்பித்தார்.

(vi) அரசியல் அமைப்பின் செயல்பாடுகள்:

ஓர் அரசியல் சாசனம் எவ்வளவு சிறப்பாக இருந்தாலும் அதைச் செயல்படுத்துபவர்களின் தன்மையைப் பொறுத்து, அது மோசமானதாக மாறலாம். ஓர் அரசியல் சாசனம் எவ்வள்வு மோசமாக இருப்பினும், அதைச் செயல் படுத்துபவர்கள் நல்லவர்களாக இருப்பின் அது ஒரு சிறந்த அரசியல் சாசனமாகச் செயல்படும். ஓர் அரசியல் சாசனத்தின் செயல்பாடு அதன் தன்மையை மட்டும் முற்றிலும் சார்ந்ததன்று. அரசின் உறுப்புகளானச் சட்டமன்றம் ஆட்சித்துறை, நீதித்துறை ஆகையவைகளை உருவாக்க மட்டும் அரசியல் சாசனம் வழிவகை செய்யும். ஆனால் அரசின் இந்த அமைப்புகளின் செயல்பாடுகளுக்கு ஆதாரமான காரணிகள் மக்களும், அவர்கள் தங்கள் நோக்கங்களையும் அரசியல் அபிலாஷைகளையும் நிறைவேற்ற கருவிகளாக உபயோகிக்கும் அரசியல் கட்சிகளுமேயாகும். இவற்றின் செயல்பாடுகளைப் பொறுத்தே அதன் வெற்றியுள்ளது. இந்திய மக்களும் அவர்களுடைய அரசியல் கட்சிகளும் எம்முறையில் நடந்துகொள்வார்கள் என்பதை யார் கூறமுடியும்? தங்கள் நோக்கங்களை அடைய அவர்கள் அரசியல் சாசன ரீதியிலான நடவடிக்கைகளை எடுப்பார்களா அல்லது புரட்சிகர முறைகளைப் பின்பற்றப் போகிறார்களா?

அவர்கள் புரட்சிகர முறைகளைப் பின்பற்றப் போகிறார்கள் என்றால், அரசியல் சாசனம் எவ்வளவு சிறப்புள்ளதாக இருந்தாலும் அது தோற்றுவிடும் என்று கூற எந்த தீர்க்கதரிசியும் தேவையில்லை. எனவே, மக்களும் அவர்களது கட்சிகளும் என்ன பாத்திரம் வகிக்கப் போகிறார்கள் என்பதைக் கணக்கிலெடுத்துக் கொள்ளாமல், அரசியல் சாசனத்தைக் குறித்துத் தீர்ப்பளிப்பது பயனற்றது என்று அரசியல் சாசனச் செயல்பாடுகளைப் பற்றி டாக்டர் அம்பேத்கர் விளக்கினார்.

(ii) அரசியல் சாசனத்திற்கு எதிரான கருத்துக்கள்:

கம்யூனிஸ்டு மற்றும் சோஷலிஸ்டு கட்சிகள் அரசியல் சாசனத்துக்கு எதிராக கருத்துக்களை வெளியிட்டனர். தொழிலாளர்களின் சர்வாதிகாரம் என்ற கோட்பாட்டின் அடிப்படையில் அரசியல் சாசனம் இருக்க வேண்டுமென்று கம்யூனிஸ்டுக் கட்சி விரும்பியது. சோஷலிஸ்ட் கட்சி நஷ்டஈடு எதுவும் அளிக்காமல் எல்லாத் தனியார் சொத்துக்களையும் தேசிய மயமாக்க அரசியல் சாசனம் சுதந்திரம் அளிக்க வேண்டுமென்றும் அரசியல் சாசனம் குறிப்பிட்டுள்ள அடிப்படை உரிமைகள் பூரணமானதாக, வரம்பற்றதாக இருக்கவேண்டுமென்றும் விரும்பியது.

இந்த முக்கியமான அடிப்படைகளில்தான் அரசியல் சாசனம் குற்றம் சாட்டப்படுகிறது. நாடாளுமன்ற ஜனநாயக கோட்பாடு மட்டுமே அரசியல் ஜனநாயக முறையில் சிறந்தது என்று டாக்டர் அம்பேத்கர் கூறவில்லை. நஷ்டஈடு அளிக்காமல் தனியார் சொத்துக்களை எடுத்துக் கொள்ளக்கூடாது என்ற கோட்பாடு புனிதமானதென்றோ, அதிலிருந்து விலகிச் செல்வதுகூடாது என்றோ கூறவில்லை. அடிப்படை உரிமைகள் பூரணமாக இருக்கக் கூடாதென்றோ அல்லது அதற்களிக்கப்பட்டுள்ள வரம்புகள் நீக்கமுடியாதென்றோ கூறவில்லை. டாக்டர் அம்பேத்கர் கூறுவதெல்லாம் இந்த அரசியல் சாசனத்தின் கோட்பாடுகள் தற்கால தலைமுறையினரின் கருத்துகளே. மேலும் அவைகள் அரசியல் நிர்ணயசபை உறுப்பினர்களின் கருத்துகளே ஆகும். அரசியல் சாசனத்தைத் திருத்துவது சம்பந்தமான

வழிமுறைகளை ஆழ்ந்து நோக்கவேண்டும். இந்த அரசியல் சாசனம் தவறற்றது என்றோ, இறுதியானது என்றோ இந்த சபை முத்திரை குத்தவில்லை. கனடா நாட்டிலுள்ளது போல மக்களுக்கு அரசியல் சாசனத்தைத் திருத்தும் உரிமை வழங்கப்படாமலிருக்கவில்லை. ஆஸ்திரேலியா அல்லது அமெரிக்காவிலிள்ளது போல அரசியல் சாசனத்தைத் திருத்த விசேட நிபந்தனைகள் விதிக்கட்படவில்லை. மாறாக, அரசியல் சாசனத்தைத் திருத்துவதற்கு மிகவும் எளிதான நடைமுறைகள் அளிக்கப்பட்டுள்ளன. நாடு இன்றுள்ள நிலையில் அரசியல் சாசனத்தைத் திருத்த உருவாக்கியுள்ள எளிதான நடைமுறையை, இந்த உலகிலுள்ள வேறு எந்த அரசியல் நிர்ணய சபையாவது கொண்டுவந்துள்ளது என்று நிரூபிக்க முடியாது என்றார் டாக்டர் அம்பேத்கர். அரசியல் சாசனத்தின் மீது அதிருப்தி கொண்டுள்ளவர்களுக்குத் தேவைப்படுவதெல்லாம் மூன்றில் இரண்டு பங்கு பெரும் பான்மைதான். அவர்களுக்கு ஆதரவாக வயதுவந்தோர் ஓட்டுரிமை மூலம் தேர்ந்தெடுக்கப்பட்ட நாடாளுமன்றத்தில், மூன்றில் இரண்டு பங்கு பெரும்பான்மை பெறமுடியவில்லை என்றால் அரசியல் சாசனத்தைப் பற்றிய அவர்களது அதிருப்தி பொது மக்களால் பகிர்ந்துக் கொள்ளப்பட வில்லை என்றுதான் கூறவேண்டும் என்று விளக்கினார் டாக்டர் அம்பேத்கர்.

(viii) அரசியல் சட்டத்தின் முக்கியத்துவம்:

அரசியல் சட்ட முக்கியத்துவம் பெற்ற ஒரே ஒரு விஷயத்தைப் பற்றி மட்டும் டாக்டர் அம்பேத்கர் குறிப்பிட்டார். மத்திய அரசில் அதிகாரம் குவிக்கப்பட்டு மாநிலங்கள் நகரசபைகள் அளவுக்கு அதிகாரம் இழந்துள்ளன என்ற கடுமையான குற்றச்சாட்டுள்ளது. இது ஒரு மிகைப்படுத்தப்பட்ட குற்றச்சாட்டு என்பது தெளிவாகத் தெரிவதுடன், அரசியல் சாசனம் எதை நடைமுறைப்படுத்த உள்ளது என்பதைப் பற்றிய தவறான அடிப்பைடயிலிருந்து இது எழுந்துள்ளது எனலாம். மத்திய அரசுக்கும் மாநில அரசுகளுக்கும் இடையிலான உறவுகளைப் பொறுத்தவரையில் அது அமைந்துள்ள அடிப்படைக் கோட்பாடுகளைக் கணக்கில் எடுத்துக்

கொள்வது அவசியம். மத்திய அரசு மற்றும் மாநில அரசுகளின் சட்டமன்ற மற்றும் நிர்வாகப் பிரிவினை மத்திய அரசு இயற்றும் சட்டத்தினால் அல்லாமல் அரசியல் சாசனத்தின் மூலமே நிர்ணயிக்கப்படுகிறது என்பதுதான் கூட்டாட்சி முறையின் அடிப்படையான கோட்பாடு. அதைத்தான் அரசியல் சாசனம் செயல்படுத்துகிறது. இந்திய அரசியல் சாசனத்தின்படி மாநிலங்கள் தங்கள் சட்டமன்ற மற்றும் நிர்வாக அதிகாரத்திற்கு மத்திய அரசைச் சார்ந்து இருக்கவில்லை. இந்த விஷயத்தில் மத்திய அரசும், மாநில அரசுகளும் சம நிலையில் உள்ளன. இப்படிப்பட்ட ஓர் அரசியல் சாசனத்தை மத்திய அரசுக்கு சாதகமானது என்று கூறப்படுவதைப் புரிந்து கொள்வது கடினமாக உள்ளது. வேறு எந்தக் கூட்டாட்சி அரசியல் சாசனத்தில் உள்ளதைக் காட்டிலும் அதிக அளவிலான களத்தை அதனுடைய சட்ட மன்ற மற்றும் நிர்வாக அதிகாரத்தை நடைமுறைப்படுத்த மத்திய அரசுக்கு இந்த அரசியல் சாசனம் ஒதுக்கியிருக்கலாம். எஞ்சிய அதிகாரங்கள் மத்திய அரசுக்கு அளிக்கப்பட்டிருக்கலாம். இந்த அம்சங்கள் கூட்டாட்சியின் சாரமாக அமைவதில்லை. மத்திய அரசுக்கும் அதன் மாநிலங்களுக்கும் இடையே சட்டமன்ற மற்றும் நிருவாக அதிகாரத்தை அரசியல் சாசனம் பகுத்தளிப்பதுதான் கூட்டாட்சி முறையின் முக்கிய அம்சம் எனலாம். இந்தக் கோட்பாட்டைத்தான் நமது அரசியல் சாசனம் கொண்டுள்ளது. அதைப் பற்றி எந்தவித ஐயப்பாடும் இருக்க முடியாது. எனவே மாநிலங்கள் மத்திய அரசின் கீழ் வைக்கப்பட்டுள்ளன என்று கூறுவது தவறாகும். இந்த அதிகாரப் பிரிவின் எல்லையை மத்திய அரசு தன் விருப்பப்படி மாற்றமுடியாது. நீதித் துறைகூட ஒன்றும் செய்யமுடியாது. இது மிகவும் தெளிவாகக் கூறப்பட்டுள்ளது.

"நீதிமன்றங்கள் திருத்தம் செய்யலாம், ஆனால் எதை ஒன்றையும் அதற்குப் பதிலாகப் புகுத்த முடியாது. முன்பு கூறிய விளக்கங்களுக்கு புதிய வாதங்களை, புதிய கருத்துகளை அளிக்கலாம். ஒரு சில விசேஷ சந்தர்ப்பங்களில் இந்த எல்லைக் கோட்டைத் தாண்டலாம். ஆனால் சில

வரையறைகளை அவை தாண்ட முடியாது. குறிப்பிட்டு ஒதுக்கப்பட்டுள்ள சில அதிகாரங்களை அவை மாற்றி ஒதுக்கமுடியாது. ஏற்கெனவே உள்ள அதிகாரத்தின் கட்டுக்கோப்பை அவை விரிவுபடுத்த முடியும். வெளிப் படையாக ஒரு அமைப்புக்குக் கொடுக்கப்பட்டுள்ள அதிகாரத்தை வேறு ஓர் அதிகார அமைப்புக்குக் கொடுக்க முடியாது."

ஆகவே, கூட்டாட்சி முறைக்கு மாறாக மத்திய அரசியல் அதிகாரக் குவிப்பு என்ற முதல் குற்றச்சாட்டு தோற்றுவிடுகிறது என்று விளக்கம் அளித்தார் டாக்டர் அம்பேத்கர்.

மாநில அரசுகளைப் புறக்கணித்துச் செயல்பட மத்திய அரசுக்கு அதிகாரம் வழங்கப்பட்டுள்ளது என்பது இரண்டாவது குற்றச்சாட்டு. இந்த் அதிகப்படியான அதிகாரம் என்பது அரசியல் சாசனத்தின் பொதுவான அம்சமாக இல்லை. அது உபயோகப்படுவதும், செயல்படுத்தப்படுவதும், நெருக்கடி கால நிலைகளில் மட்டுமே. ஒரு நெருக்கடி நிலை தோன்றும்போது மத்திய அரசுக்கு அதிகப்படியான அதிகாரம் கொடுப்பதைத் தவிர்க்கமுடியாது. ஒரு நெருக் கடியான காலகட்டத்தில் மத்திய அரசுக்கு இப்படிப்பட்ட அதிகப்படியான அதிகாரம் கொடுப்பதின் நியாயத்தை மறுப்பவர்கள், பிரச்சினையின் அடிப்படையில் உள்ள விஷயத்தைத் தெளிவாகக் காணவில்லை என்று தெரிகிறது. "வட்ட மேஜை" என்ற இதழின் 1935ஆம் ஆண்டு டிசம்பர் மாத வெளியீட்டில் இந்தப் பிரச்சினை மிகத் தெளிவாக விளக்கப்பட்டுள்ளது. அதிலிருந்து பின்வரும் பகுதியை டாக்டர் அம்பேத்கர் குறிப்பிட்டார்.

"அரசியல் அமைப்பு முறைகள் என்பவை உரிமைகளும், கடமைகளும் அடங்கிய தொகுதியாக உள்ளன. இறுதியில் யாருக்கு அல்லது எந்த அதிகார அமைப்புக்கு ஒரு குடிமகன் தன் விசுவாசத்தைச் செலுத்துகிறான் என்பதில் இது அடங்கியிருக்கிறது. சாதாரண நடை முறைகளில் இந்தக் கேள்வி எழுவதில்லை. ஏனெனில் சட்டம் அதைக் கவனித்துக் கொள்கிறது. இந்த மாதிரி பல்வேறு நடவடிக்கைகளில் ஒரு குறிப்பிட்ட செயல்பாடுகளில் ஓர் அதிகார அமைப்பிற்கும், மற்ற நடவடிக்கைகளில் வேறு ஒரு அதிகார அமைப்பிற்கும் பணிந்து, குடிமகன்

தன் அலுவல்களை கவனித்து வருகிறான். ஆனால் ஒரு நெருக்கடி உருவாகும்போது விசுவாசத்தைக் கோரும் உரிமை யாருக்கு என்பதில் முரண்பாடுகள் தோன்றுகின்றன. இறுதியான விசுவாசத்தைப் பிரிப்பது சாத்தியமில்லை என்பது அப்போது தெளிவாகிறது. இறுதியாகச் சட்ட விளக்கத்தின் மூலம் விசுவாசப் பிரச்சினையைத் தீர்மானிக்க முடியாது. எல்லா சம்பிரதாய முறைகளையும் களைந்துவிட்டுப் பார்த்தால் கேள்வி இதுதான், குடிமகனின் எஞ்சிய விசுவாசம் எந்த அதிகார அமைப்பிற்கு உள்ளது? அது மத்திய அரசுக்கா அல்லது உறுப்பினராக உள்ள மாநிலத்திற்கா?"

பிரச்சினையின் காரணமான இந்தக் கேள்வியின் பதிலைப் பொறுத்துத்தான் இந்தப் பிரச்சினைக்குத் தீர்வு உள்ளது. பெரும்பான்மையான மக்களின் கருத்துப்படி நெருக்கடி காலத்தில் குடிமகனின் எஞ்சிய விசுவாசம் மத்திய அரசின் மீதுதான், உறுப்பினராகவுள்ள மாநிலங்களின் மீதுஅல்ல என்பதில் ஐயப்பாடு இல்லை. நாடு முழுவதற்குமான பொதுநலனுக்காக, பொதுவான முடிவுக்கு மத்திய அரசே செயலாற்ற முடியும். ஒரு நெருக்கடி காலத்தில் மத்திய அரசுக்கு அதிகப்படியான அதிகாரங்கள் வழங்கப்பட்ட தற்கான நியாயம் இதில்தான் இருக்கிறது. இந்த நெருக்கடியால் அதிகாரங்களினால் மாநிலங்களுக்கு என்ன கடமைகள்தான் சுமத்தப்பட்டுள்ளன? இதைத் தவிர வேறு ஒன்றுமில்லை. ஒரு நெருக்கடி நிலையின் போது தங்களுடைய மாநில நலன்களுடன் மொத்தமாகத் தேசத்தின் நலன்களையும் கருத்துக்களையும் கணக்கிலெடுத்துக் கொள்ளவேண்டும். இந்தப் பிரச்சினையைப் புரிந்து கொள்ளாதவர்கள் மட்டுமே அதை எதிர்த்துக் குறைகூற முடியும் என்று நெருக்கடிக்கால அதிகாரம் பற்றி டாக்டர் அம்பேத்கர் விளக்கினார்.

(ix) கடைசி துளி இரத்தம் இருக்கும் வரை சுதந்திரத்தைக் காப்பாற்ற வேண்டும்:

எதிர்காலத்தில் இந்திய சுதந்திரம் காப்பாற்றப் பட வேண்டும் என்ற உணர்வுடன் டாக்டர் அம்பேத்கர் தம்முடைய கருத்துக்கள் சிலவற்றை வெளிபடுத்தினார்.

அதன் சுருக்கம் அவர் நடையிலேயே கீழே கொடுக்கப் படுகிறது. "1950 ஜனவரி 26-ல் இந்தியா ஒரு குடியரசு நாடாக மலர்ந்துவிடும். பிறகு அதனுடைய சுதந்திரம் என்னவாகும்? தன் சுதந்திரத்தை அது காப்பாற்றிக் கொள்ளுமா அல்லது மீண்டும் அதை இழந்து விடுமா? இந்தச் சிந்தனையே முதலில் என் மனதில் தோன்றுகிறது. இந்தியா ஒரு பொழுதும் சுதந்திர நாடாக இருக்கவில்லை என்று கூறமுடியாது? ஒரு காலத்தில் தான் பெற்றிருந்த சுதந்திரத்தை அது இழந்தது. இரண்டாவது தடவையாக இந்தியா தன் சுதந்திரத்தை இழந்துவிடுமா? இந்தச் சிந்தனைதான் எதிர்காலத்தைப் பற்றி எனக்கு மிகுந்த அச்சத்தை அளிக்கிறது. இதற்கு முன்பு இந்தியா தன் சுதந்திரத்தை இழந்துவிட்டது என்ற உண்மை மட்டுமல்ல என் மனதில் சஞ்சலத்தை தோற்றுவிக்கிறது. நமது மக்கள் சிலரின் துரோகமும், வஞ்சகத் தன்மையுமே அதற்குக் காரணம் என்பதை எண்ணும்போதுதான் மனம் கவலை அடைகிறது. சிந்து மாகாணத்தின் மீது முகமது - பின் - காசிம் படையெடுத்தபோது தாகீர் மன்னனின் ராணுவப் படைத்தலைவர்களே தமது மன்னரின் பக்கம் போரிட மறுத்ததுடன் முகமது -பின்-காசிமின் முகவர்களிட மிருந்தே கையூட்டும் பெற்றுள்ளனர். முகமது கோரியை இந்தியாவின் மீது படையெடுக்க அழைத்தவர் ஜெய் சந்த் ஆவார். பிரிதிவி ராஜ் அரசனுடன் போர் செய்ய அவர் உதவி செய்ய முன்வந்ததுடன் சோலாங்கி அரசர்களின் உதவியையும் பெற்றுத்தருவதாகக் கூறினார். இந்துக்களின் விடுதலைக் காக சிவாஜி போரிட்டுக் கொண்டிருந்தபோது, மற்ற மராத்திய பிரபுக்களும், ராஜபுத்திர மன்னர்களும் முகலாய மன்னர்களின் தரப்பில் போரில் ஈடுபட்டிருந்தனர். சீக்கிய ஆட்சியாளர்களைப் பிரிட்டிஷ் அரசு அழிக்க முயன்ற போது, சீக்கியர்களின் முக்கிய தளபதி கலாப் சிங் சீக்கிய அரசைக் காப்பாற்ற உதவிக்கு வராததுடன், செயலற்று இருந்துவிட்டார். 1857ல் பிரிட்டிஷ் அரசுக்கு எதிராக இந்தியாவின் பெரும் பகுதியிலும் கிளர்ச்சி வெடித்தபோது, வெறும் ஊமைப் பார்வையாளர்களாக அதைச் சீக்கியர்கள் பார்த்துக் கொண்டிருந்தனர்.

மீண்டும் அதே நிகழ்வுகள்தானா? இந்தக் கவலைதான் என் மனதை ஆட்கொண்டுள்ளது. சாதி மற்றும் மத நம்பிக்கைகள் வடிவத்திலான பழைய விரோதிகளுடன், பல்வேறு மாறுபட்ட அரசியல் கொள்கைகளையுடைய அரசியல் கட்சிகளும் சேர்ந்து கொள்ளப்போகின்றன என்பதை எண்ணும்போது என் கவலை மேலும் அதிகமாகிறது. இந்தியர்கள், தங்கள் மத நம்பிக்கைகளுக்கு மேலாக நாட்டைக் கருதப்போகிறார்களா அல்லது நாட்டை விட மத நம்பிக்கைக்கே முக்கியத்துவம் கொடுக்கப் போகிறார்களா? இது எனக்குத் தெரியாது. கட்சிகள், நாட்டைவிட தங்கள் மதக் கோட்பாடுகளுக்கே முக்கியத்துவம் கொடுத்தால், நமது சுதந்திரத்துக்கு இரண்டாவது தடவையாக ஆபத்து என்பதுடன் என்றைகாவது ஒருநாள் நமது சுதந்திரத்தை இழப்பது என்பது நிச்சயம். இந்த விளைவுக்கு எதிராக நாம் விழிப்புடன் இருக்கவேண்டும். நமது கடைசித் துளி இரத்தம் இருக்கும்வரை நமது சுதந்திரத்தைப் பாதுகாப்பதில் நாம் உறுதியாக இருக்க வேண்டும்.

1950-ஆம் ஆண்டு ஜனவரி 26-ல் இந்தியா ஒரு குடியரசு நாடாக ஆகிவிடும். அதாவது அந்நாளிலிருந்து இந்திய அரசு, மக்களுடைய, மக்களால் ஆன, மக்களுக்கான அரசாக இருக்கும். திரும்பவும் முன்பு தோன்றிய அதே எண்ணம் என் மனதை வருத்துகிறது. அதனுடைய ஜனநாயக அரசியல் அமைப்புச் சட்டத்திற்கு என்ன நேரப்போகிறது? அதை காப்பாற்றிக் கொள்ளுமா அல்லது மீண்டும் இழந்து விடுமா?" என்று வினா எழுப்பினார்.

(x) ஜனநாயகக் குடியரசுகள்:

ஜனநாயகம் என்பது இந்தியா அறியாத ஒரு கோட்பாடல்ல. ஒரு காலத்தில் இந்தியாவில் பல ஜனநாயகக் குடியரசுகள் இருந்தன. மன்னர் ஆட்சிகள் இருந்த இடங்களில் கூட அவர்கள் தேர்ந்தெடுக்கப்பட்டவர்களாகவோ அல்லது சில வரையறைகளுக்கு உட்பட்டவர்களாகவோ இருந்தனர். அவர்கள் எல்லையற்ற அதிகாரத்தைப் பெற்றிருக்கவில்லை.

நாடாளுமன்றத்தையோ அல்லது நாடாளுமன்ற நடவடிக்கை களையோ இந்தியா அறிந்திருக்கவில்லை என்று கூறமுடியாது. பௌத்தர்களின் பிக்ஷு சங்கங்களைப் பற்றிப் படிக்கும் போது நாடாளுமன்றங்கள் இருந்ததை அறிகிறோம். சங்கங்கள் நாடாளுமன்றங்களைப் போன்றதே. நவீன கால நாடாளுமன்ற நடைமுறைகளை சங்கங்கள் அறிந்திருந்ததுடன் அவற்றை செயல்படுத்தியும் வந்திருக்கின்றன. சங்கங்களில் உறுப்பினர்களின் அமர்வு முறை பற்றியும், தீர்மானங்கள், பிரேரணைகள், கோரம், கொறடா, வாக்கெண்ணிக்கை, இரகசிய வாக்களிப்பு, தீர்மானம், ஒழுங்குமுறை, கண்டனத் தீர்மானம், முன் தீர்ப்புத் தடை ஆகியவைகள் குறித்த விதிகள் இயற்றியிருந்தனர். சங்கங்களின் அமர்வுகளை நடத்த இந்த நாடாளுமன்ற விதிமுறைகள் புத்தரால் செயல்படுத்தப்பட்டாலும், அந்தக் காலத்தில்நாட்டின் நடைமுறையில் இருந்த அரசியல் சட்ட மன்றங்களின் விதிகளிலிருந்து இவைகள் எடுக்கப்பட்டிருக்க வேண்டும்.

இந்த ஜனநாயக முறையை இந்தியா இழந்தது. இரண்டாவது தடவையாக அதை அது இழந்துவிடுமா? அது எனக்குத் தெரியாது. இந்தியா போன்ற ஒரு நாட்டில் அது சாத்தியமே. ஜனநாயகம் நெடுங்காலமாகப் பழக்கத்தில் இல்லாமல் இருந்ததால் அது ஒரு புதுமையாகவே இருக்கிறது. ஜனநாயகம், சர்வாதிகாரத்துக்குப் பணிந்து விடக்கூடிய அபாயம் உள்ளது. புதிதாகப் பிறந்துள்ள இந்தக் குடியரசு தனது ஜனநாயகத் தோற்றத்தை வைத்துக் கொண்டு யதார்த்தச் செயல்பாட்டில் ஒரு சர்வாதிகார அமைப்பாக மாறக்கூடிய வாய்ப்புகள் உள்ளன. ஜனநாயகம் பற்றி மக்களின் சிந்தனையில் தீவிர மாற்றம் ஏற்பட்டால் இரண்டாவதாகக் கூறப்பட்டது நடைபெறக் கூடிய வாய்ப்பின் அபாயம் அதிகமாக உள்ளது.

தோற்றத்தில் மட்டுமல்லாது உண்மையிலேயே ஜனநாயகத்தைப் பேணிப் பாதுகாக்க வேண்டுமென்றால் நாம் என்ன செய்யவேண்டும்? முதலாவது, நமது சமூக, பொருளாதார நோக்கங்களை அடைவதற்கு, அரசியல் சட்ட முறையை நாம் உறுதியாகப் பிடித்துக் கொள்ள வேண்டும் என்பதே என்னுடைய கருத்தாகும். அதன் பொருள் இரத்தக்களறியான புரட்சி முறையைக் கைவிட வேண்டும். சட்டமறுப்பு இயக்கம், ஒத்துழையாமை

இயக்கம், சத்தியாக்கிரகம் ஆகிய முறைகளைக் கைவிட வேண்டும். பொருளாதார மற்றும் சமூக லட்சியங்களை அரசியல் சட்டமுறையில் அடைவதற்கு வாய்ப்பில்லாத போதுதான் அரசியல் சட்ட சம்பந்தமற்ற முறையைக் கையாளுவது நியாயமாக இருக்கமுடியும். ஆனால், அரசியல் சட்டரீதியாக வாய்ப்புகள் இருக்கும்போது இம்மாதிரியான அரசியல் சட்டத்திற்குப் புறம்பான வழி முறைகள் நியாயமற்றதாகும். இம்முறைகளெல்லாம் கட்டுப் பாடு இழந்த அரசியல் குழப்ப நிலையின் இலக்கணமே. எவ்வளவு விரைவில் இதை உதறித் தள்ளுகிறோமோ அந்த அளவுக்கு நமக்கு நல்லது.

இரண்டாவதாக, ஜனநாயகத்தைப் பேணிப் பாது காப்பதில் அக்கறை கொண்டுள்ளவர்களுக்கு ஜான் ஸ்டூவர்டு மில் விடுத்துள்ள எச்சரிக்கையை நாம் கடைப் பிடிக்கவேண்டும். அதாவது "தங்களுடைய சுதந்திரத்தை பெரிய மனிதரின் கால்களில் அர்ப்பணித்து விடக்கூடாது அல்லது ஜனநாயக அமைப்புகளைக் குலைப்பதற்கு அவருக்கு அதிகாரம் அளிக்கும் அளவுக்கு அவரிடம் நம்பிக்கை வைத்துவிடக்கூடாது." "நாட்டுக்காக வாழ்க்கை முழுவதையும் அர்ப்பணித்த பெரிய மனிதர்களிடம் நன்றியுடன் இருப்பது எந்த விதத்திலும் தவறாகாது. ஆனால் இதற்கு ஒரு வரம்புள்ளது. ஐரிஷ் தேசபக்தரான டேனியல் ஓ கன்னல் குறிப்பிட்டது போல் தன்னுடைய சுயமரியாதையை இழக்கும் அளவுக்கு எந்த மனிதனும் நன்றியுடையவனாக இருக்கமுடியாது. தன் கற்பை இழக்கும் அளவுக்கு எந்தப் பெண்ணும் நன்றியுடையவளாக இருக்கமுடியாது. தன்னுடைய சுதந்திரத்தை இழக்கும் அளவுக்கு எந்த நாடும் நன்றியுடையதாக இருக்கமுடியாது" மற்ற நாடுகளைவிட இந்தியா போன்ற நாட்டிற்குத்தான் இந்த எச்சரிக்கை அவசியமாகிறது.

இந்தியாவில்தான் இறைவழிபாடு என்றழைக்கப்படும் பக்தி அல்லது தனிநபர் வழிபாடு, இந்த உலகின் வேறு எந்த நாட்டின் அரசியலிலுள்ளதையும் விட அரசியலில் பெரும் பங்கு வகிக்கிறது. மத சம்பிரதாயங்களில் ஆத்மாவின் விடுதலைக்குப் பக்தி ஒரு மார்க்கமாக இருக்கலாம். ஆனால்

அரசியலில், பக்தி, தனிநபர் வழிபாடு, சீரழிவுக்கு ஒரு நிச்சயமான பாதையாகும். அத்துடன் அது இறுதியில் சர்வாதிகாரத்துக்கே இட்டுச் செல்லும்.

(xi) சுதந்திரம், சமத்துவம், சகோதரத்துவம்:

மூன்றாவது விஷயம் என்னவென்றால், அரசியல் ஜனநாயகத்துடன் மனநிறைவு அடைந்துவிடக்கூடாது. நமது அரசியல் ஜனநாயகத்தை ஒரு சமூக ஜனநாயகமாகவும் மாற்றவேண்டும். சமூக ஜனநாயக அடிப்படை யின்றி அரசியல் ஜனநாயகம் நீண்டு நிலைத்திருக்கமுடியாது. சமூக ஜனநாயகம் என்றால் என்ன? சுதந்திரம், சமத்துவம், சகோதரத்துவம் ஆகியவைகளை வாழ்க்கையின் கோட்பாடுகளாக அங்கீகரிக்கும் ஒரு வாழ்க்கை முறை அது. சுதந்திரம், சமத்துவம், சகோதரத்துவம் ஆகியவைகளைக் கொண்ட இந்த மூன்றையும் தனிப்பகுதிகளாக பிரிக்க முடியாது. இந்த மூன்றும் ஒன்றாக இணைந்துள்ளன. அதாவது ஒன்றிலிருந்து ஒன்றைப் பிரிப்பது ஜனநாயகத்தின் அடிப்படையையே தகர்ப்பதாகும். சுதந்திரத்தைச் சமத்துவத்திலிருந்து பிரிக்கமுடியாது. அதே போன்று சமத்துவத்திலிருந்து சுதந்திரத்தைப் பிரிக்க முடியாது. சமத்துவம், சுதந்திரம் ஆகியவற்றிலிருந்து சகோதரத்துவத்தைப் பிரிக்கமுடியாது. சமத்துவம் இல்லாத சுதந்திரம் சிலரின்மீது பெரும்பான்மையினரின் ஆதிக்கத்தைத் தோற்றுவிக்கும். சுதந்திரமில்லாத சமத்துவம் தனிப் பட்டவரின் முன்முயற்சியை அழித்துவிடும். சகோதரத்துவம் இல்லாத சுதந்திரமும் சமத்துவமும் செயல்களின் இயற்கையான போக்காக இருக்கமுடியாது. அதைச் செயல்படுத்த ஒரு காவல் அதிகாரி தேவைப்படுவார். இந்திய சமுதாயத்தில் இரண்டு விஷயங்கள் இல்லாதிருக்கும் உண்மையை ஏற்றுக் கொள்வதிலிருந்து நாம் ஆரம்பிக்க வேண்டும். அதில் ஒன்றுதான் சமத்துவம், சமுதாய நிலையில் சமத்துவமற்ற தரவாரியான கோட்பாட்டைக் கொண்ட ஒரு சமுதாயமே இந்தியாவில் உள்ளது. சிலருக்கு உயர்ந்த அந்தஸ்தும் சிலருக்குத் தாழ்ந்த நிலையுமே அதன் பொருள். பொருளாதார நிலையில் சிலருக்கு அளவிடற்கரிய செல்வமும் சிலருக்குத் தாங்கமுடியாத வறுமையில் வாடவேண்டிய நிலையும் கொண்டது நமது

சமுதாயம், 1950-ஆம் ஆண்டு 26 ஜனவரியன்று ஒரு முரண்பாடான வாழ்க்கை முறையில் நுழையப் போகிறோம். அரசியலில் சமத்துவமும், சமூக மற்றும் பொருளாதார வாழ்க்கையில் சமத்துவமற்ற நிலையிலும் இருப்போம். அரசியலில் ஒருவனுக்கு ஒரு வாக்கு என்ற கோட்பாட்டை அங்கீகரிப்போம். ஒரு வாக்கு ஒரே வித மதிப்பு என்று இருக்கும். நமது சமுதாய, பொருளாதார வாழ்க்கையில் நமது பொருளாதார சமூக கட்டமைப்பின் காரணமாக எல்லோரும் ஓர் விலை, ஓர் நிறை என்ற கோட்பாாட்டைத் தொடர்ந்து மறந்து வருவோம். எவ்வளவு காலம் இந்த முரண்பாடான வாழ்க்கையைத் தொடர்வோம்? நமது சமுதாய மற்றும் பொருளாதார வாழ்வில் சமத்துவத்தை எவ்வளவு காலம் மறுக்கப் போகிறோம்? நீண்டகாலம் அதைத் தொடர்ந்து மறுத்தால், நமது அரசியல் ஜனநாயகத்துக்கு ஆபத்தை விளைவிப்பதிலிருந்து தப்பமுடியாது. நாம் விரையில் இந்த முரண்பாடுகளை நீக்கவேண்டும். இல்லையெனில் சமத்துவ உரிமை மறுக்கப்பட்டவர்கள் இந்தச் சபை கடுமையாக உழைத்து உருவாக்கிய அரசியல் ஜனநாயகக் கட்டமைப்பையே உடைத்தெறியலாம்.

இரண்டாவது விஷயம் என்னவென்றால் சகோதரத்துவம் என்ற கோட்பாட்டை அங்கீகரிக்காதது எனலாம். சகோதரத்துவம் என்றால் அதன் பொருள் என்ன? இந்தியர்கள் ஒரே மக்கள் என்பதால், எல்லா இந்தியர்களும் பொதுவான உடன்பிறப்புகள் என்ற உணர்வுதான் அது. இந்தக் கோட்பாடுதான் சமுதாய வாழ்வில் ஒற்றுமையையும் ஒருமைப்பாட்டையும் அளிக்கிறது. இதை அடைவது மிகவும் கஷ்டமே, அமெரிக்க ஐக்கிய நாடுகள் பற்றி "அமெரிக்க காமென்வெல்த்" என்ற தனது நூலில் ஜேம்ஸ் பிரைஸ் எழுதியுள்ளதை எடுத்துக் காட்டுவதன் மூலம் இது எவ்வளவு கடினமானது என்பதைப் புரிந்து கொள்ளலாம்.

பிரைஸின் சொந்த வார்த்தைகளில் இதனை அறியலாம்:

"சில ஆண்டுகளுக்கு முன்பு அமெரிக்க புராடெஸ்டென்ட் திருச்சபை பொது வழிபாட்டு முறையைப் பற்றி மூன்றாண்டுக்கு ஒருமுறை நடைபெறும் அதன் கூட்டத்தில் விவாதித்தது. பிரார்த்தனையில் மக்கள் எல்லோருக்குமான ஒரு பிரார்த்தனை வாசகத்தைச் சேர்க்க வேண்டுமென்று ஒரு கருத்து எழுந்தது. நியூ இங்கிலாந்தைச் சார்ந்த ஒரு பிரபல சமயவல்லுநர் பின்வரும் வார்த்தைகளை முன்மொழிந்தார். "ஓ, பிதாவே எங்கள் தேசத்தை ஆசிர்வதியுங்கள்." ஒரு நாள் மாலைநேர அவசர நிலையில் அது ஏற்றுக் கொள்ளப்பட்டது. ஆனால் மறு ஆய்வுக்காக மறுநாள் அது கொண்டு வரப்பட்டு "தேசம்" என்ற சொல்லுக்கு எதிராகப் பல ஆட்சேபனைகள் எழுப்பப்பட்டன. 'தேசம்' என்ற சொல் தேசிய ஒற்றுமையை மிகவும் அழுத்தமாகத் தெரிவிக்கிறது என்று அது நிராகரிக்கப்பட்டது. அதற்குப் பதிலாக இந்தச் சொற்கள் ஏற்றுக்கொள்ளப்பட்டன. "ஓ பிதாவே இந்த ஐக்கிய நாடுகளை ஆசிர்வதியுங்கள்."

இந்த நிகழ்ச்சி நடைபெற்றபோது அமெரிக்காவில் அதிகமான ஒருமைப்பாடு காணப்படவில்லை. அமெரிக்க மக்கள் தங்களை ஒரு தேசிய இனமாகக் கருதவில்லை. இந்திய மக்கள் தங்களை ஒரு தேசிய இனம் என்று கருதுவது எவ்வளவு கடினமான விஷயம். இந்திய மக்கள் என்று கூறுவதைப் பல அரசியல் சிந்தனையுடைய இந்தியர்கள் ஏற்றுக் கொள்ள மறுத்த நாட்கள் எனக்கு ஞாபகத்தில் உள்ளது. அவர்கள் "இந்திய தேசம் (தேசிய இனம்) என்று கூறுவதையே விரும்பினார்கள். நாம் ஒரு தேசிய இனம் என்று நம்புவது பெரும் மாயையில் இருக்கிறோம் என்றுதான் நான் நினைக்கிறேன். பல்லாயிரக் கணக்கான சாதிகளாகப் பிரிக்கப்பட்டிருக்கும் இவர்கள் எப்படி ஒரே தேசிய இனமாகமுடியும்? இந்தச் சொல்லின் சமூக மற்றும் மனோதத்துவ ரீதியான பொருளில் நாம் இன்னும் ஒரு தேசிய இனமாக உருவாகவில்லை என்பதை எவ்வளவு விரைவில் உணர்ந்து கொள்கிறோமோ அந்த அளவுக்கு நமக்கு நல்லது. அப்பொழுதுதான் நாம் ஒரு தேசிய இனமாக வேண்டியதன் அவசியத்தை உணர்ந்து அந்த இலக்கை அடைவதற்கு தீவிரமாகச் சிந்தனை செய்வோம். இந்த இலக்கை அடைவது மிகவும் கடினமான விஷயமாக இருக்கும். அமெரிக்காவில் நடைபெற்றதைவிட அது சிக்கல்

நிறைந்ததாக இருக்கும். அமெரிக்காவில் ஜாதிப் பிரச்சினை கிடையாது. இந்தியாவில் ஜாதிகள் உள்ளன. தேசிய இனச் சிந்தனைக்கு எதிரானது ஜாதிகள். முதலில் சமூக வாழ்வில் அவை பிளவுகளை ஏற்படுத்துகின்றன. ஜாதிக்கும் ஜாதிக்கும் இடையே வெறுப்பையும், பொறாமையையும் உருவாக்குவதால் அவை தேசிய இனக் கொள்கைக்கு விரோதமாக இருக்கின்றன. உண்மையிலேயே நாம் ஒரு தேசிய இனமாக உருவாக வேண்டுமென்றால் இந்தத் தடைக் கற்களையெல்லாம் கடந்து வரவேண்டும். ஒரு தேசிய இனம் உருவானால் தான் சகோதரத்துவம் உண்மையானதாக இருக்கமுடியும். சகோதரத்துவம் இல்லாத சமத்தவமும் சுதந்திரமும் ஒரு வண்ணப்பூச்சுவின் ஆழத்தைவிட அதிகமாக இருக்க முடியாது.

(xii) நம் முன்னுள்ள பணிகள்:

"நம் முன்னுள்ள பணிகளைப் பற்றிய என் சிந்தனைகள் இவைதான். சிலருக்கு இது மனதுக்கு உகந்ததாக இருக்காது. பல காலமாகவே அரசியல் அதிகாரம் இந்நாட்டில் சிலரின் ஏகபோகமாக இருந்து வந்துள்ளது. பலரும் பொதி சுமப்பவர்களாகவும், வேட்டையாடப்பட்டவர்களாகவுமே இருந்து வந்துள்ளனர். சிலரிடம் ஏகபோகமாக இருந்த அதிகாரத்தின் விளைவாக மற்றவர்கள் வாழ்க்கையில் மேம்பாடு அடையும் வாய்ப்பை இழந்ததுடன், வாழ்க்கையின் பொருளையே அது உறிஞ்சிக் குடித்து விட்டது. தாங்கள் ஆளப்படுவதிலிருந்து அவர்கள் சோர்ந்து போய்விட்டார்கள். தாங்களே ஆளவேண்டும் என்ற ஆவல் அவர்களிடம் பொங்கிவழிந்து கொண்டிருக்கின்றது. நசுக்கப்படும் வகுப்பினரிடையே சுயஉணர்வுக்கான ஆர்வம் ஒரு வர்க்கப் போருக்கோ, வகுப்பினர்களுக் கிடையேயான போராட்டத்தை வளர்த்துவிடவோ அனுமதித்து விடக் கூடாது. இந்த அவையின் பிளவுக்கு இது வழி வகுக்கும். உண்மையிலேயே அது அழிவுக்கான நாளாகும். ஆபிரகாம் லிங்கன் கூறியபடி பிளவுபட்ட ஓர் அவை (சட்டமன்றம்) நீண்டநாட்கள் தாக்குப்பிடிக்க முடியாது. அவர்களுடைய அவாக்கள் நிறைவேற வாய்ப்பளித்தால் அந்தச் சிலருக்கும்

நல்லது நாட்டுக்கும் நல்லது; அதனுடைய சுதந்திரத்தை காப்பதற்கும் சிறந்தது, அதனுடைய ஜனநாயகக் கட்டமைப்பைத் தொடர்வதற்கும் சிறந்தது. வாழ்க்கையின் எல்லாத் துறைகளிலும் சமத்துவமும் சகோதரத்துவமும் நிறுவப் பட்டால்தான் இது சாத்தியமாகும். எனவேதான் நான் இதற்கு இவ்வளவு அழுத்தம் கொடுக்கிறேன்" என்றார் டாக்டர் அம்பேத்கர்.

(xiii) மக்கள் அரசு:

"மேலும் இந்த அவையைக் களைப்பூட்ட விரும்பவில்லை. சுதந்திரம் என்பது சந்தேகத்திற்கு இடமின்றி ஒரு மகிழ்ச்சி கரமான விஷயமே. இந்தச் சுதந்திரம் நம்மீது அதிகமான பொறுப்புகளைச் சுமத்தியுள்ளது என்பதை நாம் மறந்து விடக்கூடாது. ஏதாவது மோசமாக நடைபெறும் போது பிரிட்டிஷ் அரசைக் குறைசொல்லும் போக்கைச் சுதந்திரம் பெற்றதால் நாம் இழந்து விட்டோம்; இனி ஏதாவது குறைபாடுகள் நேருமானால் நம்மைத் தவிர வேறு யாரையும் குறைகூற முடியாது. விஷயங்கள் சீர்கேடு அடைவதற்கான பெரும் அபாயம் உள்ளது. காலம் விரைவாக ஓடிக் கொண்டிருக்கிறது. நம்முடைய மக்கள் உள்பட எல்லோரும் புதிய சித்தாந்தங்களால் கவரப்படுகின்றனர். மக்களால் நடைபெறும் ஆட்சியில் அவர்கள் மிகவும் சோர்வடைந்து விட்டனர். மக்களுடைய ஆட்சியானாலும் சரி, அல்லது மக்களாலான ஆட்சியானாலும் சரி அவற்றில் அக்கறை சிறிதும் இல்லாமல், மக்களுக்கான ஆட்சி நடைபெறுவதையே அவர்கள் ஏற்றுக்கொள்ளத் தயாராகி விட்டனர். மக்களுடைய ஆட்சி, மக்களுக்கான ஆட்சி, மக்களால் நடைபெறும் ஆட்சி என்று கோட்பாட்டைப் புனிதமாக வைத்திருக்கும் நாம் அரசியல் சாசனத்தைப் பாதுகாக்க விரும்பினால், நமது பாதையில் நிரம்பிக் கிடக்கும் தீய சக்திகளை இனம் காண்பதில் துடிப்புடன் இருப்போம் என்று நாம் உறுதி எடுத்துக்கொள்வோம். மக்களாலான அரசை விட மக்களுக்கான அரசை மக்கள் தேர்ந்தெடுக்கத் தூண்டும் முன்முயற்சியில் சோர்த்துவிட மாட்டோம் என்று

உறுதிசெய்வோம்" என்று தன்னுடைய நீண்ட உரையை டாக்டர் அம்பேத்கர் முடித்துக்கொண்டு அரசியல் சாசனத்தை ஏற்றுக் கொள்ளுமாறு தீர்மானத்தை முன்மொழிந்தார்.

(xiv) அரசியல் சாசனம் ஏற்பு:

அவைத் தலைவர் டாக்டர் ராஜேந்திரப் பிரசாத்தின் உரையின் சுருக்கம்: "இந்த நாற்காலியில் அமர்ந்து கொண்டு நாள்தோறும் அவையின் நடவடிக்கைகளைக் கவனித்துப் பார்க்கும்போது வரைவுக் குழுவின் உறுப்பினர்களும், உடல்நலக்குறைவாக இருந்தாலும் அதன் தலைவர் டாக்டர் அம்பேத்கரும் ஏனையோரும் ஆர்வத்துடனும், ஈடுபாட்டுடனும் ஆற்றிய பணிகளை மற்றவர்களைவிடத் தன்னால் நன்கு உணர முடிந்தது. டாக்டர் அம்பேத்கரை வரைவுக் குழுவுக்கு நியமித்ததும் பிறகு அதன் தலைவராக அவரைத் தேர்ந்தெடுத்ததும் நாம் எடுத்த முடிவுகளில் மிகச் சிறந்தவை என்று கூறவேண்டும். அவருடைய தேர்வு நியாயமானது என்பதை அவர் நிரூபித்ததுடன் அவர்தம் பணிக்குப் பெருமையையும் அளித்துள்ளார், பிற உறுப்பினர்கள் ஆற்றிய பணிகளை வேறுபடுத்திக் காட்டுவது சரியாக இருக்கமுடியாது. அவர்கள் யாவரும் தங்கள் தலைவரைப் போன்றே அதே ஆர்வத்துடனும், ஈடுபாட்டுடனும் தங்கள் பணிகளைச் செய்தனர் என்பது எனக்குத் தெரியும். இந்நாட்டின் நன்றி அவர்களுக்கு உண்டு."

தனக்கு மரியாதையும், ஒத்துழைப்பும், சட்ட உதவிகளும் அளித்த எல்லோருக்கும் நன்றியைத் தெரிவித்துக் கொண்டார்.

டாக்டர் அம்பேத்கர் முன்மொழிந்த தீர்மானத்தை அவையின் வாக்களிப்புக்கு விடப்பட்டது.

தீர்மானம் வருமாறு:

"அரசியல் நிர்ணய சபை இறுதிசெய்துள்ள அரசியல் சாசனம் ஏற்றுக்கொள்ளப்பட்டது. (நாள் 26-11-1949 சனிக்கிழமை)

அரசியல் நிர்ணய சபைத் தலைவர் அரசியல் அமைப்புச் சட்டத்திற்கு ஒப்புதல் வழங்கினார். குரல் வாக்கெடுப்பு மூலம் 1950 ஜனவரியில் ஓர் அமர்வு நடத்தத் தலைவருக்கு அவை அனுமதியளித்தது. மரியாதைக்குரிய உறுப்பினர்கள் பிறகு தலைவருடன் ஒவ்வொருவராகக் கைகுலுக்கினர்.

(xv) அரசியல் அமைப்பின் முகப்பு:26

"இந்திய மக்களாகிய நாம், இந்தியாவை இறையாண்மை பெற்ற சமதர்ம சமயச் சார்பற்ற மக்களாட்சிக் குடியரசாக அமைப்பதென உறுதி பூண்டுள்ளோம். இதன் மூலம் இந்தியாவில் அனைத்துக் குடிமக்களையும் பாதுகாப்போம். சமூக, பொருளாதார, அரசியல் துறைகளில் நீதியையும், எண்ணம், பேச்சு, கருத்து, நம்பிக்கை, வழிப்பாடு தொடர்பான உரிமைகளில் சுதந்திரம், தகுதிப்பாட்டிலும், வாய்ப்பிலும் சமத்துவம் ஆகியவற்றை அளித்து அவர்களை உயர்வுறச் செய்தலில் சமத்துவமும் தனி மனித கௌரவம், தேசத்தின் ஒற்றுமைக்கும் ஒருமைப்பாட்டுக்கும் உறுதி அளித்தலில் சகோதரத்துவம் வளரவும், 1949 நவம்பர் இருபத்து ஆறாம் நாள் நமது அரசியலைப்பு சபையில் ஏற்று, இயற்றி இந்த அரசியல் அமைப்பை நாமே நமக்கு வழங்கிக் கொண்டுள்ளோம்."

அரசியலமைப்பின் சிறப்புகள்:27

இந்திய அரசியலமைப்பு எழுதப்பட்ட, விரிவான நெகிழும் மற்றும் நெகிழாத் தன்மை பெற்றது. கூட்டாட்சித் தத்துவத்தைக் கொண்டது. இச்சட்டத்தில் நாடாளுமன்ற முறை, சுதந்திரமான நீதித்துறையின் மேலாண்மை, வயதுவந்தோர் வாக்குரிமை, அடிப்படை உரிமைகள், கடமைகள் நெறிமுறைக் கோட்பாடுகள், இறையாண்மை, அரசுக்கு வழிகாட்டும். நெறிமுறைகள், சமதர்மம், சமயச் சார்பின்மை, சகோதரத்துவம், தனி மனித மாண்பு, நாட்டின் ஒற்றுமை, ஒருமைப்பாடு ஆகியவற்றை உள்ளடக்கியது.

இந்த அரசியலமைப்பில் சோஷலிசம், சமயச் சார்பின்மை, மக்களாட்சி முறை, குடியரசுக் கொள்கை, சுதந்திரம் ஆகிய கூறுகள் அமைந்துள்ளன. மேலும் சமத்துவம், சகோதரத்துவம், தனிமனித மாண்பு, ஒருமைப்பாடு ஆகியவைகளைத் தன்னகத்தே பெற்றுச் சிறந்த அரசியலமைப்பாகத் திகழ்கிறது. (Our Constitution gives a Single Citizenship, Universal Adult Franchise and granted to strengthen National Unity.)

மதிப்பீடு:

அரசியல் சட்டத்தை உருவாக்கிய முதன்மைச் சிற்பியான டாக்டர் அம்பேத்கரின் கடினமான உழைப்பையும், அவரின் தெளிவான, திறன்சான்ற செஞ்சீரான பேச்சினையும், அரசியல் சட்டத்தை மிக நுட்பமாக ஆய்வுக் கண்ணோட்டத்தில் உரைத்ததையும் இந்த அத்தியாயத்தில் காணமுடிந்தது. வரைவுக்குழுவின் கருத்துகள் மாற்றவோ, உறுதிப்படுத்தவோ வெளியே உள்ள முக்கியக் கட்சி முடிவெடுத்தது. இச்சூழ்நிலையில் டாக்டர் அம்பேத்கர் வரைவுக் குழுவில் சுதந்திரமாகச் செயல்படவில்லை எனத் தெரிய வருகிறது. இயல்பான குறைகளும், கெடுதல்களும் அரசியல் சாசனத்தில் காணப்பட்டால், அதற்கு டாக்டர் அம்பேத்கர் தனிப்பட்ட முறையில் பொறுப்பு ஏற்க முடியாது என அறியமுடிகிறது.

காந்தியக் கொள்கைச் சார்புடைய ஒருவார ஏடு, அம்பேத்கரை உபாலியுடன் ஒப்பிட்டுப் பாராட்டியது. புத்தர் மகாபரி நிர்வாண நிலையை அடைந்து மூன்று மாதங்கள் கழித்த பின்னர், கூடிய பௌத்தத் துறவியர் மாநாட்டில் பௌத்தத் துறவிகளுக்குப் புத்தரின் கொள்கைகள் அடங்கிய விநய பிடகத்தைத் தொகுத்துரைத்திட உபாலியைத் தேர்வு செய்தது போல, அரசியல் அமைப்புச் சட்டத்தை உருவாக்கிட அம்பேத்கர் தேர்வு செய்யப் பட்டார் என வியந்து பாராட்டியது.[28]

மேலும் டாக்டர் K.V. ராவ், டாக்டர் அம்பேத்கர் அரசியல் சட்ட தந்தை மட்டுமல்ல, தாயும் அவரே" ஆவார் என்று புகழ்ந்துள்ளார்.[29]

இந்திய அரசியல் அமைப்புச் சட்டம்

அடிக்குறிப்புகள்

1. டாக்டர் G. பாலன் - டாக்டர் D.தட்சிணாமூர்த்தி, இந்திய அரசியலமைப்பின் வளர்ச்சியும், விடுதலை இயக்க வரலாறும், பக்கம்- 264.
2. க. முகிலன், டாக்டர் அம்பேத்கர் வாழ்க்கை வரலாறு, பக்கம்- 564.
3. மேலது, டாக்டர் G. பாலன் - டாக்டர் D.தட்சிணாமூர்த்தி, இந்திய அரசியலமைப்பின் வளர்ச்சியும், விடுதலை இயக்க வரலாறும், பக்கம் - 250.
4. மேலது, பக்கம் - 571.
5. டாக்டர் G. பாலன் - டாக்டர் D.தட்சிணாமூர்த்தி, இந்திய அரசியலமைப்பின் வளர்ச்சியும், விடுதலை இயக்க வரலாறும், பக்கம்- 265.
6. மேலது, பக்கங்கள் - 251-253.
7. மேலது, பக்கங்கள் - 254-255.
8. Dhananjay Keer, Dr. Ambedkar Life and Mission, Pages - 393-394.
9. டாக்டர் G. பாலன் - டாக்டர் D.தட்சிணாமூர்த்தி, இந்திய அரசியலமைப்பின் வளர்ச்சியும், விடுதலை இயக்க வரலாறும், பக்கம்- 266.
10. Dhananjay Keer, Dr. Ambedkar Life and Mission, Page - 406.
11. மேலது, பக்கம் - 407.
11A. மேலது, பக்கம் - 408.
12. டாக்டர் அம்பேத்கர் பேச்சும் - எழுத்தும் - தொகுப்பு - 30, பக்கம் - 195.
13. மேலது, பக்கம் - 196.
14. மேலது, பக்கம் - 202.
15. மேலது, பக்கம் - 205.

16. மேலது, பக்கம் – 208.
17. மேலது, பக்கம் – 215.
18. மேலது, பக்கம் – 216.
19. மேலது, பக்கம் – 220.
20. மேலது, பக்கம் – 222.
21. மேலது, பக்கம் – 229.
22. மேலது, பக்கம் – 231.
23. மேலது, பக்கங்கள் – 257–258.
24. மேலது, பக்கம் – 260.
25. மேலது, பக்கம் – 266–289.
26. புலமை வேங்கடாசலம், இந்திய அரசியலமைப்புச் சட்டம், பக்கம்–3.
27. டாக்டர் G. பாலன் – டாக்டர் D.தட்சிணாமூர்த்தி, இந்திய அரசியலமைப்பின் வளர்ச்சியும், விடுதலை இயக்க வரலாறும், பக்கம்– 270.
28. Dhananjay Keer, Dr. Ambedkar Life and Mission, Page - 413.
29. W.N. Kuber, Builders of Modern India, B.R. Ambedkar, Page - 106.